മഹാത്മാഗാന്ധിയുടെ
മണ്ണിൽ മതവർഗ്ഗീയത

Mahathmagandhiyude Mannil Mathavargeeyatha
Politics

G Ramakrishnan

Translation
K Sadhasivan

CHINTHA PUBLISHERS
Thiruvananthapuram

First Edition
May 2023

Second Impression
October 2023

Published & Typesetting
Chintha Publishers, Thiruvananthapuram

Printed at
Repro India Ltd, Mumbai

Cover Design
Vinod Mangoes

ISBN : 978-81-19131-05-1

CO - 3278 / 6726

₹ 190

Email: chinthapublishers@gmail.com
Website: www.chinthapublishers.com

A version is available at National Libraries
Kolkata, Mumbai, Chennai and Delhi

Distribution
DESHABHIMANI BOOKHOUSE
H O Thiruvananthapuram 695035

Branch
Head Office Kunnukuzhi • Statue Thiruvananthapuram
KSRTC Bus Terminal Thampanoor • Saphalyam Complex Thiruvananthapuram
KSRTC Bus Station Alappuzha • KSRTC Bus Station Ernakulam
Machingal Lane Thrissur • IG Road Kozhikode
Mavoor Road Kozhikode • NGO Union Building Kannur
Central Bus Terminal Complex Thavakkara Kannur

മഹാത്മാഗാന്ധിയുടെ മണ്ണിൽ മതവർഗ്ഗീയത

ജി രാമകൃഷ്ണൻ

പരിഭാഷ

കെ സദാശിവൻ

ചിന്ത പബ്ലിഷേഴ്സ്
തിരുവനന്തപുരം-695 035
വില : ₹ 190

ജി രാമകൃഷ്ണൻ

സി പി ഐ (എം) പോളിറ്റ് ബ്യൂറോ അംഗം. സി പി ഐ (എം) തമിഴ്നാട് സംസ്ഥാന ഘടകത്തിന്റെ മുൻ സെക്രട്ടറി.

തമിഴ്നാട്ടിലെ വില്ലുപുരം സ്വദേശി. അഭിഭാഷകനായി എട്ട് വർഷക്കാലം ജോലി ചെയ്തു. 1969 ൽ സി പി ഐ (എം) അംഗമായി. 1981 മുതൽ മുഴുവൻ സമയ പാർട്ടി പ്രവർത്തകനായി. എസ് എഫ് ഐ , ഡി വൈ എഫ് ഐ , സി ഐ ടി യു എന്നീ സംഘടനകളിൽ ദീർഘകാലം പ്രവർത്തിച്ചു.

ഉള്ളടക്കം

പ്രസാധകക്കുറിപ്പ്

വലിയൊരു അന്തരാളഘട്ടത്തിലൂടെയാണ് വർത്തമാനകാല ഇന്ത്യ കടന്നുപോകുന്നത് എന്ന് നിസ്സംശയമായും പറയാം. എന്തൊക്കെ ആശയങ്ങളുടെ പുറത്താണോ ഇന്ത്യ ഒരു ദേശരാഷ്ട്രമായി രൂപീകരിക്കപ്പെട്ടത് അതെല്ലാം കടുത്ത ആക്രമണത്തിനിരയാകുന്നത് നാം നിത്യേന കണ്ടുവരികയാണ്. ബഹുസ്വരതയുടെ ഇന്ത്യയും മതേതര ഇന്ത്യയും നാമാവശേഷമാക്കുവാൻ ഇന്ത്യൻ ഭരണകൂടം തന്നെ ഒരുങ്ങിപ്പുറപ്പെട്ടിരിക്കുന്ന വിചിത്രമായ കാഴ്ചയാണ് നാം ഇന്ന് കാണുന്നത്. നമ്മുടെ രാഷ്ട്രം എങ്ങനെയാണ് രൂപപ്പെട്ടതെന്നും അതിനെ നിലനിർത്തുന്ന ആധാരശിലകൾ എന്തൊക്കെയാണെന്നും മറച്ചുപിടിച്ചുകൊണ്ടാണ് ഹിന്ദുരാഷ്ട്ര നിർമ്മാണ പദ്ധതി ദ്രുതഗതിയിൽ നമുക്കുചുറ്റും മുന്നേറുന്നത്. ഇന്ത്യൻ ജനതയുടെ മനസ്സിൽ ഹിന്ദുത്വ ശക്തികൾ പടർത്താൻ ശ്രമിക്കുന്ന ചിന്താധാരകളെ തിരിച്ചറിയുക എന്നത് ഇന്നത്തെ ഏറ്റവും സുപ്രധാന രാഷ്ട്രീയ ആവശ്യകതയാണ്. ഹിന്ദുരാഷ്ട്ര വാദത്തിനും അതിന്റെ വക്താക്കളായ സംഘപരിവാർ ശക്തികൾക്കും സമീപകാലത്ത് പടർന്നു പന്തലിക്കാൻ ഇടയാക്കിയ സാമൂഹ്യ സാഹചര്യങ്ങൾ എന്തൊക്കെയാണ് എന്നതും നാം അവധാനതയോടുകൂടി അന്വേഷിക്കേണ്ടതുണ്ട്. ജി രാമകൃഷ്ണന്റെ ഈ പുസ്തകം ഇത് രണ്ടിനും നമ്മെ സഹായിക്കും.

ചിന്ത പബ്ലിഷേഴ്സ്

ഹിന്ദുരാഷ്ട്രവാദത്തെ അപനിർമ്മിക്കുമ്പോൾ

എം എ ബേബി

പ്ലേറ്റോയുടെ ഒരു കഥയുണ്ട്. ഗുഹയ്ക്കുള്ളിൽ ചങ്ങലകളാൽ ബന്ധിതനാക്കപ്പെട്ട് ജന്മം മുഴുവൻ കഴിയാൻ വിധിക്കപ്പെട്ട ഒരു മനുഷ്യന്റെ കഥ. താൻ നിത്യവും മുന്നിൽ കാണുന്ന നിഴലുകളാണ് സത്യമെന്ന് വിശ്വസിച്ചു പോന്നിരുന്ന ഒരു മനുഷ്യൻ. ഒരുനാൾ സ്വതന്ത്രനായി തിരിഞ്ഞു നോക്കാൻ കഴിയുമ്പോഴാണ് അതുവരെ കണ്ടിരുന്നത് വെറും നിഴലുകൾ മാത്രമായിരുന്നുവെന്നും അതിനിടയാക്കിയത് പ്രകാശ രശ്മികൾക്കും തനിക്കുമിടയിലുള്ള യഥാർത്ഥ വസ്തുക്കളായിരുന്നുവെന്നും അവൻ തിരിച്ചറിയുക. യാഥാർത്ഥ്യത്തെയും പ്രതീതിയേയും സംബന്ധിച്ച ഈ കഥ സത്യാനന്തര കാലത്തെ രാഷ്ട്രീയത്തിലേക്കുംകൂടി വിരൽചൂണ്ടുന്നതാണ്.

മനുഷ്യന്റെ കാഴ്ചകളെ പരിമിതപ്പെടുത്താൻ അവന്റെ മേൽ അധീശത്വം പുലർത്താൻ ആഗ്രഹിക്കുന്ന എല്ലാ അധികാര കേന്ദ്രങ്ങളും ഭരണകൂടങ്ങളും നിരന്തരം ശ്രമിക്കാറുണ്ട്.

യാഥാർത്ഥ്യങ്ങളെ പൊതുബോധത്തിൽനിന്നും മറച്ചുപിടിക്കാനും വക്രീകരിക്കാനുമുള്ള ശ്രമങ്ങൾ ഏറ്റവും തീവ്രമായിത്തീർന്നിരിക്കുന്ന ഇത്തരമൊരു കാലഘട്ടത്തിലൂടെയാണ് സമകാലിക ഇന്ത്യ കടന്നുപോകുന്നത്. അതിനെതിരായ നിരന്തര ജാഗ്രതയാണ് ഇന്നത്തെ ഏറ്റവും വലിയ രാഷ്ട്രീയ ആവശ്യം. ജി രാമകൃഷ്ണന്റെ പുസ്തകം ഈ ദിശയിലുള്ള ഒന്നാണ്.

ഇന്ത്യൻ ജനതയെ നാളിതുവരെ നയിച്ചിരുന്ന ആശയങ്ങൾ പലതും കടുത്ത ആക്രമണത്തിനിരയാകുന്നത് നാം നിത്യേന കണ്ടുവരികയാണ്. ബഹുസ്വരതയുടെ ഇന്ത്യയും മതേതര ഇന്ത്യയും ഇല്ലാതാക്കുവാൻ ഇന്ത്യൻ ഭരണകൂടംതന്നെ നേരിട്ടു പരിശ്രമിക്കുന്ന വിചിത്രമായ

കാഴ്ചയാണ് നാം നിത്യേന കാണുന്നത്. നമ്മുടെ രാഷ്ട്രം എങ്ങനെയാണ് രൂപപ്പെട്ടതെന്നും അതിനെ നിലനിർത്തുന്ന ആധാരശിലകൾ എന്തൊക്കെയാണെന്നും മറച്ചുപിടിച്ചുകൊണ്ടാണ് ഹിന്ദുരാഷ്ട്ര നിർമ്മാണ പദ്ധതി ദ്രുതഗതിയിൽ നമുക്കുചുറ്റും മുന്നേറുന്നത്. ഇതിനെതിരായ പ്രതിരോധത്തിൽ ഏറ്റവും സുപ്രധാനമാണ് ഇന്ത്യൻ ജനതയുടെ മനസ്സിൽ ഹിന്ദുത്വ ശക്തികൾ പടർത്താൻ ശ്രമിക്കുന്ന ചിന്താധാരകളെ തിരിച്ചറിയുക എന്നത്. അതുപോലെ തന്നെ ഹിന്ദുരാഷ്ട്ര വാദത്തിനും അതിന്റെ വക്താക്കളായ സംഘപരിവാർ ശക്തികൾക്കും സമീപകാലത്ത് പൊടുന്നനവെ പടർന്നു പന്തലിക്കാൻ ഇടയാക്കിയ സാഹചര്യങ്ങൾ എന്തൊക്കെയാണ് എന്നതും നാം സൂക്ഷ്മതയോടുകൂടി അന്വേഷിക്കേണ്ടതുണ്ട്. രാമകൃഷ്ണന്റ പുസ്തകം ഇത് രണ്ടിനും നമ്മെ സഹായിക്കുന്നവയാണ്.

ഇന്ത്യൻ ജനതയുടെ മുന്നിൽ ശത്രുസ്ഥാനത്തു നിർത്താൻ പറ്റിയ ഒരു അപരത്വത്തെ നിർമ്മിച്ചെടുക്കുവാനാണ് പല വഴികളിലൂടെ ഹിന്ദുത്വ ശക്തികൾ നിരന്തരം ശ്രമിക്കുന്നത്. രാജ്യത്തിനകത്ത് മുസ്ലീങ്ങളും മറ്റു ന്യൂനപക്ഷ മതവിശ്വാസികളും, പുറത്ത് നമ്മെ നിരന്തരം ആക്രമിക്കാൻ ശ്രമിക്കുന്ന അയൽ രാജ്യങ്ങളായ ചൈനയും പാകിസ്ഥാനും. ഹിന്ദുത്വ ദേശീയത അതിന്റെ ചലനോർജ്ജം കണ്ടെത്താൻ ശ്രമിക്കുന്നത് ഇത്തരമൊരു അപരത്വ നിർമ്മിതിയിലൂടെയാണ്. ഈ ഭീഷണികളിൽനിന്നും ഹിന്ദുവിനെ മോചിപ്പിക്കാൻ ഉദയം ചെയ്തവരാണ് തങ്ങൾ എന്നാണ് അവരുടെ ഭാവം. ഇതൊരു ഹ്രസ്വകാല പദ്ധതിയല്ല, സംഘപരിവാറിന്റെ ദീർഘകാല പ്രോജക്റ്റാണത്. ഒരുപക്ഷേ, ഇന്ത്യയിലെ മറ്റൊരു രാഷ്ട്രീയ പ്രസ്ഥാനത്തിനും പതിറ്റാണ്ടുകളെടുത്ത് മെല്ലെ നടപ്പിലാക്കാൻ ശ്രമിക്കുന്ന ഇത്തരമൊരു സ്വത്വനിർമ്മാണ പദ്ധതിയുണ്ടാവില്ല. സംഘപരിവാറിനെയും ബി ജെ പിയെയും ഇതര രാഷ്ട്രീയ പാർട്ടികളിൽനിന്നും വ്യത്യസ്തമാക്കുന്ന സുപ്രധാന ഘടകംതന്നെ ഇതാണ്. തൊട്ടുമുന്നിലുള്ള രാഷ്ട്രീയ തിരഞ്ഞെടുപ്പ് വിജയം മാത്രം ലക്ഷ്യമാക്കി മറ്റു രാഷ്ട്രീയ പാർട്ടികൾ പലതും തന്ത്രങ്ങൾ മെനയുമ്പോൾ അടുത്ത ഇരുപത്തിയഞ്ചോ അമ്പതോ വർഷത്തിനിടയിൽ തങ്ങൾക്കു പറ്റിയ രാഷ്ട്രീയ കർതൃത്വങ്ങളെ വ്യാപകമായി നിർമ്മിച്ചെടുക്കാനാവശ്യമായ പദ്ധതികളാണ് അവർ ലക്ഷ്യമിടുന്നത്. ഇന്ത്യയിലെ ദേശീയ പ്രസ്ഥാനം നീണ്ട കാലത്തെ കൊളോണിയൽ വിരുദ്ധ പ്രക്ഷോഭങ്ങളിലൂടെ രൂപപ്പെടുത്തിയെടുത്ത ആശയങ്ങളിലധിഷ്ഠിതമായ ഇന്ത്യയെ ഇല്ലാതാക്കുവാൻ ഇത്തരമൊരു ദീർഘകാല പദ്ധതിയിലൂടെയേ കഴിയൂ എന്ന് ഇവർക്ക് നന്നായറിയാം.

കൊളോണിയൽ ഭരണകൂടം സൃഷ്ടിച്ച വർഗ്ഗീയ വ്യാഖ്യാനങ്ങളിൽ നിന്നും ഇന്ത്യാചരിത്രത്തെ മോചിപ്പിക്കാൻ ആധുനിക ഇന്ത്യയിലെ സെക്യുലർ ചരിത്രകാരന്മാർ നടത്തിയ മഹത്തായ ശ്രമങ്ങളെ ഇല്ലാതാക്കുക എന്നത് സംഘപരിവാർ അജണ്ടയിൽ ഏറ്റവും മുന്നിലുള്ള

ഒന്നാണ്. വിദ്യാഭ്യാസത്തെ കാവിവൽക്കരിക്കുന്നത് ഇതിന്റെ ഭാഗമായാണ്. അതുവഴി വളർന്നുവരുന്ന തലമുറയിൽ തങ്ങളുടെ ആഖ്യാനങ്ങൾ കുത്തിനിറയ്ക്കാനാകും എന്ന് അവർക്കു നന്നായറിയാം. 'വിദ്യാഭ്യാസമേഖല എങ്ങനെ വർഗ്ഗീയവൽക്കരിക്കുന്നു'വെന്ന ഈ സമാഹാരത്തിലെ രാമകൃഷ്ണന്റെ ലേഖനം ഇത് വ്യക്തമാക്കുന്നതാണ്. സ്വതന്ത്ര പൂർവ്വ ഇന്ത്യയിൽ നല്ല വേരോട്ടമുണ്ടായിരുന്ന ഹിന്ദുത്വ ശക്തികളെ സ്വതന്ത്ര ഇന്ത്യയിൽ ഏറ്റവും പിന്നോട്ടടിപ്പിച്ച സംഭവമായിരുന്നു ഗാന്ധിവധം. അതിന്റെ പാപക്കറയിൽനിന്നും മുക്തമാകാൻ ഇന്നും അവർ കിണഞ്ഞു ശ്രമിക്കുകയാണ്. ഇത് ഓർമ്മപ്പെടുത്തുന്നതാണ് 'ഗാന്ധിജിയെ കൊന്ന പ്രത്യയശാസ്ത്രം.' വളരെ ശുദ്ധഗതിക്കാരായ പലരും ഹിന്ദുമതത്തെയും ഹിന്ദുത്വ രാഷ്ട്രീയത്തെയും തിരിച്ചറിയാനാകാതെ സംഘപരിവാറിന്റെ വലയിൽ പെടുന്നത് കാണാം. ഈ ആപത്തിനെ ചൂണ്ടിക്കാണിക്കുന്ന ലേഖനമാണ് 'ഹിന്ദുത്വവും ഹിന്ദുമതവും ഒന്നല്ല' എന്നത്. ഇങ്ങനെ ഹിന്ദുരാഷ്ട്രവാദ ആശയ ധാരകളെ ഒന്നൊന്നായി അടർത്തിയെടുത്ത് അതിലെ ആപത്തുകൾ ചൂണ്ടിക്കാണിക്കാൻ രാമകൃഷ്ണന്റെ ഈ സമാഹാരത്തിലെ ലേഖനങ്ങൾക്ക് കഴിയുന്നുണ്ട്. തന്റെ നീണ്ടകാലത്തെ രാഷ്ട്രീയ പ്രവർത്തനത്തിലൂടെ വളരെ നൈസർഗ്ഗികമായി തിരിച്ചറിഞ്ഞ വസ്തുതകളെയാണ് രാമകൃഷ്ണൻ ഇങ്ങനെ പങ്കുവെയ്ക്കാൻ ശ്രമിക്കുന്നത് എന്നത് ഈ പുസ്തകത്തിന് മറ്റൊരു മാനം നൽകുന്നു.

ഇന്ന് ഇന്ത്യയെ ചൂഴ്ന്നുനിൽക്കുന്ന ഏറ്റവും വലിയ വിപത്തായ ഹിന്ദുരാഷ്ട്ര നിർമ്മാണ പദ്ധതിക്കെതിരെ പൊരുതുന്ന ഏതൊരാൾക്കും ഈ പുസ്തകം സഹായകമാകും.

കടപ്പാട്

പൂത്തു നിറഞ്ഞു നിൽക്കുന്ന വർണ്ണപ്പൂക്കൾ, തേൻ നുകരാൻ ചുറ്റിക്കറങ്ങുന്ന ചിത്രശലഭങ്ങൾ, ഇതിനെല്ലാം കാവലായി നിൽക്കുന്ന ഹരിത വർണ്ണ വൻമരങ്ങൾ എന്നിവയെല്ലാം ചേർന്നതാണ് നന്ദവനം. ഇന്ത്യാരാജ്യവും ഒരു നന്ദവനമാണ്. അതിനെ നശിപ്പിക്കാൻ ബി ജെ പിയും ആർ എസ് എസും ശ്രമിക്കുകയാണ്.

പല ഭാഷകൾ, പല ഗോത്രങ്ങൾ, പല മതങ്ങൾ എന്നിങ്ങനെ വൈവിദ്ധ്യമാർന്ന സാംസ്കാരിക ഘടകങ്ങൾ പലതുമുള്ള ഒരു രാജ്യമാണ് ഇന്ത്യ. ബ്രിട്ടീഷ് കൊളോണിയൽ ആധിപത്യത്തിന്റെ അടിമത്ത വിലങ്ങ് തകർത്ത് ഒരു ജനാധിപത്യ രാജ്യമായി രൂപപ്പെടാൻ ഇടയാക്കിയ സ്വാതന്ത്ര്യ സമരത്തിനുശേഷം നവ ഇന്ത്യ രൂപീകൃതമായി. ഈ സമരത്തിൽ മതം, ജാതി, വംശം, ഭാഷ എന്ന വ്യത്യാസമെന്യേ ജനങ്ങൾ ഒന്നിച്ച് നിന്നു.

ഇതെല്ലാം കണക്കുകൂട്ടിക്കൊണ്ടാണ് മതേതര, ജനാധിപത്യ, ഫെഡറൽ, സാമ്പത്തിക പരമാധികാരം എന്നീ മൂല്യങ്ങളെ ഉൾക്കൊണ്ട് നമ്മുടെ ഭരണഘടന രൂപീകരിക്കപ്പെട്ടത്.

1925 ൽ രൂപീകരിക്കപ്പെട്ട ആർ എസ് എസ് എന്ന സംഘടന, ഇന്ത്യയെ മറ്റൊരു രീതിയിൽ രൂപീകരിക്കണം എന്ന ലക്ഷ്യത്തോടെ ഹിന്ദുത്വം എന്ന ആശയത്തെ മുൻനിർത്തുകയുണ്ടായി. പക്ഷേ, സ്വതന്ത്ര ഇന്ത്യ ആ ആശയത്തെ സ്വീകരിച്ചില്ല. കഴിഞ്ഞ എട്ടു വർഷക്കാലമായി കേന്ദ്രത്തിൽ അധികാരത്തിലിരിക്കുന്ന ബി ജെ പി സർക്കാർ, ആർ എസ് എസിന്റെ പ്രവർത്തന പദ്ധതിയെ വളരെ വേഗതയിൽ നടപ്പിലാക്കാൻ ശ്രമിക്കുകയാണ്. അവർ നടത്തുന്ന ശ്രമങ്ങൾ ഏത് രീതിയിലുള്ളവയാണ്, അവയെ തകർക്കാൻ പറ്റുന്ന നമ്മുടെ സമരരീതികൾ ഏതൊ

ക്കെയാണ് എന്നുള്ളതിനെപ്പറ്റിയാണ് ഈ പുസ്തകം പരാമർശിക്കുന്നത്.

വിനായക് ദാമോദർ സവർക്കർ ആണ് 'ഹിന്ദുത്വം' എന്ന പദം രൂപപ്പെടുത്തിയത്. ഹിന്ദുമതവും ഹിന്ദുത്വവും രണ്ടും ഒന്നല്ല എന്ന് സാക്ഷാൽ സവർക്കർ തന്നെ പറഞ്ഞിട്ടുണ്ട്. സവർക്കരുടെ വിശദീകരണ പ്രകാരം 'ഹിന്ദുത്വം' എന്നത് ഒരു രാഷ്ട്രീയ പദ്ധതി എന്നാണ് പറയുന്നത്. ആർ എസ് എസ് ഉൾപ്പെടെയുള്ള സംഘപരിവാർ സംഘടനകളും ബി ജെ പിയും കൈക്കൊള്ളുന്ന നടപടികൾക്ക് 100 വർഷത്തിന്റെ ചരിത്രമാണുള്ളത്. ഇതിനെപ്പറ്റി കുറെയധികം പഠനങ്ങൾ നടന്നിട്ടുണ്ട്. ഏറെ പുസ്തകങ്ങളും പ്രസിദ്ധീകരിക്കപ്പെട്ടിട്ടുണ്ട്. ഞാൻ ഇതിനെക്കുറിച്ച്, ഈ പുസ്തകത്തിൽ ഹ്രസ്വമായി വിശദീകരിക്കുന്നു.

ആർ എസ് എസിന്റെ ആദ്യകാല നേതാക്കളിൽ ഒരാളായ എം എസ് ഗോൾവാൾക്കർ ഹിന്ദുത്വത്തെപ്പറ്റി വിശദീകരിക്കുമ്പോൾ സനാതനത്വത്തിന്റെ അംശങ്ങളെ ഉള്ളടക്കിയ മനുശാസ്ത്രത്തിന്റെ സിദ്ധാന്തത്തിന്റെ അടിസ്ഥാനത്തിൽ ആയിരിക്കണം രാജ്യത്തിന്റെ ഭരണഘടന എന്ന് ഊന്നിപ്പറഞ്ഞിട്ടുണ്ട്. മനുധർമ്മം, സനാതനം, ബ്രാഹ്മണീയം, ഹിന്ദുരാഷ്ട്രം എന്നീ യാഥാസ്ഥിതിക ഘടകങ്ങളെ അടിസ്ഥാനമാക്കിയ രാഷ്ട്രീയ പദ്ധതിയാണ് ഹിന്ദുത്വം. അത് ചാതുർവർണ്ണ്യ അടിസ്ഥാനത്തിൽ ജാതീയ വാദം എന്ന ഘടനയെ ഉയർത്തിപ്പിടിക്കുന്ന സിദ്ധാന്തങ്ങളെ സ്വീകരിക്കുന്ന ഒന്നാണ്. കൂടാതെ ജാതിയ അതിക്രമങ്ങൾ, സ്ത്രീയടിമത്തം എന്നിവയെ ഊന്നിപ്പറയുന്നു. അതുകൊണ്ടാണ് ഹിന്ദുത്വം എന്ന ആശയത്തിനെതിരെ സമരം ചെയ്യുമ്പോൾ, മനുശാസ്ത്രം പറയുന്ന ജാതീയ ഘടനയ്ക്ക് എതിരെയും സമരം ചെയ്യേണ്ടത് ആവശ്യമാണ്. ഈ പുസ്തകത്തിൽ ജാതീയ അതിക്രമങ്ങൾക്ക് എതിരെ നടന്ന പ്രധാനപ്പെട്ട സമരങ്ങളെപ്പറ്റിയും വിശദീകരിച്ചിട്ടുണ്ട്.

മതം, മതവിശ്വാസം, മതസൗഹാർദ്ദം, മതേതരം, മതദ്വേഷം മുതലായ വാക്കുകൾ ഒന്നിനൊന്ന് പരസ്പര ബന്ധമുള്ള ഒന്നിലേറെ അർത്ഥങ്ങളുള്ള വാക്കുകളാണ്. മതത്തെയും മതവിശ്വാസത്തെയും ഉപയോഗപ്പെടുത്തി, രാഷ്ട്രീയ നടപടികൾ മുഖേന മതദ്വേഷമാക്കി, സൗഹാർദ്ദത്തെ നശിപ്പിച്ചു രാജ്യത്തിന്റെ മതേതരത്വത്തെ തകർക്കാനും, അധികാരത്തിന്റെ രുചി അനുഭവിക്കുന്ന അനുകൂല സാഹചര്യം നിലനിർത്തിപ്പോന്ന രീതിയിൽ ഈ പദ്ധതികളെ നടപ്പിലാക്കാനും, ആർ എസ് എസ് പ്രവർത്തിക്കുന്നു.

അതിന്റെ വളർച്ച ഇന്ത്യയുടെ ജനാധിപത്യത്തെ നശിപ്പിച്ചില്ലാതാക്കി ഏകപക്ഷീയ ഭരണത്തെയും, അതുവഴി സ്വേച്ഛാധിപത്യത്തെയും (ഫാസിസ്റ്റ് ഭരണം) നടപ്പിലാക്കും. അതുകൊണ്ടാണ് സി പി ഐ (എം) ഉം ഇടതുപക്ഷ സംഘടനകളും ആരംഭം മുതൽക്കേ ഈ അപകടത്തെ പ്രതിരോധിക്കുന്നത്.

തെരഞ്ഞെടുപ്പ് കാലത്ത് ബി ജെ പിയെ നേരിടുന്നത് മാത്രമല്ലാതെ, ഓരോ ദിവസവും ആർ എസ് എസിന്റെ വിനാശപരമായ പദ്ധതികളെ

എതിർത്തു നിൽക്കേണ്ടതുണ്ട്. രാജ്യവിഭജന കാലത്ത് സൗഹാർദം സംരക്ഷിക്കുന്ന രീതിയിൽ മഹാത്മാഗാന്ധിയുടെ ആഹ്വാനത്തിന്റെ അടിസ്ഥാനത്തിൽ യുവ കമ്യൂണിസ്റ്റ് നേതാക്കൾ മുൻനിരയിൽ നിന്ന വിവരം, ഞാൻ ഈ പുസ്തകത്തിൽ വിശദീകരിക്കാൻ ശ്രമിച്ചിട്ടുണ്ട്. 1992 ൽ ബാബറി മസ്ജിദ് തകർത്തതിനുശേഷം രാജ്യം മുഴുവനും കലാപം സൃഷ്ടിക്കപ്പെട്ട സാഹചര്യത്തിൽ പശ്ചിമ ബംഗാളിൽ വലിയ ശ്രമത്തിനിടയിൽ സമാധാനം സംരക്ഷിക്കപ്പെട്ടു. എല്ലാക്കാലത്തും, കേരളത്തിൽ നൂറുകണക്കിന് ജീവൻ ബലിയർപ്പിച്ചാണ് ആർ എസ് എസിന്റെ ആക്രമണങ്ങളെ ഇടതുപക്ഷം പ്രതിരോധിക്കുന്നത്. അതേ കേരളത്തിലാണ് ഗുജറാത്ത് കലാപങ്ങളുടെ ചിത്രങ്ങളിൽ രണ്ട് ധ്രുവങ്ങളെ അടയാളപ്പെടുത്തിയ ഖുത്പുതീൻ അൻസാരിയും (കലാപ വേളയിൽ കൂപ്പുകൈകളോടെ നിറകണ്ണുകളുമായി നിൽക്കുന്ന യുവാവ്) അശോക് ബർമറും (അതേ ചിത്രത്തിൽ വിദ്വേഷത്തോടെ വാളേന്തി നിൽക്കുന്ന യുവാവ്) ഒരേ വേദിയിൽ നിന്നുകൊണ്ട് മതസൗഹാർദ്ദത്തിന് വേണ്ടി പ്രവർത്തിക്കാൻ പ്രതിജ്ഞയെടുത്തത്.

തമിഴ്നാട്ടിൽ കോയമ്പത്തൂർ കലാപവേളയിൽ ഇടതു സംഘടനകൾ സമാധാനം സംരക്ഷിക്കാൻ കലാപ മണ്ണിലേക്ക് പാഞ്ഞെത്തി. കന്യാകുമാരിയിൽ ആർ എസ് എസ് മതവിദ്വേഷ പദ്ധതിയോടെ ആയുധ പരിശീലനം നടത്താൻ ശ്രമിച്ചതിനെ പ്രതിഷേധിച്ചതുകാരണം 3 സഖാക്കളാണ് കൊലചെയ്യപ്പെട്ടത്. 1984 മെയ് ദിനത്തിൽ അരുമനയിൽ ബാബു, ചെല്ലയ്യൻ എന്നീ രണ്ടു സഖാക്കളും ചില വർഷങ്ങൾക്കു ശേഷം, അരുമനക്ക് സമീപമുള്ള അരകനാട്ടിൽ ഡി വൈ എഫ് ഐ ബ്രാഞ്ചു സെക്രട്ടറി സുധാകരനും ആർ എസ് എസ് കാപാലികരാൽ കൊല്ലപ്പെട്ടു. സി പി ഐ (എം) നടത്തിയ വർഗ്ഗീയവാദ നടപടികൾക്കെതിരെയുള്ള പോരാട്ടത്തിലാണ് ആ സഖാക്കൾ ജീവൻ നൽകിയത്.

1971 ൽ കണ്ണൂരിന്റെ തലശ്ശേരി പ്രദേശത്തിൽ ആർ എസ് എസ് വർഗ്ഗീയവാദികൾ മുസ്ലീങ്ങളുടെ നേർക്കും അവരുടെ ആരാധനാലയങ്ങൾക്ക് നേർക്കും ആക്രമണം അഴിച്ചുവിട്ടു. കൂത്തുപറമ്പിനടുത്തു കാവുമ്പായി പള്ളിക്ക് സി പി ഐ (എം) ഏരിയാ കമ്മിറ്റി അംഗം സഖാവ്. കുഞ്ഞുരാമൻ, ഇപ്പോഴത്തെ മുഖ്യമന്ത്രി സഖാവ് പിണറായി വിജയൻ ഉൾപ്പെടെയുള്ള സഖാക്കൾ കാവൽ നിൽക്കുമ്പോൾ സഖാവ് കുഞ്ഞുരാമൻ ആർ എസ് എസ് ഭീകരവാദികളാൽ മൃഗീയമായി കൊല്ലപ്പെട്ടു. കണ്ണൂർ ജില്ലയിൽ സി പി ഐ (എം) ന്റെ നേതൃത്വത്തിൽ സംഘടിപ്പിക്കപ്പെട്ട ബീഡി തൊഴിലാളി സംഘടനയെ ദുർബ്ബലമാക്കുന്ന രീതിയിൽ മംഗലാപുരം പ്രദേശങ്ങളിലുള്ള ബീഡി കമ്പനി മുതലാളിമാർ കമ്യൂണിസ്റ്റ് പാർട്ടിക്കെതിരെ ആർ എസ് എസിനെ ഉപയോഗിച്ച് നടത്തിയ ചതിയുടെ ഭാഗമാണ് ആ കലാപം. ഇതേ രീതിയിൽ കന്യാകുമാരിയിലും തോട്ടം തൊഴിലാളി യൂണിയനെ പ്രവർത്തനരഹിതമാക്കാൻ, തോട്ടം മുതലാളികൾ ആർ എസ് എസിനെ ഉപയോഗപ്പെടുത്തി പല

വിനാശകരമായ പ്രവർത്തനങ്ങളും നടത്തി. വർഗ്ഗീയവാദത്തിനെതിരെ സി പി ഐ (എം) യാതൊരുവിധ വിട്ടുവീഴ്ചയുമില്ലാത്ത പോരാട്ടങ്ങൾ നയിക്കുന്നതിന്റെ അസഹിഷ്ണുത പ്രകടിപ്പിക്കുന്ന രീതിയിലാണ് ആർ എസ് എസ്, സി പി ഐ (എം) പ്രവർത്തകരെ ഉന്നംവച്ച് ആക്രമിക്കുന്നത് എന്ന സത്യം എല്ലാവർക്കും അറിയാവുന്ന ഒന്നാണ്.

ജർമ്മനിയിൽ നാസി ഹിറ്റ്ലർ എങ്ങനെ പ്രവർത്തിച്ചിരുന്നു എന്ന്, അക്കാലത്തു തന്നെ ഹിറ്റ്ലർക്കെതിരെ പ്രവർത്തിച്ച ഒരു സംഘടനയുടെ ലഘുലേഖ വിശദീകരിക്കുന്നു. ഹിറ്റ്ലറുടെ ഓരോ വാക്കുകളും കള്ള മാണ്. ഹിറ്റ്ലർ സമാധാനം എന്നുപറയുന്ന വേളയിലും, സമാധാനം എന്നാൽ യുദ്ധമാണെന്ന് തോന്നിപ്പിക്കുന്ന തരത്തിൽ, യുദ്ധത്തെക്കുറി ച്ചാണ് എപ്പോഴും സംസാരിച്ചിരുന്നത്. ദൈവത്തിന്റെ പേര് പറയുമ്പോഴും പിശാച്, യക്ഷി, സാത്താൻ എന്നിവയുടെ അധികാരത്തെപ്പറ്റിയാണ് പുകഴ്ത്തിയിരുന്നത്. ഇത് അതേപടി ബി ജെ പിക്കും അതിന്റെ നേതാ ക്കൾക്കും വളരെ യോജിക്കുന്ന ഒന്നാണ്. ഈ പുസ്തകത്തിൽ അവ രുടെ പാർട്ടി ഭരണഘടനയും പ്രവർത്തനങ്ങളും തമ്മിലുള്ള കാപട്യ ത്തെപ്പറ്റി ഉദാഹരണങ്ങളോടെ, ഞാൻ വിശദീകരിക്കാൻ ശ്രമിച്ചിട്ടുണ്ട്.

ഈ പുസ്തകം 'മഹാത്മാഗാന്ധിയുടെ മണ്ണിൽ മതദ്വേഷം' എന്ന തലക്കെട്ടിൽ *നക്കീരൻ* വാരികയിൽ ലേഖനങ്ങൾ പരമ്പരയായി പ്രസി ദ്ധീകരിക്കപ്പെട്ടതാണ്. ഇപ്പോൾ, ആ ലേഖനങ്ങളിൽ ചെറിയ ചില മാറ്റ ങ്ങളോടെ പുസ്തകരൂപത്തിൽ പുറത്തു വന്നിരിക്കുകയാണ്.

ഈയിടെയായി നമ്മെ വിട്ടുപിരിഞ്ഞ മാധ്യമപ്രവർത്തകനായ സഖാവ് ആർ ജവഹർ ഒരു വർഷത്തിനുമുമ്പ്, *നക്കീരൻ* വാരികയിൽ ഒരു ലേഖന പരമ്പര എഴുതണമെന്ന് എന്നോട് ആഗ്രഹം പ്രകടിപ്പി ച്ചിരുന്നു. അടുത്ത രണ്ട് ദിവസത്തിനകം *നക്കീരനിൽ* നിന്ന്, ജി ലെനിൻ എന്നോട് സംസാരിച്ചു. *നക്കീരൻ* പത്രാധിപർ, 'നക്കീരൻ' ഗോപാലിന്റെ അഭ്യർത്ഥനയനുസരിച്ച്, തങ്ങളുടെ വാരികയിൽ ഒരു ലേഖന പരമ്പര എഴുതണമെന്ന് പറഞ്ഞു.

അതിന്റെ തയ്യാറെടുപ്പിനിടയിലാണ് 2022, ജനുവരി മുപ്പതാം തീയതി ഗാന്ധിജിയുടെ സ്മരണ ദിനത്തിൽ പ്രതിജ്ഞയെടുക്കാൻ കോയമ്പത്തൂ രിലേക്ക് പോയത്. ആ പരിപാടിയിൽ ഗോഡ്സെയുടെ പേര് പറഞ്ഞതും പൊലീസ് ഉദ്യോഗസ്ഥർ പരിപാടി തടയാൻ ശ്രമിച്ചു. അവരോട് വാദിച്ച്, ഗോഡ്സെയാണ് ഗാന്ധിയെ വെടിവെച്ചുകൊന്നത് എന്നസത്യം പറഞ്ഞു കൊണ്ടുതന്നെ പ്രതിജ്ഞയെടുത്ത് പരിപാടി നല്ല രീതിയിൽ അവ സാനിച്ചു. ആ യോഗത്തെപ്പറ്റി വിശദീകരിക്കുന്ന ലേഖനമാണ് ഈ പുസ് തകത്തിന്റെ തുടക്കം.

ഓരോ ലേഖനം എഴുതുമ്പോഴും വർത്തമാനകാല സംഭവ വികാ സങ്ങളെ ലേഖനത്തിന്റെ വിഷയവുമായി കോർത്തിണക്കി എഴുതാൻ ശ്രമിച്ചിട്ടുണ്ട്.

മതേതരത്വത്തിനും ജനാധിപത്യത്തിനും വേണ്ടി രാജ്യം മുഴുവനും

സമരഭൂമിയിൽ മുൻനിരയിൽ നിന്നു പൊരുതുന്നവർക്ക് ഈ പുസ്തകം പ്രയോജനപ്പെടണം എന്നതാണ് പ്രധാന ലക്ഷ്യം.

ഈ ലേഖന പരമ്പര എഴുതാൻ അനുവദിച്ച *നക്കീരൻ* പത്രാധിപർ *നക്കീരൻ* ഗോപാൽ അവർകൾക്ക് നന്ദി രേഖപ്പെടുത്തുന്നു. ജി ലെനിൻ ഉൾപ്പെടെയുള്ള *നക്കീരൻ* എഡിറ്റോറിയൽ ബോർഡ് അംഗങ്ങൾക്കും നല്ല രീതിയിൽ ഡിസൈൻ ചെയ്തു പ്രസിദ്ധീകരിച്ച എല്ലാവർക്കും എന്റെ നന്ദി രേഖപ്പെടുത്തുന്നു.

മാർക്സിസ്റ്റ് പാർട്ടിയുടെ സംസ്ഥാന കമ്മിറ്റി ഓഫീസിൽ പ്രവർത്തിച്ചുവരുന്ന സഖാക്കൾ കെ ശരവണൻ, കെ രാജലക്ഷ്മി, എം നർമ്മദാ ദേവി എന്നിവർ ലേഖനങ്ങൾ ഡി ടി പി ചെയ്ത് സഹായിച്ചു. ഓരോ ലേഖനവും *തീക്കതിർ* ദിനപത്രത്തിന്റെ പത്രാധിപർ സഖാവ് മതുക്കൂർ രാമലിംഗം പ്രൂഫ് നോക്കി സഹായിച്ചു. ലേഖനങ്ങൾ ഓരോന്നും പ്രസിദ്ധീകരിക്കപ്പെടുമ്പോൾ പല സഖാക്കളും ഫോണിലൂടെ ബന്ധപ്പെട്ട് അഭിപ്രായങ്ങൾ പറഞ്ഞ് എന്നെ പ്രോത്സാഹിപ്പിച്ചിരുന്നു. അവരോരോരുത്തർക്കും ഞാൻ നന്ദി രേഖപ്പെടുത്തുന്നു. യാത്രകൾക്കിടയിൽ, വീട്ടിലെത്തുമ്പോൾ, വിശ്രമവേളകളിൽ പുസ്തകങ്ങൾ വായിക്കും. ഭാര്യ റീറ്റാ, വായിക്കാനുള്ള സമയം നിശ്ചയിച്ച് എനിക്ക് സഹായമായി പ്രവർത്തിച്ചിരുന്നു. അവരുടെ സഹായം ഇല്ലാതെ ഈ പുസ്തകം എന്നെക്കൊണ്ട് എഴുതാൻ സാധിക്കുമായിരുന്നില്ല എന്നതാണ് സത്യം.

തമിഴിൽ പ്രസിദ്ധീകരിക്കപ്പെട്ട ഈ പുസ്തകത്തെ മലയാളത്തിൽ പരിഭാഷപ്പെടുത്തിയ സഖാവ് കെ സദാശിവൻ, പ്രൂഫ് നോക്കിയ സഖാവ് പൊന്മാന വത്സകുമാർ, സദാശിവന്റെ അമ്മ സഖാവ് കെ കാളി പ്രസാദ്, ചെന്നൈ ചേത്തുപ്പട്ടിലെ സഖാവ് പി ശശിധരൻ എന്നിവർക്കും ഹൃദയപൂർവ്വമായ നന്ദിയും അഭിനന്ദനവും അറിയിക്കുന്നു.

ജി രാമകൃഷ്ണൻ

സി പി ഐ (എം) പോളിറ്റ് ബ്യൂറോ അംഗം

ആശംസകൾ

എന്റെ പ്രിയ സുഹൃത്തും ചിന്തകനും രാഷ്ട്രീയ നേതാവുമായ ശ്രീ. ജി രാമകൃഷ്ണൻ എഴുതിയ *മഹാത്മാഗാന്ധിയുടെ മണ്ണിൽ മതവർഗ്ഗീയത* എന്ന പുസ്തകത്തിന്റെ പ്രസിദ്ധീകരണ യോഗത്തിൽ, കോവിഡ്–19 നിയന്ത്രണങ്ങൾ കാരണം പങ്കെടുക്കാൻ കഴിയാത്തതിൽ ഖേദം അറിയിക്കുന്നു.

ഇന്ത്യൻ ജനതയുടെ സ്വഭാവ സവിശേഷത എന്താണ്? 'മതസൗഹാർദ്ദം എന്നത് നമ്മുടെ സവിശേഷ സ്വഭാവമാണോ?' അല്ലെങ്കിൽ 'മതവർഗ്ഗീയത നമ്മുടെ ഹൃദയത്തിന്റെ ആഴങ്ങളിൽ വേരുറച്ച ഒന്നാണോ?' അല്ലെങ്കിൽ 'എല്ലാവരോടും സ്നേഹം പ്രകടിപ്പിച്ചു സാമൂഹിക ഐക്യം കാത്തുസൂക്ഷിക്കുന്ന ജീവിത ശൈലിയാണോ?' അതുമല്ലെങ്കിൽ 'എല്ലാവരോടും വിദ്വേഷം പ്രകടിപ്പിക്കുന്നതാണോ നമ്മുടെ പാരമ്പര്യം?' 'ഇന്ത്യ എന്നത് സമാധാനം നിലനിൽക്കുന്ന വീടാണോ?' അതോ 'കലാപത്തിന്റെ തട്ടകമാണോ?' എന്നൊക്കെ ഞാൻ പലപ്പോഴും അതിശയിച്ചു സ്വയം ചോദിക്കാറുണ്ട്.

ബുദ്ധൻ, ജൈനൻ, തിരുവള്ളുവർ, കബീർ, ഗുരുനാനാക്ക്, മഹാത്മാഗാന്ധി, ശ്രീ നാരായണഗുരു, അയ്യൻകാളി എന്നിവരൊക്കെയും ഇന്ത്യയുടെ ഹൃദയത്തെ പ്രതിനിധീകരിക്കുന്നുവോ? അല്ലയോ?

ഈ മഹാന്മാരൊക്കെയും വെറും ശൂന്യതയിൽനിന്നും വന്നവരാണോ? അതോ, രാജ്യത്തിന്റെ ഹൃദയമിടിപ്പിൽനിന്നും, വലിയൊരു വിഭാഗം ജനങ്ങളുടെ വികാരങ്ങളിൽനിന്നും ഉയർന്ന സ്ഥാനത്തേക്ക് എത്തിയവരാണവർ.

രാജ്യത്തിന്റെ ഹൃദയമിടിപ്പിനെയും ജനമനസ്സുകളെയും പ്രതിഫലനം ചെയ്തവരാണവർ.

മതവർഗ്ഗീയതയിൽ അകപ്പെട്ട്, ഒരു വ്യക്തിയോ, ഒരു സംഘമോ, ആസൂത്രിതമായി പ്രേരിപ്പിക്കുന്നത് വഴി നടത്തുന്ന കാടത്തപരമായ കലാപങ്ങൾ, സമൂഹത്തെ ബാധിക്കുന്ന മഹാരോഗങ്ങളാണ്. ജനങ്ങളിൽ നിന്ന് ഐക്യമായുയരുന്ന മനുഷ്യത്വധ്വനി ആ രോഗങ്ങളെ ഭേദമാക്കും.

ഈ രോഗങ്ങൾ ഉണ്ടാവാനുള്ള സാദ്ധ്യതകൾ എപ്പോഴും നിലനില്ക്കുന്ന ഒന്നാണ് എന്നതുപോലെ രോഗമില്ലാത്ത കാലഘട്ടങ്ങളുമുണ്ട്. എങ്കിലും ഈ രോഗങ്ങൾ ഉണ്ടാവുമ്പോൾ ശ്രദ്ധക്കുറവു പാടില്ല. കലാപ രോഗം ബാധിക്കുമ്പോൾ ധീരതയോടെ ഉറച്ച നിലപാടെടുത്ത് സർക്കാരോ സമൂഹമോ പരിശ്രമിച്ച് പരിഹാരമുണ്ടാക്കണം.

ഹിന്ദു വർഗ്ഗീയത എന്നോ മുസ്ലീം വർഗ്ഗീയത എന്നോ വേർതിരിവുകളില്ല. അതുപോലതന്നെ സിഖ് വിദ്വേഷം എന്നോ ക്രൈസ്തവ വിദ്വേഷം എന്നോ ഒന്നുമില്ല. കലാപം എന്നാൽ കലാപം എന്നു തന്നെയാണർത്ഥം. അത് ചിന്തയിലും സംസാരത്തിലും പ്രവർത്തിയിലുമുണ്ട്. സർക്കാർ പക്ഷപാതമില്ലാതെ വളരെ വേഗതയിൽ ഉറച്ച നിലപാടെടുത്ത് കലാപങ്ങളെ നിയന്ത്രിക്കാൻ നടപടിയെടുക്കണം. മഹാമാരിക്കാലങ്ങളിൽ രോഗവ്യാപനം തടയാൻ ശ്രമിക്കുന്നതുപോലെ, മതവർഗ്ഗീയതയും വ്യാപിക്കാതെ തടഞ്ഞുനിർത്താൻ ഇന്ത്യാ രാജ്യത്തിന്റെ ജനങ്ങൾ എന്ന നിലയിൽ ഉണർന്ന് പ്രവർത്തിക്കണം.

ഇത് ഗാന്ധിജിയുടെ മണ്ണാണ്; സാധാരണ മണ്ണല്ല. വളരെ അസാധാരണമായ രീതിയിൽ സാമാന്യ ജനങ്ങളെ ഉണ്ടാക്കിയ മണ്ണാണിത്. അവർ എപ്പോഴും ഐക്യത്തോടെ, നീതിബോധത്തോടെ, സ്വാതന്ത്ര്യത്തോടെ സന്തോഷത്തോടെ ജീവിക്കാനുള്ള സാഹചര്യത്തിനായി അർപ്പണ ബോധത്തോടെ നമുക്ക് ഉണർന്നു പ്രവർത്തിക്കാം.

ഗോപാലകൃഷ്ണ ഗാന്ധി

മഹാത്മാഗാന്ധിജി തുടങ്ങി ഇന്നുവരെ
മതദ്വേഷ ഫാസിസത്തിനെതിരെയുള്ള
പോരാട്ടത്തിൽ ജീവൻ അർപ്പിച്ച
ധീരരക്തസാക്ഷികൾക്ക്...

മഹാത്മാഗാന്ധിയുടെ മണ്ണിൽ മതവർഗ്ഗീയത

"**ആർ** എസ് എസ് എന്ന സംഘടനയിൽ പെട്ട ഗോഡ്സെയാണ് മഹാത്മാഗാന്ധിയെ കൊന്നത്" എന്ന് പ്രതിജ്ഞ വായിച്ചു തുടങ്ങിയപ്പോൾ "നിർത്തു...നിർത്തു" എന്ന് കോയമ്പത്തൂർ പൊലീസ് ഡെപ്യൂട്ടി സൂപ്രണ്ടും ഇൻസ്പെക്ടറും പാഞ്ഞടുത്തെത്തി.

"നിങ്ങൾ ഗോഡ്സെയുടെ പേര് പറയാൻ പാടില്ല" എന്നവർ പറഞ്ഞു.

"മഹാത്മാഗാന്ധിജിയെ കൊന്നത് ഗോഡ്സെയാണെന്ന കോടതിയുടെ വിധിപ്രകാരമാണ്, ഗോഡ്സെ തൂക്കിക്കൊല്ലപ്പെട്ടത്. ഇതിനെ വേറെ എങ്ങനെയാണ് പറയേണ്ടത്? ഞാൻ പറയുന്നത് സത്യമാണ്" എന്നു ഞാൻ പൊലീസ് ഉദ്യോഗസ്ഥരോട് വാദിച്ചു.

പരിപാടി പൊലീസ് തടഞ്ഞതിനാൽ ഉൽക്കണ്ഠ പരന്നു. തന്തൈ പ്പെരിയാർ ദ്രാവിഡർ കഴകം എന്ന സംഘടനയുടെ നേതാവ് സഖാവ് കെ രാമകൃഷ്ണൻ, സി പി ഐ (എം) സഖാവ് പത്മനാഭൻ, വിടുതലൈ സിറുത്തൈകൾ കക്ഷി സഖാക്കൾ എല്ലാം പൊലീസിന്റെ അതിക്രമത്തിനെതിരെ ആവേശംപൂണ്ടു. പൊലീസ് ഒരു ഏറ്റുമുട്ടലിന് വഴിയൊരുക്കുന്ന രീതിയിലാണ് പ്രവർത്തിച്ചത്. അങ്ങനെ ഒരേറ്റുമുട്ടൽ നടന്നാൽ എല്ലാം വിപരീതമാകും എന്ന് മനസ്സിലാക്കിയതുകൊണ്ട് സമാധാനപരമായി വാദിച്ച്, മതേതരത്വം സംരക്ഷിക്കും, മതസൗഹാർദ്ദം കാത്തു സൂക്ഷിക്കും, ജനങ്ങളുടെ ഐക്യത്തിന് പാടുപെടും എന്ന് ഞാൻ വായിക്കേ, പ്രതിജ്ഞയെടുക്കുന്ന ആ പരിപാടി, ഗാന്ധിജിയുടെ ഘാതകനായ ഗോഡ്സെയുടെ പേര് എടുത്തു പറഞ്ഞുകൊണ്ടുതന്നെ നല്ല രീതിയിൽ അവസാനിച്ചു.

എന്തിനാണ് പൊലീസ് ഇതിൽ ഇടപെട്ടത്? ഗാന്ധിജിയെ വെടി

വെച്ചു കൊന്നത് ഗോഡ്സെയാണ്. അതുകൊണ്ടാണ് അപ്പോഴത്തെ കേന്ദ്രസർക്കാർ ആർ എസ് എസ് എന്ന സംഘടനയെ നിരോധിച്ചത്. ഇത്രകാലം കഴിഞ്ഞിട്ടും ഗാന്ധിജി എന്ന പേര് കേൾക്കുമ്പോൾ തന്നെ ആർ എസ് എസുകാർക്കും ബി ജെ പിക്കാർക്കും ഭയമാണ്. ആർ എസ് എസിനും ഗാന്ധിവധത്തിനും യാതൊരു ബന്ധവുമില്ല എന്ന് സംഘപരിവാർ സംഘടനയുടെ ആളുകൾ കളവു പറയുന്നു.

മറുവശം, ഗാന്ധിജിയെ കൊന്ന ഗോഡ്സെക്ക് സംഘപരിവാർ സംഘടനകൾ സ്മരണാഞ്ജലി അർപ്പിക്കുന്നു. കോയമ്പത്തൂരിൽ ജന ഐക്യ പ്ലാറ്റ്ഫോമിന്റെ ആഭിമുഖ്യത്തിൽ 2022 ജനുവരി 30 ന് ഞങ്ങൾ പ്രതിജ്ഞയെടുത്ത അതേ ദിവസംതന്നെ മദ്ധ്യപ്രദേശിലുള്ള ഗ്വാളിയർ നഗരത്തിൽ ഹിന്ദു മഹാസഭ എന്ന സംഘടനയുടെ ആഭിമുഖ്യത്തിൽ ഗോഡ്സെയുടെ ചിത്രത്തിന് സ്മരണാഞ്ജലി അർപ്പിച്ചിരിക്കുന്നു.

ഗാന്ധിജിയെ കൊന്ന കേസിൽ വി ഡി സവർക്കറും കുറ്റവാളി പട്ടികയിൽ ഉൾപ്പെടുത്തപ്പെട്ടിരുന്നു. ഗാന്ധിജിയെ വെടിവെച്ചു വീഴ്ത്താൻ നടത്തിയ ഗൂഢാലോചന പദ്ധതി ഉണ്ടാക്കിയതിൽ സവർക്കറും ഒരാളാണ് എന്ന ആരോപണം തെളിയിക്കാൻ പറ്റിയില്ല എന്ന കാരണത്താൽ സവർക്കർ കേസിൽനിന്നും മോചിതനായി.

സവർക്കറിന്റെ ചിത്രത്തെ പാർലമെന്റ് ദർബാർ ഹാളിൽ ഗാന്ധിജിയുടെ ചിത്രത്തിന് തൊട്ടടുത്തുവെച്ച് പ്രധാനമന്ത്രി നരേന്ദ്രമോദി ആദരാഞ്ജലി അർപ്പിച്ചു.

ഡൽഹിയിൽ നടന്നവസാനിച്ച 73-ാം റിപ്പബ്ലിക് ദിനാഘോഷത്തിൽ മഹാകവി ഭാരതിയാർ, വി ഒ ചിദംബരനാർ, വേലു നാച്ചിയാർ, മരുത് സഹോദരങ്ങൾ മുതലായ സ്വാതന്ത്ര്യ സമരഭടന്മാരുടെ പ്രതിമകൾ വച്ചുണ്ടാക്കിയ തമിഴ്നാട് സർക്കാരിന്റെ അലങ്കാര വാഹനത്തിനും സാമൂഹിക നവോത്ഥാന നായകൻ ശ്രീനാരായണഗുരുവിന്റെ പ്രതിമ വച്ചുണ്ടാക്കിയ കേരള സർക്കാരിന്റെ അലങ്കാര വാഹനത്തിനും കേന്ദ്രസർക്കാർ പങ്കെടുക്കാൻ അനുവാദം നിഷേധിച്ചു. മറിച്ച്, അയോദ്ധ്യയിലെ രാമക്ഷേത്രവും ഒരു പശുവുമുള്ള ഉത്തർപ്രദേശ് സർക്കാരിന്റെ അലങ്കരിച്ച വാഹനം ഡൽഹിയിൽ റിപ്പബ്ലിക് ദിന റാലിയിൽ പങ്കെടുക്കാൻ അനുവദിക്കപ്പെട്ടു.

ബ്രിട്ടീഷ് ആധിപത്യത്തെ എതിർത്ത് സന്ധിയില്ലാ സമരം ചെയ്തു, വിദേശ സർക്കാർ നടപ്പിലാക്കിയ കടുത്ത ശിക്ഷകളനുഭവിച്ച് ദേഹാസ്വാസ്ഥതയ്ക്ക് ഇടയായി മരിച്ച സ്വാതന്ത്ര്യസമര സേനാനിയാണ് 'കപ്പലോട്ടിയ തമിഴൻ' എന്ന് വിളിക്കപ്പെട്ട വി ഓ ചിദംബരനാർ. അദ്ദേഹം ബ്രിട്ടീഷ് വാണിജ്യ കുത്തകയ്ക്കെതിരെ സ്വദേശി കപ്പൽ കമ്പനി ആരംഭിച്ചു സമരം ചെയ്തു. 1908 ൽ തൂത്തുക്കുടി കോറൽ മിൽ തൊഴിലാളികളെ വൻതോതിൽ ബ്രിട്ടീഷ് മുതലാളികൾ ചൂഷണംചെയ്തിരുന്ന കാലത്ത്, അവരെ സംഘടിപ്പിച്ച്, സമരം ചെയ്ത് 50 ശതമാനം ശമ്പള വർദ്ധനവ് നേടിക്കൊടുത്തു. തൊഴിലാളികളുടെ ഈ സമരത്തെ വി ഓ

ചിദംബരനാർ സാമ്രാജ്യത്വത്തിനെതിരെയുള്ള സമരമായി മാറ്റുകയുണ്ടായി. ചിദംബരനാരുടെ ഈ സമരത്തിന് 1905 ൽ നടന്ന റഷ്യൻ തൊഴിലാളിവർഗ്ഗ വിപ്ലവമാണ് പ്രചോദനമായത്. ഈ വിവരങ്ങളടങ്ങിയ വി ഓ ചിദംബരനാരുടെ ജീവിതചരിത്ര പുസ്തകത്തെ (ആർ എൻ സമ്പത്ത്, പി എസ് മണി എന്നിവർ എഴുതിയത്) കേന്ദ്രസർക്കാരിന്റെ വാർത്താവിനിമയ വകുപ്പ് പ്രസിദ്ധീകരിച്ചിട്ടുണ്ട്. എന്നിട്ടും ചിദംബരനാരുടെ പ്രതിമ വച്ചുള്ള വാഹനം റാലിയിൽ പങ്കെടുക്കാൻ കേന്ദ്രസർക്കാർ അനുവദിച്ചില്ല.

ശിവഗംഗയുടെ രാജ്ഞിയായിരുന്ന വീരമങ്ക വേലു നാച്ചിയാർ ബ്രിട്ടീഷുകാർക്ക് പേടിസ്വപ്നമായി തോന്നുംവിധം പ്രവർത്തിച്ചവരാണ്. ഹൈദരലിയുടെ കൂടെനിന്ന് ബ്രിട്ടീഷ് ഇന്ത്യൻ കമ്പനിക്കെതിരെ സമരം ചെയ്തവരാണ് അവർ. മതസൗഹാർദത്തിന് ഉദാഹരണമാണ് വേലു നാച്ചിയാർ. അവരുടെ പ്രതിമയെയും കേന്ദ്രസർക്കാർ അനുവദിച്ചില്ല. വേലു നാച്ചിയാർക്കു പിന്തുണ നൽകി പോരാടിയ, വീരപാണ്ഡ്യ കട്ടബൊമ്മന്റെ അനിയൻ ഊമദുരയ്ക്ക്, അഭയം നൽകി എന്ന കാരണത്താൽ തൂക്കിലേറ്റി കൊല്ലപ്പെട്ട മഹാവീരന്മാരായ മരുതു സഹോദരങ്ങൾക്കും അലങ്കാര വാഹനത്തിൽ പോകാൻ കേന്ദ്രസർക്കാരിന്റെ അനുവാദം കിട്ടിയില്ല. പാർലമെന്റിൽ മഹാകവി ഭാരതിയാർ കവിതയെ ഉദ്ധരിക്കുന്ന പ്രധാനമന്ത്രി മോദി ഭാരതിയാരുടെ പ്രതിമയെപ്പോലും അനുവദിച്ചില്ല. ഇതറിഞ്ഞുകൊണ്ടാവും മോദിയെപ്പോലുള്ളവരെ, ഭാരതിയാർ 'അഭിനയ സ്വദേശികൾ' എന്ന് അക്കാലത്തുതന്നെ ദീർഘവീക്ഷണത്തോടെ ഇകഴ്ത്തിപ്പാടിയത്.

കേരളത്തിൽ ആദിശങ്കരന്റെ പ്രതിമവച്ചുള്ള അലങ്കാര വാഹനം നിർമ്മിക്കാൻ കേന്ദ്രസർക്കാർ കേരള സർക്കാരിനെ നിർബ്ബന്ധിച്ചപ്പോൾ, കേരളത്തിലെ ഇടതുപക്ഷ സർക്കാർ അതിന് വിസമ്മതിച്ചു. ആദിശങ്കരൻ 'ലോകം മായയാണ്; ബ്രഹ്മമാണ് സത്യം' എന്ന് പ്രചരണം നടത്തി മനുഷ്യനെ മനുഷ്യൻ ചൂഷണം ചെയ്യുന്നതിനെ ന്യായീകരിച്ച ആളാണ്.

മനുഷ്യനെ ജനനാടിസ്ഥാനത്തിൽ ജാതികളായി വിഭജിച്ച് വേദ - ബ്രാഹ്മണ്യത്തിന് അസ്തിവാരമിട്ട ആളാണ് അദ്ദേഹം. ദ്വാരക, ബദ്രിനാഥ്, പുരി, ശൃംഗേരി എന്നീ സ്ഥലങ്ങളിലെല്ലാം ചെന്ന് മഠം സ്ഥാപിച്ച ആളാണ് ആദിശങ്കരൻ. സനാതനധർമ്മം ഇന്ത്യൻ മണ്ണിൽ വേരുറയ്ക്കാൻ തുടക്കമിട്ട ആൾക്കാരിൽ ഒരാളായ അദ്ദേഹത്തിന്റെ പ്രതിമതന്നെ വേണമെന്ന് മോദിയുടെ ബി ജെ പി സർക്കാർ നിർബ്ബന്ധിച്ചതിൽ അതിശയിക്കത്തക്കതൊന്നുമില്ല. അതേസമയം, ഹിന്ദുമതത്തിൽ അനുഷ്ഠിക്കപ്പെട്ടുവന്നിരുന്ന ബ്രാഹ്മണ്യ മേൽക്കോയ്മയെ എതിർക്കുകയും എല്ലാ ജാതിക്കാർക്കും ദൈവം ഒന്നാണ്, ദൈവത്തെ ആർക്കുവേണമെങ്കിലും പ്രതിഷ്ഠിക്കാമെന്നുമുറച്ച പോരാളിയാണ് ശ്രീനാരായണഗുരു. ഈശ്വര വിശ്വാസിയായിരുന്നിട്ടും ജാതീയ സംവിധാനത്തെ തകർക്കാൻ ശ്രമിച്ചു എന്നതിനാലും സനാതനധർമ്മത്തിനെ എതിർത്തു എന്നതിനാലും

ശ്രീനാരായണഗുരുവിന്റെ പ്രതിമവച്ചുള്ള അലങ്കാര വാഹനത്തെ മോദിയുടെ ബി ജെ പി സർക്കാർ അനുവദിച്ചില്ല.

ആർ എസ് എസ് എന്ന സംഘടനയുടെ അടിസ്ഥാനപരമായ പരിപാടി എന്ന നിലയിൽ ഹിന്ദുത്വയെ മുൻനിർത്തി മതേതര ഇന്ത്യൻ ഫെഡറൽ റിപ്പബ്ലിക്കിനെ ഹിന്ദുരാഷ്ട്രമായി മാറ്റാനുള്ള കുതന്ത്രങ്ങളാണ് സംഘപരിവാർ സംഘടനകൾ ചെയ്യുന്നത്. സർക്കാർ ഭരണകൂടതലത്തിലും പൊലീസിലും ആർ എസ് എസുകാർ നുഴഞ്ഞുകയറി തങ്ങളുടെ പ്രവർത്തനങ്ങൾ നടത്തുന്നു. കോയമ്പത്തൂരിൽ പ്രതിജ്ഞയെടുക്കുന്ന പരിപാടിയെ പൊലീസ് തടയാൻ ശ്രമിച്ചതും ഇതിന്റെ ഒരു ഭാഗമാണ്.

ഇന്ത്യയെ ഹിന്ദു രാഷ്ട്രമായി മാറ്റാനുള്ള ആർ എസ് എസിന്റെ പദ്ധതികൾക്കെതിരെ മഹാത്മാഗാന്ധി നിലപാടെടുത്തു. അതുകൊണ്ടാണ് അദ്ദേഹത്തെ കൊന്നത്. ഗാന്ധിജിയെ കൊല്ലാൻ ഗൂഢാലോചന നടത്തിയതിനാലാണ് അപ്പോഴത്തെ ആഭ്യന്തരമന്ത്രി സർദാർ വല്ലഭായി പട്ടേൽ ആ സംഘടനയെ നിരോധിച്ചത്.

ഗാന്ധി കൊല്ലപ്പെട്ടതറിഞ്ഞ് കേന്ദ്രസർക്കാർ മാത്രമല്ല, രാജ്യമാകെ നടുക്കത്തിലുറഞ്ഞുപോയി. ഗാന്ധിജിയോട് യോജിക്കാത്തവർ പോലും ഞെട്ടുകയായിരുന്നു. ഉദാഹരണത്തിന് തന്തൈ പെരിയാർ.

1927 ൽ പുറത്തിറങ്ങിയ ഗാന്ധിജിയുടെ ഒരു പത്രക്കുറിപ്പു വായിച്ച് ഞെട്ടിയ തന്തൈ പെരിയാർ, തന്റെ സുഹൃത്ത് എസ് രാമനാഥന്റെയൊപ്പം ഗാന്ധിജിയെ നേരിൽക്കണ്ട് സംവദിക്കാനായി ബംഗളൂർക്ക് പോയി. ഹിന്ദുമതം, ദൈവവിശ്വാസം, ജാതി ഉന്മൂലനം, സനാതനധർമ്മം പോലുള്ള ഘടകങ്ങളെപ്പറ്റി കുറെയധികം നേരം അദ്ദേഹം ഗാന്ധിജിയോട് സംവാദം നടത്തുകയുണ്ടായി. ഗാന്ധിജിയുടെ അഭിപ്രായങ്ങളെ പെരിയാരും, പെരിയാരുടെ അഭിപ്രായങ്ങളെ ഗാന്ധിജിയും സ്വീകരിക്കുകയുണ്ടായില്ല.

ചെന്നൈക്ക് മടങ്ങിയ തന്തൈ പെരിയാർ 1927 ആഗസ്ത് 9 ന് പുറത്തിറങ്ങിയ *കുടി അരസു* എന്ന പ്രസിദ്ധീകരണത്തിലെ മുഖപ്രസംഗത്തിൽ ഗാന്ധിജിയെക്കുറിച്ച് എഴുതുകയുണ്ടായി. ആത്മാഭിമാനപ്രസ്ഥാനം രൂപീകരിക്കുന്ന വേളയിലും മഹാത്മാഗാന്ധിയോട് വിശ്വാസം പ്രകടിപ്പിച്ചുവരികയായിരുന്ന തന്തൈ പെരിയാർ, ഗാന്ധിജിയെക്കുറിച്ച് മഹാത്മാ എന്നാണ് പറയുകയും എഴുതുകയും ചെയ്തിരുന്നത്. പക്ഷേ, ഈ പ്രസിദ്ധീകരണത്തിൽ 'ശ്രീമാൻ ഗാന്ധി' എന്നാണ് അദ്ദേഹം ഗാന്ധിയെക്കുറിച്ച് എഴുതിയത്. അതുവരെ *കുടി അരസു* പ്രസിദ്ധീകരണങ്ങളിൽ ഇ വി രാമസ്വാമി നായ്ക്കർ എന്നു പെരിയാരുടെ പേര് അച്ചടിച്ചിരുന്നതിനു പകരം നായ്ക്കർ എന്ന തന്റെ ജാതിപ്പേര് ഒഴിവാക്കി ഇ വി രാമസ്വാമി എന്നു അച്ചടിക്കാൻ തുടങ്ങി. ഇതുപോലെ ഗാന്ധിജിയോട് കടുത്ത അഭിപ്രായവ്യത്യാസങ്ങൾ ഉണ്ടായിരുന്നിട്ടുപോലും 'ഗോഡ്സെ ഗാന്ധിജിയെ വെടിവെച്ചുകൊന്നു' എന്ന വാർത്തയറിഞ്ഞ് വേദനിക്കു

കയായിരുന്നു പെരിയാർ. ഇന്ത്യയ്ക്ക് 'ഗാന്ധിദേശം' എന്ന പേരു വെക്കണമെന്ന് അദ്ദേഹം പറയുകയുണ്ടായി.

ഈ അപകടങ്ങളെ മുന്നിൽ കണ്ടുകൊണ്ടാണ്, "മഹാത്മാഗാന്ധിയെ വെടിവെച്ച് കൊലപാതകം ചെയ്ത ഗോഡ്സെയുടെ പിൻഗാമികൾക്കും അവരുടെ ആശയങ്ങൾക്കും ഇന്ത്യൻ മണ്ണിൽ സ്ഥലമില്ല എന്ന് നമുക്ക് നിശ്ചയിച്ചുറപ്പിച്ച് പറയാം" എന്ന് തമിഴ്നാട് മുഖ്യമന്ത്രി എം കെ സ്റ്റാലിൻ ജനുവരി 30 ന് മഹാത്മാഗാന്ധിജിക്ക് ആദരാഞ്ജലി അർപ്പിച്ച് പ്രതിജ്ഞാ വാചകം ചൊല്ലിയത്.

ഗാന്ധിജിയെ കൊന്ന പ്രത്യയശാസ്ത്രം

ഇന്ത്യൻ സ്വാതന്ത്ര്യത്തിന്റെ 75–ാമത്തെ വാർഷിക ആഘോഷവേളയിൽ നമ്മുടെ ഭരണഘടനാ മൂല്യങ്ങൾ നേരിടുന്ന അപകടങ്ങളെ വളരെ ആശങ്കയോടെ നോക്കി കാണേണ്ടതുണ്ട്. ഭരണഘടനയുടെ രൂപീകൃത വേളയിൽ ഉണ്ടായ സാഹചര്യത്തെ വിലയിരുത്താൻ ചരിത്രത്തിന്റെ താളുകളെ മറിച്ചു നോക്കേണ്ടതാവശ്യമാണ്.

വിഭജന തന്ത്രം കൈക്കൊണ്ട ബ്രിട്ടീഷുകാർ ഇന്ത്യയെ ഇന്ത്യ എന്നും പാകിസ്ഥാനെന്നും രണ്ട് രാജ്യങ്ങളായി വിഭജിച്ച ശേഷവും തുടർച്ചയായി ഇന്ത്യയെ അടിമത്തരീതിയിൽ ഭരിക്കാൻ കഴിയില്ല എന്ന് മനസ്സിലാക്കിയതുകൊണ്ടാണ് ഇന്ത്യ വിട്ടുപോയത്.

സ്വതന്ത്ര ഇന്ത്യയുടെ ഭരണഘടനയെ രൂപീകരിക്കാൻ 389 അംഗങ്ങളുള്ള രാഷ്ട്രീയ ഭരണഘടനാ അസംബ്ലി ഉണ്ടാക്കപ്പെട്ടു. രൂപകല്പന കമ്മിറ്റിയുടെ തലവനായി ഡോക്ടർ അംബേദ്കർ നിയമിതനായി.

1947 ഓഗസ്റ്റ് 15 ന് മുമ്പും പിമ്പും രാജ്യത്തിന്റെ പലഭാഗങ്ങളിലും മതകലാപങ്ങൾ പൊട്ടിപ്പുറപ്പെട്ടു.

പശ്ചിമ ബംഗാൾ, കിഴക്കൻ ബംഗാൾ, പഞ്ചാബ്, ഡൽഹി, കറാച്ചി, ലാഹോർ ഉൾപ്പെടെയുള്ള പല ഭാഗങ്ങളിലും നടന്ന കലാപങ്ങളിലും കൂട്ടക്കൊലകളിലും ഒരു മതത്തിന്റെ ആൾക്കാർ മറ്റു മതക്കാരെ ആക്രമിച്ച് കൊലപ്പെടുത്തുന്ന സംഭവങ്ങൾ ഒരുപാട് നടന്നു. കുട്ടികൾ, സ്ത്രീകൾ, വൃദ്ധർ എന്ന വ്യത്യാസമില്ലാതെ ഓടിച്ചിട്ട് ആക്രമിക്കുന്ന ക്രൂരതകൾ നടന്നു. രാജ്യത്തിന്റെ പല പ്രദേശങ്ങളിലും രക്തപ്പുഴ ഒഴുകി.

ഇന്ത്യ, പാകിസ്ഥാൻ എന്നീ രണ്ട് സ്വതന്ത്ര രാജ്യങ്ങൾ രൂപീകരിക്കപ്പെട്ടിട്ടും പാകിസ്ഥാനിൽ നിന്ന് ഹിന്ദുക്കൾ ഇന്ത്യയിലേക്കും ഇന്ത്യയിൽ നിന്ന് മുസ്ലീങ്ങൾ പാകിസ്ഥാനിലേക്കും പലായനം ചെയ്യുന്ന

സ്ഥിതിയുണ്ടായി. 1946 ന്റെ അവസാനത്തിൽ നവഖാലിയിൽ (ഇപ്പോൾ ആ സ്ഥലം ബംഗ്ലാദേശിലുള്ള ഒരു ജില്ലയാണ്) കലാപത്തിൽ 5000 ത്തിനും മുകളിൽ ഹിന്ദുക്കളും മുസ്ലീങ്ങളും കൊല്ലപ്പെട്ടു. ചരിത്രത്തിൽ ഇന്നേവരെ ഇല്ലാത്ത, രക്തക്കറപുരണ്ട ആ പ്രദേശത്തേക്കു ചെന്ന് ജനങ്ങളെ കാണണമെന്ന് ഗാന്ധിജി തീരുമാനിച്ചു. 1947 ആഗസ്ത് 10 ന് ഗാന്ധിജി കൊൽക്കത്തയിലെത്തി. അവിടെവച്ച് മുസ്ലീം നേതാക്കൾ അദ്ദേഹത്തെ നേരിൽക്കണ്ട്, 'നവകാളിയെക്കാൾ കൊൽക്കത്തയിൽ സ്ഥിതി വളരെ മോശമാണ്. മതകലാപം കാരണം കൊൽക്കത്ത നഗരത്തിന്റെ തെരുവുകൾ ജനങ്ങളുടെ കണ്ണീരും രക്തവും വീണ് നനഞ്ഞു കുതിർന്നു കിടക്കുകയാണ്. കൊലപാതകങ്ങളെയും ക്രൂരകൃത്യങ്ങളെയും നിങ്ങളെക്കൊണ്ട് തടുക്കാൻ ആകുന്നില്ല. 'ഞാനൊരു ഉത്തമ ഹിന്ദു എന്നതുപോലെ അത്രയേറെ ഉത്തമനായ മുസ്ലീം കൂടിയാണ്' എന്നു പറഞ്ഞത് നിങ്ങൾ തന്നെയല്ലേ' എന്ന് അദ്ദേഹത്തോട് ചോദിച്ച് ഓർമ്മപ്പെടുത്തുകയും, കൊൽക്കത്തയിൽ തന്നെ താമസിക്കണമെന്നും ഗാന്ധിജിയോട് അഭ്യർത്ഥിച്ചു. ഗാന്ധിജിയും തന്റെ നവഖാലി യാത്ര മാറ്റിവെച്ച് കൊൽക്കത്തയിൽ താമസിക്കാൻ സമ്മതിച്ചു.

ആഗസ്ത് 14 ന് രാത്രി 12 മണിക്ക് ഡൽഹി ചെങ്കോട്ടയിൽ ബ്രിട്ടീഷുകാരുടെ യൂണിയൻ ജാക്ക് കൊടി ഇറക്കുകയും, ജവാഹർലാൽ നെഹ്റു ഇന്ത്യയുടെ ത്രിവർണ്ണ ദേശീയ പതാക ഉയർത്തുകയും ചെയ്തു. ഡൽഹി നഗരം ആഘോഷത്തിൽ തിളച്ചുനിന്നു. രാജ്യമാകെ സന്തോഷത്തിൽ ആറാടിനിന്നു. പക്ഷേ, ഡൽഹി ആഘോഷത്തിൽ പങ്കെടുക്കാൻ ഗാന്ധിജി ഉണ്ടായിരുന്നില്ല. ഗാന്ധിജി കൊൽക്കത്തയിൽ ആയിരുന്നു. ജനങ്ങൾ കൊല്ലപ്പെടുന്നതുകണ്ട് വേദനിച്ചിരിക്കുന്ന അദ്ദേഹത്തോടു സ്വാതന്ത്ര്യദിന സന്ദേശം തരാൻ പറഞ്ഞപ്പോൾ, 'സന്ദേശം ഒന്നുമില്ല' എന്ന് നിരാശയോടെ പറഞ്ഞു. ആഗസ്ത് 15 ന് ഗാന്ധിജി തന്റെ പ്രാർത്ഥനയ്ക്കായി ചെല്ലുന്ന സമയത്ത് അദ്ദേഹം സംസാരിക്കുന്നത് കേൾക്കാൻ മുപ്പതിനായിരം പേർ ഒത്തുകൂടിയിരുന്നു. ഹിന്ദുക്കൾ മസ്ജിദുകൾക്കും മുസ്ലീങ്ങൾ അമ്പലങ്ങൾക്കും സൗഹാർദ്ദമായി പോയിരുന്നു എന്ന വിവരമറിഞ്ഞ് അദ്ദേഹം സന്തോഷിക്കുകയുണ്ടായി.

എങ്കിലും, നഗര പ്രദേശത്തും നഗരത്തിന്റെ ചുറ്റുവട്ടത്തും കലാപങ്ങൾ അവസാനിച്ചിരുന്നില്ല. തന്റെ പ്രാർത്ഥനാ വേളകളിലും പൊതുപരിപാടികളിലും മനുഷ്യനെ മനുഷ്യൻ വെട്ടിക്കൊല്ലുന്ന ക്രൂരത അവസാനിപ്പിക്കാൻ അഭ്യർത്ഥിച്ച് ക്ഷീണിച്ചുപോയ അദ്ദേഹം, സെപ്തംബർ 1 ന് കൊൽക്കത്തയിൽ അനിശ്ചിതകാല നിരാഹാര സമരം തുടങ്ങുകയാണെന്ന് അറിയിച്ചു. കൊൽക്കത്ത നഗരത്തിലും ബംഗാളിലും ഉൽക്കണ്ഠ വർദ്ധിച്ചു.

അന്നത്തെ പശ്ചിമ ബംഗാൾ ഗവർണർ സി രാജഗോപാലാചാരി ഗാന്ധിജിയെ കണ്ടു സംസാരിച്ചു.

രാജാജി: താങ്കളുടെ നടപടിയെ ഞാൻ അംഗീകരിക്കണം എന്ന്

താങ്കൾ പ്രതീക്ഷിക്കില്ലല്ലോ? ഗുണ്ടകൾക്കെതിരെ താങ്കൾ നിരാഹാര സമരം നടത്തണോ?

ഗാന്ധിജി: ഗുണ്ടകളെ സൃഷ്ടിക്കുന്നതും നമ്മൾ തന്നെയല്ലേ? നമ്മുടെ സഹതാപവും പരോക്ഷമായ തുണയും ഇല്ലാതെ അവർക്ക് പിടിച്ചുനിൽക്കാൻ പറ്റില്ല. അക്രമികളുടെ പിറകിൽ പ്രവർത്തിക്കുന്ന ഹൃദയങ്ങളെ സ്പർശിക്കാൻ ഞാൻ ആശിക്കുന്നു.

രാജാജി: ഒരുപക്ഷേ, താങ്കൾ മരിക്കാൻ ഇടവന്നാൽ ഈ കാട്ടുതീ വളരെ മോശമായ രീതിയിൽ വ്യാപിക്കും.

ഗാന്ധിജി: നല്ലകാലം, അത് കാണാൻ ഞാൻ ജീവനോടെ ഉണ്ടാവില്ല. എന്നെക്കൊണ്ടാവുന്നത് ചെയ്തുതീർത്തു എന്ന് വിചാരിക്കും.

79 വയസ്സുള്ള ഗാന്ധിജി പല രാഷ്ട്രീയ നേതാക്കളുടെ അഭ്യർത്ഥനകളെയും നിരസിച്ച് അനിശ്ചിതകാല സമരം ആരംഭിച്ചു.

കമ്യൂണിസ്റ്റ് നേതാക്കളായ ജ്യോതിബസുവും ഭൂപേഷ് ഗുപ്തയും "സമാധാനം തിരിച്ചുകൊണ്ടുവരാൻ ഞങ്ങൾ എന്താണ് ചെയ്യേണ്ടതെന്ന്" ഗാന്ധിജിയെ കണ്ട് ചോദിക്കുകയുണ്ടായി. "യുവാക്കളേ നിങ്ങൾ ഈ നഗരത്തെരുവുകളിൽ മതസൗഹാർദ്ദ പ്രകടനങ്ങൾ നടത്തൂ" എന്ന് ഗാന്ധിജി അവരോട് പറഞ്ഞു. കമ്യൂണിസ്റ്റ് സംഘടനയുടെ ആഭിമുഖ്യത്തിൽ, ജനങ്ങളുടെ ഐക്യപ്രകടനങ്ങൾ നഗരങ്ങളിൽ ആ യുവ കമ്യൂണിസ്റ്റ് നേതാക്കൾ നടത്തി.

ഹിന്ദു, മുസ്ലീം, സിഖ് മതങ്ങളുടെ നേതാക്കൾ, മതസൗഹാർദ്ദം കാത്തുസൂക്ഷിക്കും എന്ന സംയുക്ത പ്രസ്താവനയെ ഗാന്ധിജിയെ നേരിൽക്കണ്ടു കൊടുക്കുകയുണ്ടായി. ആരും പ്രതീക്ഷിക്കാത്ത രീതിയിൽ കൊൽക്കത്തയിൽ സമാധാനം തിരിച്ചുവന്നു. ഗാന്ധിജിയോട് നിരാഹാര സമരം അവസാനിപ്പിക്കാൻ പലരും അഭ്യർത്ഥിച്ചു. അദ്ദേഹം നിരാഹാര സമരം അവസാനിപ്പിച്ചു.

രാജ്യത്തിന്റെ പല ഭാഗങ്ങളിലും നടന്ന കലാപങ്ങളെ ചൂണ്ടിക്കാണിച്ച്, ഇന്ത്യക്കാർക്ക് രാജ്യം ഭരിക്കാൻ ഒട്ടും യോഗ്യതയില്ലെന്നു ബ്രിട്ടീഷ് പ്രധാനമന്ത്രിയായിരുന്ന വിൻസ്റ്റൻ ചർച്ചിൽ പറയുകയുണ്ടായി. ഇന്ത്യയിൽനിന്നും ബ്രിട്ടീഷുകാരുടെ നിയന്ത്രണങ്ങളും മാർഗ്ഗനിർദ്ദേശങ്ങളും പിൻവലിക്കുമ്പോൾ ഇന്ത്യക്കാർക്കിടയിൽ മോശമായ രീതിയിൽ ആശയക്കുഴപ്പങ്ങൾ ഉണ്ടാകുമെന്നും വിഘടന വാദങ്ങളും വൈരുദ്ധ്യങ്ങളും ഉയർന്നുവരുമെന്നും അദ്ദേഹം പറയുകയുണ്ടായി.

ഇതിനെക്കുറിച്ച് ഗാന്ധിജിയോട് ചോദിച്ചപ്പോൾ, "200 വർഷമായി ഞങ്ങളെ ഭരിച്ച നിങ്ങളാണ് ഇതിന് ഉത്തരവാദി" എന്ന് ഉത്തരം നൽകി. അതേസമയം ഇതുപോലുള്ള അഭിപ്രായങ്ങൾ, ചർച്ചിൽ പറയാൻ ഇടയാക്കിയത് നമ്മളല്ലേ എന്ന് രാജ്യത്തെ ജനങ്ങളെ നോക്കി വിമർശന ഭാവത്തിൽ ചോദിച്ചു.

ഇങ്ങനെ ഏതൊരുവിധ വിട്ടുവീഴ്ചയ്ക്കും ഇടവരുത്താതെ മത കലാപങ്ങളെ തടയാൻ രാജ്യത്തിന്റെ പല പ്രദേശങ്ങളിലും ഗാന്ധിജി

പോയി. ഇദ്ദേഹത്തെ ജീവനോടെ വിട്ടാൽ തങ്ങളുടെ ലക്ഷ്യം നിറവേറാൻ സാദ്ധ്യമല്ല എന്ന് മനസ്സിലാക്കിയ ആർ എസ് എസ് ഭീകരർ നടത്തിയ ഗൂഢാലോചനയുടെ അടിസ്ഥാനത്തിൽ 1948 ജനുവരി 30 വൈകുന്നേരം അഞ്ചുമണിക്ക് ഗോഡ്സെ മഹാത്മാഗാന്ധിജിയെ വെടിവെച്ചുകൊന്നു.

വിവരമറിഞ്ഞ് പ്രധാനമന്ത്രി ജവാഹർലാൽ നെഹ്റുവും ആഭ്യന്തരമന്ത്രി സർദാർ വല്ലഭായി പട്ടേലും മൗണ്ട് ബാറ്റനും ഗാന്ധിജി വധിക്കപ്പെട്ട സ്ഥലത്തേക്ക് ചെന്നു. ഗോഡ്സെ പിടിയിലായതിനുശേഷം ജവാഹർലാൽ നെഹ്റു, "ഗാന്ധിജിയെ കൊന്നത് ഒരു മുസ്ലിം അല്ല; ഒരു ഹിന്ദുവാണ് അദ്ദേഹത്തെ കൊന്നത്" എന്നും "ഉൽക്കണ്ഠയോ ഏറ്റുമുട്ടലോ അരുത്" എന്നും "ജനങ്ങൾ സമാധാനമായിരിക്കണ"മെന്നും ഒരു വണ്ടിയുടെ മുകളിൽ കയറിനിന്നു അദ്ദേഹം രാജ്യത്തെ ജനങ്ങളോട് അഭ്യർത്ഥന നടത്തി. ഈ പ്രതിസന്ധി നിറഞ്ഞുനിന്ന കാലത്താണ് ഭരണഘടനാ അസംബ്ലി, ഭരണഘടന രൂപകല്പനയെപ്പറ്റി ചർച്ച നടത്തിക്കൊണ്ടിരുന്നത്. പല മതങ്ങളും പല ആശയങ്ങളും പല സംസ്കാരങ്ങളുമുള്ള ഇന്ത്യാ രാജ്യം മതേതര രാജ്യമായി മാറുന്നതാണോ മതരാഷ്ട്രമായി മാറുന്നതാണോ വേണ്ടതെന്ന ചർച്ച രാജ്യമാകെ വിപുലമായി നടന്നു. അയൽരാജ്യങ്ങളായ പാകിസ്ഥാൻ മുസ്ലീമാണ് ഞങ്ങളുടെ രാഷ്ട്രമതം എന്ന് പ്രഖ്യാപിച്ചപ്പോഴും അതേപടിയുള്ള സമീപനത്തെ പണ്ഡിറ്റ് നെഹ്റുവും ഭരണഘടന അസംബ്ലിയും ഡോക്ടർ അംബേദ്കറും സ്വീകരിച്ചില്ല.

വാതിലുകൾ തുറക്കുന്ന വായന

ജനങ്ങളുടെ ഐക്യം കാത്തുസൂക്ഷിക്കാൻ മതസൗഹാർദ്ദം സംരക്ഷിക്കാൻ മതകലാപങ്ങളെ തടഞ്ഞുനിർത്താൻ തന്റെ ജീവൻ പണയം വെച്ച വ്യക്തിയാണ് ഗാന്ധിജി. അതിനുവേണ്ടിയുള്ള മനക്കരുത്ത് അദ്ദേഹത്തിന് എങ്ങനെ കിട്ടി? ഏത് രീതിയിലാണ് അത് രൂപംകൊണ്ടത്?

സൗത്ത് ആഫ്രിക്കയിൽ ജീവിച്ച കാലത്തും ബ്രിട്ടൻ പോലത്തെ അന്യ രാജ്യങ്ങൾ സന്ദർശിച്ചപ്പോഴും സൗത്ത് ആഫ്രിക്കയിൽ നിന്ന് ഇന്ത്യയിൽ തിരികെ എത്തിയതിനുശേഷവും പലരെയും കാണാനുള്ള സാദ്ധ്യതകളെ അദ്ദേഹം കണ്ടെത്തി. കോൺഗ്രസിന്റെ അംഗമായതിനുശേഷം സ്വാതന്ത്ര്യസമരത്തിന് നേതൃത്വം നൽകിയപ്പോൾ നഗരങ്ങളിലും ഗ്രാമങ്ങളിലും ജനങ്ങളെ സന്ദർശിക്കുകയുണ്ടായി. ബുദ്ധിജീവികൾ, വിദഗ്ദ്ധർ, എഴുത്തുകാർ എന്നിങ്ങനെ പലരെയും കണ്ട് അവരുടെ അഭിപ്രായങ്ങളെ അറിയാൻ അദ്ദേഹം ശ്രമിച്ചു.

അവരിൽ നോബൽ സമ്മാനം ലഭിച്ച മഹാകവി രബീന്ദ്രനാഥ ടാഗോർ, തമിഴിലെ മഹാകവി സുബ്രഹ്മണ്യ ഭാരതിയാർ, കാരൈക്കുടിക്കടുത്ത് ശിരാവയലിൽ ഗാന്ധി ആശ്രമം ഉണ്ടാക്കിയ പി ജീവാനന്ദം (പിൽക്കാലത്ത് പ്രശസ്ത കമ്യൂണിസ്റ്റ് നേതാവായിരുന്നു), തന്തൈ പെരിയാർ, ലോകപ്രശസ്ത നടൻ ചാർലി ചാപ്ലിൻ, ഡോക്ടർ അംബേദ്കർ പോലുള്ള പ്രശസ്ത വ്യക്തികളെ ആ പട്ടികയിൽ ഉൾപ്പെടുത്താം. ലണ്ടനിൽ വട്ടമേശ സമ്മേളനത്തിനുപോയ സമയത്ത് കേംബ്രിഡ്ജ് സർവ്വകലാശാലയിൽ താമസിക്കുകയും അവിടെ വിദ്യാർത്ഥികളോട് സംസാരിക്കുകയും ചെയ്തിരുന്നു. പ്രശസ്ത റഷ്യൻ എഴുത്തുകാരൻ ലിയോ ടോൾസ്റ്റോയിയോട് കത്തുകളിലൂടെ അടുത്ത ബന്ധം പുലർത്തിയിരുന്നു.

സൗത്ത് ആഫ്രിക്കയിൽ ഉണ്ടായിരുന്നപ്പോൾ അവിടെ ജീവിച്ചിരുന്ന തമിഴ് ജനതയിലൂടെ *തിരുക്കുറൾ* (തമിഴ് ഭാഷയിലുള്ള ഒരു പഴയകാല ധർമ്മശാസ്ത്ര പുസ്തകം) എന്ന പുസ്തകത്തെപ്പറ്റി അറിയുകയും, മറു ജന്മം എന്ന ഒന്നുണ്ടെങ്കിൽ അടുത്ത ജന്മത്തിൽ ഞാൻ ഒരു തമിഴനായി ജനിച്ച് തമിഴ് ഭാഷയിൽ *തിരുക്കുറൾ* പുസ്തകത്തെ നേരിട്ട് വായിച്ചറി യണം എന്ന് പറയുകയുണ്ടായി. അത്രമാത്രം *തിരുക്കുറളി*നോട് അദ്ദേഹം ആകർഷിക്കപ്പെട്ടു.

എല്ലാത്തിനും പുറമേ *ഇന്ത്യൻ ഒപ്പീനിയൻ* പ്രസിദ്ധീകരണം നടത്തി വരികയായിരുന്ന കാലത്ത് പല പ്രശസ്തരെയും കണ്ട് സംസാരിക്കാനുള്ള സാഹചര്യം അദ്ദേഹത്തിന് കിട്ടിയിരുന്നു.

ഗാന്ധിജി സൗത്താഫ്രിക്കയിൽ നേതാലിലേക്ക് പോവാൻ തീരു മാനിച്ചു. സൗത്ത് ആഫ്രിക്കയിലുള്ള അദ്ദേഹത്തിന്റെ സുഹൃത്തായ പോലക്, ജോഹൻസ്ബെർഗിൽ നിന്ന് ഡർബൻ നഗരത്തിലേക്ക് ചെല്ലാൻ 24 മണിക്കൂർ ആവുമെന്നും, അതുകൊണ്ട് ഈ പുസ്തകം കൈയിൽ കരുതണമെന്ന് പറഞ്ഞ്, ജോൺ റസ്കിൻ എഴുതിയ *Unto This Last* എന്ന പുസ്തകം ഗാന്ധിജിയുടെ കൈയിൽ കൊടുത്തു. ഗാന്ധിജി ആ പുസ്തകം വായിച്ച് അനുഭവത്തെ തന്റെ ആത്മകഥയിൽ 'ഒരു പുസ്തകത്തിന്റെ മാന്ത്രിക ശക്തി' എന്ന തലക്കെട്ടിൽ എഴുതി യിട്ടുണ്ട്. 'ആ പുസ്തകം കയ്യിലെടുത്തതിനുശേഷം വായിച്ച് അവസാ നിപ്പിച്ചിട്ടാണ് താഴെവച്ചത്. ആ പുസ്തകം എന്നെ വിടാതെ പിടിച്ചിരി ക്കുകയാണ്. ഡർബൻ നഗരത്തിൽ ചെന്നെത്തിയതിനു ശേഷം അന്ന് രാത്രി എനിക്ക് ഉറങ്ങാനായില്ല. പുസ്തകം പറയുന്ന അഭിപ്രായങ്ങളുടെ അടിസ്ഥാനത്തിൽ എന്റെ ജീവിതത്തെ മാറ്റണമെന്ന് ഞാൻ തീരുമാനി ച്ചുറപ്പിച്ചു' എന്നു തന്റെ ജീവചരിത്രത്തിൽ ഗാന്ധിജി പറയുന്നു.

'സ്കൂൾ കോളേജ് കാലങ്ങളിൽ പാഠപുസ്തകങ്ങൾ ഒഴിച്ച് വേറെ പുസ്തകങ്ങൾ ഏതുംതന്നെ വായിച്ചിട്ടില്ല. ഇപ്പോൾ റസ്കിൻ എഴുതിയ *Unto This Last* എന്ന ഈ പുസ്തകം എന്റെ ജീവിതഗതിതന്നെ മാറ്റിക്കളഞ്ഞു' എന്ന് എഴുതിയ മഹാത്മാ ഗാന്ധി പിൽക്കാലത്ത് ആ പുസ്തകത്തെ ഗുജറാത്തി ഭാഷയിൽ പരിഭാഷ ചെയ്തു പ്രസിദ്ധീകരിച്ചു എന്നത് ശ്രദ്ധേയമാണ്.

എല്ലാവരുടെയും ക്ഷേമത്തിലാണ് വ്യക്തികളുടെ ക്ഷേമം ഉണ്ടാ യിരിക്കുന്നത്. ക്ഷൗരത്തൊഴിലാളിയുടെ ജോലിക്കുള്ള അതേ അന്ത സ്സാണ് അഭിഭാഷകൻ ചെയ്യുന്ന ജോലിക്കും ഉണ്ടായിരിക്കുന്നത്. ഓരോ അദ്ധ്വാനിക്കുന്ന തൊഴിലാളിയുടെ ജീവിതവും, അതായത് പണി യെടുക്കുന്ന കർഷകന്റെ ജീവിതവും, കൈത്തൊഴിൽ ചെയ്യുന്ന തൊഴി ലാളിയുടെ ജീവിതവും, ജീവിക്കാൻ യോഗ്യതയുള്ള ശ്രേഷ്ഠമായതാ ണെന്ന്, ആ പുസ്തകത്തിൽ എഴുതപ്പെട്ട അഭിപ്രായങ്ങൾ, തന്നെ വളരെ ആകർഷിച്ചുവെന്ന് പറയുന്ന അദ്ദേഹം, ഈ ചിന്ത പുലർച്ചയിൽ ഉണർന്നെഴുന്നേൽക്കുന്നത് തൊട്ട് പ്രായോഗികമാക്കാൻ തീരുമാനിച്ചു

എന്നും പറയുന്നു. ചിന്തയെ വിഭവമാക്കി വഴിത്തിരിവുണ്ടാക്കാൻ ഒരു നല്ല പുസ്തകത്തിന് കഴിയും എന്നതിന് ഗാന്ധിജിയുടെ ജീവിതത്തിൽ നടന്ന ഈ സംഭവം നല്ലൊരുദാഹരണമാണ്.

സ്വാതന്ത്ര്യസമരകാലത്ത് മഹാത്മാഗാന്ധിജി, സർദാർ വല്ലഭായി പട്ടേൽ മുതലായ നേതാക്കൾക്ക് വഴികാട്ടിയായിരുന്ന ദാദാഭായ് നവറോജി എഴുതിയ *Poverty and Un-British Rule in India* എന്ന പുസ്തകം ഇന്ത്യയെ ബ്രിട്ടീഷുകാർ എങ്ങനെയൊക്കെ ചൂഷണം ചെയ്ത് കൊള്ളയടിച്ചു എന്നത് പകൽ പോലെ വ്യക്തമാക്കി. ഈ പുസ്തകം സ്വാതന്ത്ര്യസമരത്തിന്റെ ആദ്യകാല നേതാക്കൾക്ക് വേദപുസ്തകമായി മാറി. ബ്രിട്ടീഷ് ഭരണകാലത്ത് ഓരോ വർഷവും 30 ലക്ഷത്തോളം സ്റ്റെർലിങ് പൗണ്ടുകളാണ് ഇന്ത്യയെ ചൂഷണംചെയ്തു ബ്രിട്ടീഷുകാർ കൊണ്ടുപോയതെന്ന് ഈ പുസ്തകത്തിൽ പറയുന്നുണ്ട്. ഇതിനെ 1901 ന് മുമ്പുള്ള 30 വർഷത്തേക്ക് കൂട്ടുപലിശ സഹിതം കണക്കുകൂട്ടിയാൽ ഇന്ത്യയ്ക്ക് ബ്രിട്ടീഷുകാർ തരേണ്ട ആകെത്തുക 72,39,00,000 സ്റ്റെർലിങ് പൗണ്ടുകളാണ്.

ഗാന്ധിജി മാത്രമല്ല, ചരിത്രത്തിൽ വിപ്ലവകാരികളും മഹാന്മാരായ നേതാക്കളും സൃഷ്ടിക്കപ്പെടാൻ അടിസ്ഥാനപരമായി പ്രവർത്തിച്ചത് പുസ്തകങ്ങളാണ്. രക്തസാക്ഷിത്വം വരിച്ച സ്വാതന്ത്ര്യസമര സേനാനിയായ ഭഗത്സിങ് ജയിലിലായിരുന്നപ്പോൾ *ഞാൻ നിരീശ്വരവാദിയായതെങ്ങനെ?* എന്ന ചെറുപുസ്തകം എഴുതുകയുണ്ടായി. അത് ജയിലിരുന്ന് രഹസ്യമായി പുറത്തുകൊണ്ടുവന്ന് പ്രസിദ്ധീകരിക്കപ്പെട്ടു. തമിഴ് ഭാഷയിൽ സഖാവ് പി ജീവാനന്ദം പരിഭാഷ ചെയ്യുകയും തന്തൈ പെരിയാർ പ്രസിദ്ധീകരിക്കുകയും ചെയ്തു. അതിനുവേണ്ടി അവരുടെ മേൽ കേസെടുത്ത് അറസ്റ്റ് ചെയ്തു ജയിലിൽ അടയ്ക്കപ്പെടുകയും ചെയ്തു.

ആ ചെറിയ പുസ്തകത്തിൽ തന്റെ ആശയങ്ങളെ ഭഗത്സിങ് പങ്കുവെച്ചിട്ടുണ്ട്. താൻ കടന്നുവന്ന വഴികളെപ്പറ്റി വിലയിരുത്തി ഭാവികാലത്തെക്കുറിച്ച് തീരുമാനിക്കാൻ ഇടവരുത്തിയ, അദ്ദേഹം വായിച്ച പുസ്തകങ്ങളെപ്പറ്റി അദ്ദേഹം തന്നെ പറയുന്നുണ്ട്. 'കമ്യൂണിസ്റ്റ് ആശയങ്ങളുടെ സ്രഷ്ടാവായ മാർക്സിന്റെ പുസ്തകങ്ങളിൽ ചിലത് ഞാൻ വായിച്ചറിഞ്ഞു. ഒരു ഏകാധിപതിയുടെ ആധിപത്യത്തിന്റെ അന്ധകാരം നിറഞ്ഞ റഷ്യ എന്ന തങ്ങളുടെ രാജ്യത്ത് വിപ്ലവത്തെ വിജയകരമാക്കിയ മഹാന്മാരായ ലെനിൻ, ട്രോട്സ്കി മുതലായ നേതാക്കളുടെ പുസ്തകങ്ങളെ സൂക്ഷ്മമായി വിശകലനം ചെയ്തു. അവർ എല്ലാവരും കറകളഞ്ഞ നിരീശ്വരവാദികളാണ്. തന്റെ ഈ വായനയും വിശകലനവും വിപ്ലവകരമായ ജീവിതത്തിൽ നടന്ന വഴിത്തിരിവാണെന്ന് ഭഗത്സിങ് പറയുന്നു.

പുസ്തക വായനയ്ക്ക് വളരെയേറെ പ്രാധാന്യം നൽകിയ വ്യക്തിയാണ് ഭഗത്സിങ്.

പല രാജ്യങ്ങളിൽ, പുസ്തകങ്ങൾ വിപ്ലവത്തിനും സാമൂഹിക മാറ്റത്തിനും പ്രോത്സാഹനമായി പ്രവർത്തിച്ചിട്ടുണ്ട്. അമേരിക്കയിൽ തോമസ് പെയിൻ എഴുതിയ *Common sense (1775)* എന്ന ചെറുപുസ്തകം ജനങ്ങൾക്കിടയിൽ സ്വാതന്ത്ര്യദാഹം ഉണ്ടാകാൻ കാരണമായി.

അമേരിക്കയിൽ തന്നെ ഹേരിയറ്റ് ബീച്ചർ സ്റ്റോവ് എഴുതിയ *അങ്കിൾ ടോംസ് ക്യാബിൻ* (1852) വംശീയ വിവേചനത്തിനെതിരെ കറുത്ത വംശത്തിൽപ്പെട്ട ജനതയെ ഉണർത്തി. ആ പുസ്തകം എഴുതിയ ഹേരിയറ്റ് ബീച്ചർ, ഒരു വെളുത്ത വർഗ്ഗക്കാരി എന്നത് എടുത്തു പറയേണ്ട ഒന്നാണ്.

'റഷ്യയിൽ മാക്സിം ഗോർക്കി എഴുതിയ *അമ്മ* എന്ന നോവൽ പലരെയും കമ്യൂണിസ്റ്റുകാരാക്കി' എന്ന് സഖാവ് ലെനിൻ പറഞ്ഞിട്ടുണ്ട്.

'ഭയമില്ല ഭയമില്ല ഭയമെന്നത് ഇല്ലേയില്ല....
ആകാശമിടിഞ്ഞു നെറുകയിൽ വീഴുമെന്ന സ്ഥിതിയിലും...'

എന്ന് മഹാകവി സുബ്രഹ്മണ്യ ഭാരതിയാരുടെ പാട്ട് തമിഴ്നാട്ടിൽ സ്വാതന്ത്ര്യ സമരകാലത്ത് സദസ്സുകൾ തോറും ആലപിച്ചു. സ്വാതന്ത്ര്യത്തിനായി പാടിയ ഈ പാട്ട് എഴുതിയതുകൊണ്ടാണ്, ഗാന്ധിജി ചെന്നൈയ്ക്ക് വന്നപ്പോൾ ഭാരതിയാരെ നേരിൽ കണ്ടു അഭിനന്ദിക്കുകയുണ്ടായി.

'തൊട്ടനൈത്തൂറും മണർകേണി മാന്തർക്ക്
കറ്റനൈത്തൂറും അറിവ്'

(മണലിൽ കുഴിക്കുന്തോറും ഉറവയിൽ വെള്ളം ഊറുന്നതുപോലെ വായിച്ചു പഠിക്കുന്തോറും അറിവ് വിശാലമാകും) തിരുവള്ളുവർ എഴുതിയ *തിരുക്കുറളി*ലെ ഒരു പാട്ട്, പഠിക്കുന്നതിനെപ്പറ്റി പറയുന്നുണ്ട്.

'കറ്റതു കൈയളവു കല്ലാതത് കടലളവു'

(പഠിച്ചത് ഒരു പിടി മാത്രം, പഠിക്കാനുള്ളതോ കടലോളം) തമിഴിന്റെ പണ്ടുകാലത്തെ കവയത്രി ഔവൈയാർ അറിവ് നേടുന്നതിനെപ്പറ്റി പറഞ്ഞതാണിത്.

'വായിക്കുന്നത് നിർത്തിയാൽ ജീവിതം അവസാനിക്കാൻ തുടങ്ങും' നോബൽ സമ്മാനം നേടിയ പ്രശസ്ത ശാസ്ത്രജ്ഞൻ ആൽബർട്ട് ഐൻസ്റ്റീൻ വായനയെക്കുറിച്ച് പറഞ്ഞതാണിത്.

തിരുവള്ളുവർ, ഗാന്ധിജി, ആൽബർട്ട് ഐൻസ്റ്റീൻ ഉൾപ്പെടെയുള്ള പലരും 'വായന ശ്വാസം പോലെയാണ്' എന്ന രീതിയിൽ വായനയുടെ പ്രാധാന്യത്തെപ്പറ്റി എടുത്തു പറഞ്ഞിട്ടുണ്ട്.

പക്ഷേ, ആർ എസ് എസുകാർക്ക് മുസോളിനിയാണ് മുൻഗാമി.

വിദ്യാഭ്യാസവും വായനയും മനുഷ്യരാശിയെ സംസ്കാര സമ്പന്നരാക്കുന്നു. പക്ഷേ, സംഘപരിവാർകാർക്ക് ആ സ്വഭാവം കൈവന്നില്ല. മറിച്ച്, വിദ്വേഷ രാഷ്ട്രീയ സംസ്കാരമാണ് അവരുടെ മനസ്സിൽ വേരുറച്ചിട്ടുള്ളത്. കർണ്ണാടകയിൽ നടന്ന സംഭവങ്ങളാണ് നമുക്ക് എളുപ്പത്തിൽ കാണാൻ കഴിയുന്ന ഉദാഹരണം.

രാജ്യത്തെ ഭിന്നിപ്പിക്കുന്ന നടപടികൾ ഉണ്ടാകാത്ത ഒരു ദിവസം പോലും ഇല്ല. ഏതെങ്കിലും ഒരു സംസ്ഥാനത്തോ ഒരു ജില്ലയിലോ ജനങ്ങൾക്കിടയിൽ വിരോധ മനോഭാവമോ ഏറ്റുമുട്ടലോ ഉണ്ടാക്കാൻ അവർ ശ്രമിച്ചുകൊണ്ടിരിക്കുന്നു. ഇന്നലെ ഒരു സംഘടന ഇന്നൊരു സംഘടന നാളെ മറ്റൊരു സംഘടന എന്ന രീതിയിൽ ഓരോ ദിവസവും ഓരോ അവതാരം കൈക്കൊണ്ട് കലാപ വിത്തുകളെ സമൂഹത്തിൽ വിതറുകയാണ്. മതപരമായി ജനങ്ങളെ ഭിന്നിപ്പിക്കുന്നതിനായി പല ഘടകങ്ങളിലും പ്രവർത്തിക്കുവാൻ ആർ എസ് എസ് ഉൾപ്പെടെയുള്ള സംഘപരിവാര സംഘടനകൾക്കിടയിൽ പ്രവർത്തന പദ്ധതികളുടെ അടിസ്ഥാനത്തിൽ, അവർ വീതംവച്ച് പ്രവർത്തിക്കുന്നു.

വിദ്യാർത്ഥികൾക്കിടയിൽ പ്രവർത്തിക്കാൻ ആരംഭിക്കപ്പെട്ട സംഘപരിവാർ സംഘടനയാണ് അഖില ഭാരതീയ വിദ്യാർത്ഥി പരിഷത്ത് (എ ബി വി പി). കർണ്ണാടകയിൽ ദക്ഷിണ തീരദേശ പ്രദേശങ്ങളായ ഉഡുപ്പി, ദക്ഷിണ കന്നട ജില്ലകളിലുള്ള വിദ്യാലയങ്ങളിൽ 'മുസ്ലീം വിദ്യാർത്ഥിനികൾ തങ്ങളുടെ തലയിൽ തട്ടമിട്ട് വരാൻ പാടില്ല' എന്ന് എ ബി വി പി സംഘടനയുടെ പ്രവർത്തകർ പ്രശ്നമുണ്ടാക്കുകയും, അവർ തങ്ങളുടെ തലയിൽ കാവിത്തുണി കെട്ടി വിദ്യാലയങ്ങളിൽ പ്രവേശിക്കുകയും ചെയ്തു. ക്രമസമാധാന പ്രശ്നം എന്നുപറഞ്ഞ് രണ്ടും വേണ്ട എന്ന് സംസ്ഥാന സർക്കാർ ഉത്തരവിറക്കിയതോടെ കുറച്ചു ദിവസത്തേക്ക് വിദ്യാലയങ്ങൾ അടച്ചിടുകയായിരുന്നു.

വീണ്ടും ഫെബ്രുവരി 16 ന് വിദ്യാലയങ്ങൾ തുറന്നപ്പോൾ തട്ടമിട്ട് കോളേജിലേക്ക് വന്ന മുസ്ലീം വിദ്യാർത്ഥിനികളെ കോളേജ് മാനേജ്മെന്റ് തിരിച്ചയക്കുകയുണ്ടായി. ഇത് ഹിജാബിനെ ചൊല്ലിയുള്ള പ്രശ്നമല്ല. സത്യത്തിൽ യുവ മുസ്ലീം സ്ത്രീകളുടെ വിദ്യാഭ്യാസ അവകാശത്തിന്റെ നേരെ സംഘപരിവാര സംഘടനകളും കർണ്ണാടക ബി ജെ പി സർക്കാരും മുൻകൈയെടുത്ത് നടത്തുന്ന ആക്രമണങ്ങളാണ്. ഈ പ്രശ്നം കർണ്ണാടക ഹൈക്കോടതിയിലും സുപ്രീംകോടതിയിലും പരിഗണിക്കപ്പെടുന്നുണ്ട്. ഒരാൾ ഏത് വസ്ത്രമാണ് ധരിക്കേണ്ടത്? ഏത് ആഹാരമാണ് കഴിക്കേണ്ടത്? എന്നാരും ആരുടെ മേലും ഉത്തരവ് നൽകാൻ കഴിയില്ല. എന്നിട്ടും ഇതുപോലുള്ള നടപടികൾക്ക് സംഘപരിവാർ സംഘടനകൾ എന്തുകൊണ്ടാണ് തുനിയുന്നത്?

കർണ്ണാടക സംസ്ഥാനത്തിന്റെ മൊത്ത ജനസംഖ്യയിൽ 13% മുസ്ലീങ്ങളാണ്. ഉടുപ്പി, ദക്ഷിണകന്നട എന്നീ രണ്ട് ജില്ലകളിൽ മാത്രം മുസ്ലീം ജനസംഖ്യ 20% ആണ്. ദക്ഷിണ കന്നടയിൽ മുസ്ലീം ജനസംഖ്യ 25% ആണെന്നത് ശ്രദ്ധേയമാണ്. മുസ്ലീങ്ങൾ ഗണ്യമായ തോതിൽ ജീവിക്കുന്ന ഈ രണ്ടു ജില്ലകളെയും തെരഞ്ഞെടുത്ത് മത കലാപം ഉണ്ടാക്കി ഇതുവരെ സൗഹാർദ്ദപരമായി ജീവിച്ചുപോകുന്ന ജനങ്ങളെ അടിസ്ഥാനപരമായി ഭിന്നിപ്പിക്കാൻ സംഘപരിവാർ സംഘടനകൾ ശ്രമിക്കുന്നു. സംസ്ഥാന ബി ജെ പി സർക്കാർ ഇതിന് സഹായിക്കുന്ന രീതിയിൽ

പ്രവർത്തിക്കുന്നു.

കഴിഞ്ഞ ഡിസംബർ 16 മുതൽ 19 വരെ ഉത്തരാഖണ്ഡ് സംസ്ഥാനത്തിൽ ഹരിദ്വാരിലുള്ള ഒരു ആരാധനാലയത്തിൽ തരംചന്ദ് എന്ന് സംഘടനയിലെ സന്ന്യാസിമാരുടെ യോഗം നടന്നു. ആ യോഗത്തിൽ പങ്കെടുത്ത ഏറെപ്പേരും മുസ്ലീങ്ങൾക്ക് എതിരായ വംശഹത്യ നടത്താൻ പ്രകോപിപ്പിക്കുന്ന രീതിയിൽ ഒരു മറയുമില്ലാതെ സംസാരിച്ച വിവരങ്ങൾ പുറത്തുവന്നു. അവരുടെ അക്രമാസക്തമായ പ്രസംഗങ്ങൾ മാധ്യമങ്ങളിൽ വാർത്തയായും പ്രസിദ്ധീകരിക്കപ്പെട്ടു.

ദരംദാസ് മഹാരാജ് എന്ന ഒരാൾ സംസാരിക്കുമ്പോൾ, "ന്യൂനപക്ഷ ജനതയെ പിന്തുണയ്ക്കുന്ന രീതിയിൽ മുൻ പ്രധാനമന്ത്രി മൻമോഹൻ സിങ് പാർലമെന്റിൽ സംസാരിക്കുമ്പോൾ ഞാൻ അവിടെ ഉണ്ടായിരുന്നുവെങ്കിൽ ഒരു ഗോഡ്സെയായി മാറി എന്റെ തോക്കിലുള്ള ഉണ്ടകൾ മുഴുവനും തീരുന്നവരെ അദ്ദേഹത്തിന് നേരെ വെടിവയ്ക്കുമായിരുന്നു" എന്ന് വിദ്വേഷപരമായി സംസാരിച്ചു.

അടുത്തതായി സംസാരിച്ച യതി നരസിംഹാനന്ദ സരസ്വതി, "2029 ൽ ഇന്ത്യയുടെ പ്രധാനമന്ത്രി ഒരു മുസ്ലീം തന്നെയായിരിക്കും. ഇത് അർത്ഥരഹിതമായ വിഷയമല്ല. മുസ്ലീം ജനസംഖ്യ കൂടിവരുന്നതും ഹിന്ദു ജനസംഖ്യ കുറഞ്ഞുവരുന്നതും നോക്കിയാൽ അടുത്ത ഏഴെട്ട് വർഷങ്ങളിൽ സ്ഥിതിഗതികൾ മാറി തെരുവുകളിൽ മുസ്ലീങ്ങളെ മാത്രമേ കാണാൻ കഴിയും" എന്ന് അസത്യങ്ങൾ വിളിച്ചുപറയുകയും യോഗത്തിൽ പങ്കെടുത്തവരെ വിദ്വേഷഭരിതരാക്കാൻ ശ്രമിക്കുകയും ചെയ്തു.

ഹരിദ്വാരിൽ നടന്ന യോഗത്തിലും തൊട്ടുപുറകെ ഡൽഹി, റായ്പ്പൂർ, ഗാസിയാബാദ് എന്നീ സ്ഥലങ്ങളിൽ നടന്ന യോഗങ്ങളിലും, "ഹിന്ദുരാഷ്ട്രം സ്ഥാപിക്കാൻ മുസ്ലീങ്ങൾക്കും ക്രിസ്ത്യാനികൾക്കും എതിരെ ഹിന്ദുക്കൾ ആയുധമെടുക്കാനും അവരെ കൊല്ലാനും തയ്യാറാവണം" എന്ന് ഒട്ടുമിക്കവരും സംസാരിച്ചിരിക്കുകയാണ്.

ഇതൊരു വിദ്വേഷ പ്രസംഗം മാത്രമാണെന്ന് തള്ളിക്കളയാൻ കഴിയില്ല. ന്യൂനപക്ഷ ജനതയെ ഉന്മൂലനം ചെയ്യാൻ പ്രത്യക്ഷമായി ആഹ്വാനം ചെയ്യുന്നതാണ്. മതങ്ങൾ തമ്മിൽ ഏറ്റുമുട്ടൽ ഉണ്ടാകാനിടയുള്ള ഇതുപോലുള്ള വിദ്വേഷ പ്രസംഗങ്ങളെ പ്രധാനമന്ത്രിയും അപലപിച്ചില്ല. ആഭ്യന്തരമന്ത്രി അമിത് ഷായും കണ്ടതായി ഭാവിച്ചില്ല. വഞ്ചനാപരമായ മൗനമാണ് അവർ അനുഷ്ഠിക്കുന്നത്.

കർണാടക, ഹരിദ്വാർ സംഭവങ്ങൾ യാദൃച്ഛികമായി നടന്നവയല്ല. ഹരിദ്വാരിൽ അവരുടെ വിദ്വേഷ പ്രസംഗങ്ങൾ തത്സമയം അഞ്ചു സംസ്ഥാന തെരഞ്ഞെടുപ്പിൽ തങ്ങൾക്ക് അനുകൂലമായ സാഹചര്യം ഉണ്ടാക്കുക എന്നുള്ള ലക്ഷ്യം അതിനു പുറകിൽ ഉണ്ടെങ്കിലും, ഭാവിയിൽ രാജ്യമെമ്പാടും മത അടിസ്ഥാനത്തിൽ ജനങ്ങളെ ഭിന്നിപ്പിച്ച് ആർ എസ് എസിന്റെ അടിസ്ഥാനപരമായ പരിപാടിയായ ഹിന്ദുരാഷ്ട്രം ഇന്ത്യയിൽ സ്ഥാപിക്കുക എന്ന ലക്ഷ്യവും ഇതിന്റെ പുറകിലുണ്ട്. ഇത്

ഇന്നും ഇന്നലെയും ഉണ്ടായതല്ല. 1923–ാം വർഷം സവർക്കർ ഹിന്ദുത്വ എന്ന പ്രത്യയശാസ്ത്രം പുസ്തകമായി എഴുതി പ്രസിദ്ധീകരിച്ചതിന്റെ തുടർച്ച തന്നെയാണ് കർണാടക, ഹരിദ്വാർ എന്നീ സ്ഥലങ്ങളിൽ നടന്ന സംഭവങ്ങൾ എന്നും നാം മനസിലാക്കേണ്ടതാണ്.

ഹിന്ദുത്വ എന്ന പ്രത്യയശാസ്ത്രത്തെ ഉണ്ടാക്കിയ സവർക്കരുടെ പശ്ചാത്തലം എന്താണെന്ന് ഇവിടെ പറയേണ്ടത് അത്യാവശ്യമാണ്. 1911–ാം വർഷം സവർക്കർ ആൻഡമാൻ സെല്ലുലാർ ജയിലിൽ അടയ്ക്കപ്പെട്ടിരുന്ന കാലത്ത്, തന്നെ ജയിൽ മുക്തനാക്കാൻ ബ്രിട്ടീഷ് സർക്കാരിന് നിവേദനം അയക്കുകയുണ്ടായി. മൂന്നു പ്രാവശ്യം ജയിൽ മോചിതൻ ആകാനുള്ള ലക്ഷ്യത്തോടെ മാപ്പ് അപേക്ഷ നൽകുകയായിരുന്നു. നാലാം തവണ 30.03.1920 ൽ ആൻഡമാൻ ദ്വീപിന്റെ തലസ്ഥാനമായ പോർട്ട് ബ്ലെയർ ജയിൽ അധികാരി മുഖേന ബ്രിട്ടീഷ് സർക്കാരിന് വീണ്ടും ഒരു മാപ്പ് അപേക്ഷക്കത്ത് എഴുതുകയുണ്ടായി.

ബ്രിട്ടീഷ് സർക്കാരിന്റെ സുരക്ഷയ്ക്ക് ഉറപ്പു പറയാൻ പറഞ്ഞാൽ, ബ്രിട്ടീഷ് സർക്കാർ പ്രതീക്ഷിക്കുന്ന അത്രയും കാലം ഞാനും എന്റെ സഹോദരനും രാഷ്ട്രീയ പ്രവർത്തനത്തിൽ ഏർപ്പെടുകയില്ല എന്ന പ്രതിജ്ഞാപത്രം സമർപ്പിക്കാൻ തയ്യാറാണ്. ഞങ്ങൾ ജയിൽ മോചിതരായാൽ ഇന്ത്യയിൽ സർക്കാർ പറയുന്ന ഏത് സംസ്ഥാനത്തിൽ പാർക്കാനും ഏത് പൊലീസിന്റെ അടുത്ത് റിപ്പോർട്ട് ചെയ്യണമെന്ന് സർക്കാർ പറയുന്നുവോ അവിടെ റിപ്പോർട്ട് ചെയ്യാനും ഞങ്ങൾ സമ്മതിക്കുന്നു. ബ്രിട്ടീഷ് സർക്കാരിന്റെ സുരക്ഷയ്ക്ക് ഉറപ്പു തരാൻ ഞാനും എന്റെ സഹോദരനും സത്യസന്ധതയോടെ സമ്മതിക്കുന്നു.

ഇതേ രീതിയിൽ ബ്രിട്ടീഷ് സർക്കാരിനോട് മുട്ടിലിഴഞ്ഞ് മാപ്പ് അപേക്ഷിച്ച സവർക്കറെയാണ് ബി ജെ പിയും പരിവാർ പ്രസ്ഥാനങ്ങളും ആഘോഷിച്ചു നടക്കുന്നത്.

ഇങ്ങനെ മാപ്പ് എഴുതിക്കൊടുത്ത സവർക്കർ 1921 ൽ ആൻഡമാൻ ജയിലിൽ നിന്ന് വേറെ ജയിലിലേക്ക് മാറ്റുകയുണ്ടായി. പിന്നീട് 1924 ൽ ജയിൽ മോചിതനായി.

സവർക്കർ ജയിലിൽ ഉണ്ടായിരുന്നപ്പോൾ 1923 ൽ *ഹിന്ദുത്വയുടെ പ്രധാന സവിശേഷതകൾ* എന്ന പുസ്തകം എഴുതി പ്രസിദ്ധീകരിച്ചു. 1928 ൽ *ഹിന്ദുത്വ, ആരാണ് ഹിന്ദു?* എന്നീ രണ്ടു പുസ്തകങ്ങൾ അദ്ദേഹം എഴുതുകയുണ്ടായി. മേൽപ്പറഞ്ഞ പുസ്തകങ്ങളിൽ വിശദീകരിക്കപ്പെട്ട ഫാസിസ്റ്റ് സ്വഭാവമുള്ള ആശയമാണ് പിൽക്കാലത്ത് ആർ എസ് എസ് എന്ന സംഘടനയുടെ അടിസ്ഥാന ആശയമായി മാറിയത്. 1925 ൽ കേശവ ബലിറാം ഹെഡ്ഗേവർ ആരംഭിച്ച ആർ എസ് എസ് എന്ന സംഘടനയുടെ മുൻഗാമി സവർക്കർ തന്നെയാണ്.

1937 ൽ ഹിന്ദുമഹാസഭ യോഗത്തിൽ സംസാരിക്കുമ്പോൾ ഹിന്ദുക്കൾക്കും മുസ്ലീങ്ങൾക്കും പ്രത്യേകമായി രണ്ട് രാജ്യങ്ങൾ ഉണ്ടാകണമെന്ന അഭിപ്രായം തന്നെയാണ് സവർക്കർ അവതരിപ്പിച്ചത്.

അതിന് പുറകെ 1939 ൽ ഗോൾവാൾക്കറും തന്റെ പുസ്തകത്തിൽ ഹിന്ദുരാഷ്ട്രം, ഹിന്ദുത്വ എന്നതിനെപ്പറ്റി എല്ലാം വിശദീകരിച്ചിട്ടുണ്ട്. ഗോൾവാൾക്കർ *We or Our Nationhood Defined* എന്ന പുസ്തകത്തെ 1939 ൽ എഴുതി. 1940 ൽ ഹെഡ്ഗേവർ, ആർ എസ് എസിന്റെ അദ്ധ്യക്ഷനായി ഗോൾവാൾക്കറെ നിയമിച്ചു. ഇന്ത്യയെ ഹിന്ദുത്വയുടെ അടിസ്ഥാനത്തിൽ ഹിന്ദുരാഷ്ട്രമായി മാറ്റണമെന്ന് പ്രത്യയശാസ്ത്രത്തെ സിദ്ധാന്തപരമായി അംഗീകരിച്ച്, അതിനെ പ്രാവർത്തികമാക്കാനുള്ള പ്രവർത്തനങ്ങളെ ആർ എസ് എസ് നടത്തുകയാണ്. നിങ്ങളുടെ പ്രത്യയശാസ്ത്രത്തെ പ്രാവർത്തികമാക്കാൻ പട്ടാളത്തെപ്പോലെയുള്ള ഒരു സംഘടനയെ സൃഷ്ടിക്കാൻ പദ്ധതി ഉണ്ടാക്കിയിരുന്നു. ആർ എസ് എസിന്റെ സ്ഥാപക അധ്യക്ഷനായിരുന്ന ഹെഡ്ഗേവരിന്റെ ഗുരു, മൂഞ്ചേ ലണ്ടൻ വട്ടമേശ സമ്മേളനത്തിൽ പങ്കെടുത്തതിനുശേഷം ഇറ്റലിയിലേക്ക് പോയി. അപ്പോൾ ഫാസിസ്റ്റ് സ്വേച്ഛാധിപതിയായ മുസോളിനിയെ മൂഞ്ചേ കണ്ടു സംസാരിച്ചു. 1931 മാർച്ച് 15 മുതൽ 24 വരെ റോം നഗരത്തിൽ അദ്ദേഹം ഉണ്ടായിരുന്നു. അദ്ദേഹം മുസോളിനിയുടെ പട്ടാള മേധാവികളെ കാണുകയും കാര്യങ്ങൾ ചർച്ച ചെയ്യുകയും ചെയ്തു. മുസോളിനി തന്റെ പട്ടാളത്തിന് ഏതു രീതിയിലുള്ള പരിശീലനങ്ങൾ നൽകുന്നുണ്ടോ അതേ രീതിയിലുള്ള പരിശീലനങ്ങൾ ആർ എസ് എസിനും നൽകണമെന്ന് അദ്ദേഹം തീരുമാനിച്ചു. അതിന്റെ തെളിവാണ് താഴെ കൊടുത്തിരിക്കുന്നത്.

'The highlights of the visit was the meeting with mussolini. As interesting account of the trip and the meeting is given in moonje's diary, and takes 13 pages (Nehru Memorial Museum and Library, New Delhi(NMML), Moonje papers microfilm....' (Source: Frontline 23.01.2015)

ഈ പശ്ചാത്തലത്തിലാണ് ഇപ്പോഴും ആർ എസ് എസിൽ പ്രവർത്തിക്കുന്നവർക്ക് പട്ടാളത്തിന് സമാനമായ പരിശീലനം നൽകപ്പെടുന്നത്.

ഇതുപോലെത്തെ പരിശീലനങ്ങളിൽ ഒരേ രാഷ്ട്രം ഒരേ ഭാഷ എന്ന രീതിയിലുള്ള വിദ്വേഷ മുദ്രാവാക്യങ്ങൾ ആർ എസ് എസ് തന്റെ പ്രവർത്തകരെ പരിശീലിപ്പിക്കുന്നു.

ഒരേ രാജ്യം എന്ന മുദ്രാവാക്യം!

രണ്ടായിരത്തി ഇരുപത്തിരണ്ട് ഫെബ്രുവരി-മാർച്ച് മാസങ്ങളിൽ നടന്ന ഉത്തർപ്രദേശ് സംസ്ഥാന തെരഞ്ഞെടുപ്പ് പ്രചരണത്തിൽ മുഖ്യമന്ത്രി യോഗി ആദിത്യനാഥ് തന്റെ അഞ്ചുവർഷക്കാലം ഭരണത്തിന്റെ നേട്ടങ്ങളായി ഒന്നും തന്നെ പറയാൻ കഴിഞ്ഞില്ല. എന്നാൽ, കഴിഞ്ഞ തെരഞ്ഞെടുപ്പു സമയത്ത് വിതച്ച് വിളവെടുത്ത അതേ വിദ്വേഷ വിത്തുകളെയാണ് ഇത്തവണയും അദ്ദേഹം വിതച്ചത്. അദ്ദേഹം മാത്രമല്ല പ്രധാനമന്ത്രി നരേന്ദ്രമോദിയും കേന്ദ്ര ആഭ്യന്തര മന്ത്രി അമിത് ഷായും എല്ലാം ഇതേ ശൈലിയെയാണ് പിന്തുടർന്നത്.

'ഉത്തർപ്രദേശ് തെരഞ്ഞെടുപ്പ് 80 ശതമാനത്തിനും 20 ശതമാനത്തിനും ഇടയ്ക്ക് നടക്കുന്ന ഏറ്റുമുട്ടലാണ്' എന്നാണ് യോഗി ആദിത്യനാഥ് പറഞ്ഞത്. അതായത് ഹിന്ദുക്കൾ 80 ശതമാനമെന്നും മുസ്ലീങ്ങൾ 20 ശതമാനമെന്നും ജനങ്ങളെ മത അടിസ്ഥാനത്തിൽ ഭിന്നിപ്പിക്കുന്ന തന്ത്രമാണിത്. ഇതിനെല്ലാം മുകളിൽ, യോഗി ആദിത്യനാഥ് 'ഞാൻ മുഖ്യമന്ത്രിയായാൽ മുസ്ലീം സ്ത്രീകളെല്ലാം സിന്ദൂരമണിയും' എന്ന് വിപരീത ഫലം സൃഷ്ടിക്കാവുന്ന വിഷം കലർത്തിയ വാക്കുകൾ പറഞ്ഞു. ഇത് അദ്ദേഹം ഉയർത്തിയ വ്യക്തിപരമായ ശബ്ദമല്ല. ആർ എസ് എസ് എന്ന സംഘടന ആരംഭിച്ച കാലംതൊട്ട് ഉയർന്നുവരുന്ന ശബ്ദം തന്നെയാണ് അദ്ദേഹവും പ്രതിഫലിച്ചത്.

ആർ എസ് എസ് എന്ന സംഘടനയെ പറ്റി പ്രധാനമായും രണ്ടു കോണുകളിൽ നിന്ന് നോക്കിക്കണ്ട് നിരീക്ഷിക്കേണ്ടതുണ്ട്. ആ രണ്ട് സവിശേഷതകളുടെ ഉള്ളിൽച്ചെന്ന് ആഴത്തിൽ വിലയിരുത്തിയാൽ, നമുക്ക് അതിന്റെ അപകടകരമായ പരിണാമങ്ങൾ അറിയാൻ കഴിയും.

1925 ൽ ആർ എസ് എസ് രൂപീകരണമായി. പക്ഷേ, അതിനുമുമ്പും പിമ്പും രാജ്യത്തിന്റെ പലഭാഗങ്ങളിലും ഉണ്ടായ ഹിന്ദുമഹാസഭ

പോലുള്ള പല മതവാദ സംഘടനകളെയും അത് സ്വീകരിക്കുകയുണ്ടായി. ഇപ്പോഴും പല നാമങ്ങളിൽ എണ്ണമറ്റ സംഘപരിവാര സംഘടനകൾ പ്രവർത്തിച്ചുവന്നാലും അവയുടെ പ്രവൃത്തികൾക്കും ഉത്ഭവസ്ഥാനം ആർ എസ് എസ് തന്നെയാണ്.

സംഘപരിവാര സംഘടനകൾക്ക് മാത്രമല്ല, കേന്ദ്രത്തിലും സംസ്ഥാനങ്ങളിലും ഭരിക്കുന്ന ബി ജെ പിക്കും ഉത്ഭവസ്ഥാനം എന്നു മാത്രമല്ല അതിനെ നയിക്കുന്നതും ആർ എസ് എസ് തന്നെയാണ്. സവർക്കർ, മൂഞ്ചേ, ഹെഡ്ഗേവർ, ഗോൾവാൾക്കർ മുതലായവർ, ഹിന്ദുത്വ - ഹിന്ദുരാഷ്ട്ര സിദ്ധാന്തങ്ങളെ വിശദീകരിച്ചും അവയുടെ ആവശ്യത്തെപ്പറ്റി ഊന്നിപ്പറയാനും തങ്ങളുടേതായ പുസ്തകങ്ങൾ എഴുതിയിട്ടുണ്ടെങ്കിലും തങ്ങളുടെ സംഘടനയായ ആർ എസ് എസിന്റെ സ്വന്തം പ്രസിദ്ധീകരണം 1947 ലാണ് പ്രസിദ്ധീകരിക്കപ്പെടുന്നത്. *ഓർഗനൈസർ* എന്നപേരിലുള്ള ആ വാരികയുടെ ആദ്യ ലക്കത്തിൽ ജൂലൈ 3-1947 എന്ന് തീയതി അച്ചടിച്ചിട്ടുണ്ടായിരുന്നു എങ്കിലും, ആ ലക്കം കടകളിൽ വിൽപ്പനയ്ക്ക് എത്തിയത് 14 ആഗസ്ത് 1947 നാണ്. അത് കടകളിൽ വില്പനയ്ക്ക് എത്തിയ തീയതി പ്രശസ്തി നേടാൻ കാരണം, അന്നേ ദിവസം അർദ്ധരാത്രിയാണ് ഔദ്യോഗികമായി ഇന്ത്യയ്ക്ക് ബ്രിട്ടീഷുകാരിൽ നിന്ന് സ്വാതന്ത്ര്യം കിട്ടി എന്നതാണ്.

ആദ്യത്തെ ലക്കത്തിൽ എഴുതപ്പെട്ട മുഖപ്രസംഗം ആർ എസ് എസിന്റെ തത്വ പ്രഖ്യാപനം കൂടിയായിരുന്നു.

'മഹനീയമായ ഹിന്ദുരാഷ്ട്രം' എന്ന തലക്കെട്ടിൽ ഉള്ള ആ മുഖപ്രസംഗത്തിൽ 'ഒരേ രാജ്യം - ഒരേ പ്രശസ്തവും മഹനീയവുമായ ഹിന്ദു രാഷ്ട്രം ഋഷിമാരുടെ ആവേശപരമായ ശബ്ദംകൊണ്ട് സ്വർഗ്ഗത്തെ നിറയ്ക്കാം' എന്ന് എഴുതപ്പെട്ടിരുന്നു. ആർ എസ് എസ് തന്റെ ലക്ഷ്യം ഹിന്ദുരാഷ്ട്രം ആണെന്ന് ഇന്ത്യൻ സ്വാതന്ത്ര്യ ദിനത്തിൽ പ്രഖ്യാപനം നടത്തി.

1949-ാം വർഷം സെപ്തംബർ മാസം ലഖ്നൗവിൽ ഒരു പൊതുയോഗത്തിൽ സംസാരിക്കുമ്പോൾ ആർ എസ് എസിന്റെ അദ്ധ്യക്ഷൻ ഗോൾവാൾക്കർ 'ഇന്ത്യയുടെ ഭരണഘടന ഭാരതീയർക്ക് എതിരായതാണ്' എന്ന് കടുത്ത എതിർപ്പു പ്രകടിപ്പിച്ചു.

1946 -ാം വർഷം നവംബർ 26-ാം തീയതി ഡ്രാഫ്റ്റിംഗ് കമ്മിറ്റി സമർപ്പിച്ച ഇന്ത്യൻ ഭരണഘടനയുടെ രൂപരേഖയെ ഭരണഘടനാ അസംബ്ലി അംഗീകരിച്ചു. അതിനെ തുടർന്ന് പുറത്തിറങ്ങിയ ആർ എസ് എസിന്റെ വാരികയായ *ഓർഗനൈസറു*ടെ ലക്കങ്ങളിൽ തുടരെ, ഭരണഘടനയ്ക്ക് നേരെ കടുത്ത വിമർശനങ്ങൾ ഉന്നയിച്ച് ലേഖനങ്ങൾ പ്രസിദ്ധീകരിക്കപ്പെട്ടു. 1949-ാം വർഷം നവംബർ 30-ാം തീയതി പ്രസിദ്ധീകരിക്കപ്പെട്ട *ഓർഗനൈസറു*ടെ എഡിറ്റോറിയൽ, 'മനു ശാസ്ത്രത്തെ ഭരണഘടനയുടെ അടിസ്ഥാന സവിശേഷതകളാക്കണമായിരുന്നു. പക്ഷേ, ശാസ്ത്രത്തെ പറ്റി ഭരണഘടന ഒന്നും പറഞ്ഞില്ല. ലോകംതന്നെ മനുശാസ്ത്രത്തിനെ അഭിനന്ദിക്കുമ്പോൾ, ഭരണഘടന ഉണ്ടാക്കിയ പണ്ഡി

തന്മാർക്ക് മനുശാസ്ത്രം വിഷയമായിട്ട് തോന്നിയിട്ടേയില്ല' എന്ന് വില പിക്കുകയായിരുന്നു.

കൂടാതെ, ഇന്ത്യ റിപ്പബ്ലിക്കായി പ്രഖ്യാപനം ചെയ്യപ്പെടുന്നതിന് തലേദിവസം ജനുവരി 25, 1950 ന് പുറത്തിറങ്ങിയ *ഓർഗനൈസർ* വാരികയിൽ പ്രസിദ്ധീകരിക്കപ്പെട്ട ഒരു ലേഖനത്തിൽ, ചെന്നൈ ഹൈക്കോടതിയിൽനിന്നും വിരമിച്ച ഒരു ന്യായാധിപൻ, മനു നമ്മുടെ ഹൃദയത്തെ അടക്കിഭരിക്കുന്നു എന്നും മനുശാസ്ത്രത്തെ നമ്മുടെ രാജ്യത്തിന്റെ ഭരണഘടനയാക്കണം എന്നും എഴുതുകയുണ്ടായി.

ഓർഗനൈസർ വാരികയിൽ പ്രസിദ്ധീകരിക്കപ്പെട്ട മേൽപ്പറഞ്ഞ മുഖപ്രസംഗങ്ങളും ലേഖനങ്ങളും, ഹിന്ദുത്വ – ഹിന്ദുരാഷ്ട്രം എന്ന് പറഞ്ഞുകൊണ്ടിരുന്ന ആർ എസ് എസിന്റെ മുൻഗാമികളായ സവർക്കർ, ഗോൾവാൾക്കർ എന്നിവർ നിർദ്ദേശിച്ച ആശയത്തിന്റെ അടിസ്ഥാനത്തിൽ എഴുതപ്പെട്ടവയാണ്.

ബ്രിട്ടീഷ് ആധിപത്യത്തിൽനിന്നും സ്വാതന്ത്ര്യം നേടിയ ഇന്ത്യൻ റിപ്പബ്ലിക് മത അടിസ്ഥാനത്തിലുള്ളതായിരിക്കണം എന്നും ഇന്ത്യൻ ഭരണഘടന *മനുസ്മൃതി*യുടെ അടിസ്ഥാനത്തിൽ ആവണമെന്നും ആർ എസ് എസ് നേതാക്കൾ എഴുതുകയും സംസാരിക്കുകയും ചെയ്തു വരികയായിരുന്നു.

സർക്കാർ മതങ്ങൾക്കതീതമായതാണ്. മതങ്ങളിൽ നിന്ന് സർക്കാർ അകന്ന് നിൽക്കണം എന്ന ഉറച്ച നിലപാടോടെ ഭരണഘടന അസംബ്ലിയിൽ ചർച്ചകൾ നടന്നുകൊണ്ടിരുന്നപ്പോൾ ഗോൾവാൾക്കർ, സർക്കാർ മത അടിസ്ഥാനത്തിൽ ആയിരിക്കണമെന്നും ഇന്ത്യയുടെ സർക്കാർ ഹിന്ദുമത അടിസ്ഥാനത്തിലുള്ള സർക്കാരായിരിക്കണം എന്നും ഊന്നി പറയുകയാണ്.

മതമെന്ന മാന്ത്രിക്കയറുകൊണ്ട് രാജ്യത്തിന്റെ ഐക്യത്തെ സംരക്ഷിക്കാൻ കഴിയുമെന്ന് ഗോൾവാൾക്കർ അഭിപ്രായപ്പെട്ടു. സ്വാതന്ത്ര്യത്തിനുശേഷം ഇന്ത്യ, പാകിസ്ഥാൻ എന്ന് രണ്ട് രാജ്യങ്ങൾ നിലവിൽ വന്നു. പശ്ചിമ പാകിസ്ഥാൻ, കിഴക്ക് പാകിസ്ഥാൻ എന്നീ രണ്ട് ഭാഗങ്ങളും ചേർന്നതാണ് പാകിസ്ഥാൻ. വിഭജനത്തിനുശേഷം പാകിസ്ഥാൻ ഇസ്ലാമിക് റിപ്പബ്ലിക് എന്ന് സർക്കാർ പ്രഖ്യാപിച്ചു. പശ്ചിമ പാകിസ്ഥാനിലുള്ള ഭൂരിഭാഗം ജനങ്ങൾക്കും ഉറുദു ഭാഷയാണ് മാതൃഭാഷ, കിഴക്ക് പാകിസ്ഥാനിലോ ഭൂരിഭാഗം ജനങ്ങൾക്കും ബംഗാളിയാണ് മാതൃഭാഷ. പശ്ചിമ പാകിസ്ഥാൻ, കിഴക്ക് പാകിസ്ഥാൻ എന്നീ രണ്ടു പ്രദേശങ്ങൾക്കും ഉറുദുവാണ് ഔദ്യോഗിക ഭാഷയെന്ന് അപ്പോഴത്തെ പാകിസ്ഥാൻ സർക്കാർ പ്രഖ്യാപിച്ചു. കിഴക്ക് പാകിസ്ഥാനിലുള്ള ബംഗാളി മാതൃഭാഷയായുള്ള ജനങ്ങൾ ഈ പ്രഖ്യാപനത്തെ എതിർത്തു. പാകിസ്ഥാൻ സർക്കാർ ഉറുദു തന്നെയാണ് ഔദ്യോഗിക ഭാഷയെന്ന് ശക്തമായ നിലപാട് എടുത്തു.

കിഴക്ക് പാകിസ്ഥാനിൽ മുജീബ് റഹ്മാന്റെ നേതൃത്വത്തിൽ ഉണ്ടായ ജനകീയ പ്രക്ഷോഭം സ്വാതന്ത്ര്യസമരമായി മാറി. ഈ പോരാട്ടത്തിൽ

30 ലക്ഷം കിഴക്ക് പാകിസ്ഥാൻ ജനങ്ങൾ കൊല്ലപ്പെട്ടു. പാകിസ്ഥാനിൽ നിന്ന് കിഴക്കു പാകിസ്ഥാൻ മോചനം നേടി ബംഗ്ലാദേശ് എന്ന തനി രാജ്യമായി മാറി. പശ്ചിമ പാകിസ്ഥാൻ, കിഴക്ക് പാകിസ്ഥാൻ എന്നീ രണ്ട് പ്രദേശത്തുള്ള ജനങ്ങളും മുസ്ലീങ്ങൾ എന്ന രീതിയിൽ ഒരേ മതസ്ഥരായിരുന്നിട്ടും മതത്തിന്റെ പേരിൽ ഐക്യം ഉണ്ടാക്കാൻ കഴിഞ്ഞില്ല. മതത്തിന്റെ അടിസ്ഥാനത്തിൽ ഒരു രാജ്യം എന്ന് ഗോൾവാൾക്കർ പറയുന്ന വാദം ശാസ്ത്രീമായതല്ല.

ബ്രിട്ടീഷ് ഭരണകൂടത്തിനെതിരെ പല മതങ്ങളിലും പെട്ട, പല വംശങ്ങളിലുമുള്ള, പല ഭാഷകളും സംസാരിക്കുന്ന എല്ലാ പ്രദേശങ്ങളിലും ഉള്ള ജനങ്ങൾ ഒന്നിച്ച് സമരം നയിച്ചതുകൊണ്ടാണ് രാജ്യത്തിന് സ്വാതന്ത്ര്യം ലഭിച്ചത്. ഇന്ത്യൻ ഭരണഘടന മതേതര സിദ്ധാന്തത്തെ അടിസ്ഥാനമാക്കിയ ഒന്നാണ്. നിയമത്തിന്റെ മുന്നിൽ രാജ്യത്തെ ജനങ്ങൾ ഏവരും സമം എന്നാണ് ഭരണഘടന വകുപ്പ് 14 പറയുന്നത്. ജാതി, മതം മുതലായവയുടെ പേരിൽ വിവേചനം പാടില്ല എന്ന് ഭരണഘടനാ വകുപ്പ് 15 പറയുന്നു. അതുപോലെ വിശ്വാസികൾ എല്ലാവരും അവരവരുടെ വിശ്വാസത്തെ പുറത്തറിയിക്കാനും വിശ്വാസം അനുഷ്ഠിക്കാനും വകുപ്പ് 25 അവകാശം നൽകിയിട്ടുണ്ട്. ഇന്ത്യൻ ഭരണഘടന മതേതര ജനാധിപത്യ സ്വഭാവമുള്ളതാണെന്ന് ഈ പറഞ്ഞ വകുപ്പുകൾ പ്രഖ്യാപിക്കുന്നു.

എന്നാൽ, ഗോൾവാൾക്കർ തന്റെ പുസ്തകത്തിൽ മതേതരം എന്ന സവിശേഷതയെ ശക്തമായി നിഷേധിക്കുന്നുണ്ട്. 'മതം ഓരോ വ്യക്തിയുടെയും പ്രശ്നമാണെന്ന് സമ്മതിക്കണമെന്നും ഔദ്യോഗിക ജീവിതത്തിൽ മതത്തിന് ഒരു പങ്കുമില്ല എന്ന് അഭിപ്രായം കാണപ്പെടുന്നു. മതത്തെപ്പറ്റി പൊതുവിലുള്ള ഈ വക അഭിപ്രായങ്ങൾ തെറ്റായ ചിന്താഗതികളിൽ നിന്ന് ഉണ്ടാകുന്നതാണ്' എന്നും അദ്ദേഹം പറയുന്നുണ്ട്. അദ്ദേഹത്തിന്റെ ഈ വീക്ഷണത്തെ ജനങ്ങൾ പുറന്തള്ളി.

പല മതങ്ങളിലുള്ള, പല ഭാഷകൾ സംസാരിക്കുന്ന, പല വംശങ്ങളിൽപെട്ട ജനങ്ങൾ ജീവിക്കുന്ന ഈ രാജ്യം മതേതര ജനാധിപത്യ ഫെഡറൽ റിപ്പബ്ലിക്കായി പ്രവർത്തിക്കുന്നതാണ് ഉചിതമായതും ആവശ്യമായതും എന്ന തീരുമാനത്തിൽ ഭരണഘടന അസംബ്ലി എത്തിപ്പെട്ടു. ഇങ്ങനെ മാത്രമേ രാജ്യത്തിന്റെ ഐക്യത്തെ സംരക്ഷിക്കാൻ കഴിയും.

'ചെപ്പുമൊഴി പതിനെട്ടുടൈയാൾ
എനിൽ ചിന്തനൈ ഒൻറുടൈയാൾ'

(സംസാരിക്കുന്ന ഭാഷ പതിനെട്ടു ഉള്ളവൾ, പക്ഷേ നമ്മൾ ഒന്ന് എന്ന ചിന്തയുള്ളവൾ) എന്ന് നമ്മുടെ രാജ്യത്തെപ്പറ്റി മഹാകവി സുബ്രഹ്മണ്യ ഭാരതിയാർ എഴുതിയ കവിതയിലെ വരികൾ ആണിത്. ഭാരതിയാരെ പുകഴ്ത്തുന്നതായി പുറംമേനി നടിക്കുന്ന ബി ജെ പിക്കാർ എന്തുകൊണ്ട്, ഭാരതീയാരുടെ ഈ അഭിപ്രായത്തെ സ്വീകരിക്കാൻ സമ്മതിക്കുന്നില്ല?

'നാനാത്വത്തിൽ ഏകത്വം' എന്നതു മാത്രമാണ് ഇന്ത്യയുടെ ഐക്യം കാത്തുസൂക്ഷിക്കുന്ന താരക മന്ത്രമായി ആകാനാവൂ.

മതത്തിന്റെ ആജ്ഞയും ജനകീയ ഭരണവും!

ദൈവവിശ്വാസവും മത ആരാധനയും ആത്മീയ പ്രവർത്തനങ്ങളും ഭരണഘടന നൽകുന്ന അവകാശങ്ങളാണ്. വ്യക്തിജീവിതത്തിൽ ഒരാൾ മതവിശ്വാസങ്ങളോട് ആത്മീയ പ്രവർത്തനങ്ങളിൽ ഏർപ്പെടാനുള്ള അവകാശങ്ങൾ ഒരു കാരണവശാലും നിഷേധിക്കാൻ പാടില്ല.

എന്നാൽ, മതം ഒരു രാജ്യത്തിന്റെ ഭരണത്തെയും ഭരണകൂടത്തെയും നിയന്ത്രിക്കുകയും നയിക്കുകയും ചെയ്യുന്നത് അംഗീകരിക്കാൻ കഴിയില്ല. മത അടിസ്ഥാനത്തിൽ ഭരണനിർവഹണം ആണെങ്കിൽ ഏതുതരത്തിലുള്ള അടിച്ചമർത്തലുകൾ ഉണ്ടാവുമെന്നതിന് ജീവിക്കുന്ന തെളിവാണ് മലാല. മതമൗലികവാദികളായ താലിബാൻ ഭീകരവാദികളുടെ അടിച്ചമർത്തലുകളെപ്പറ്റി എഴുതിയതിനാണു കൊച്ചുകുട്ടി എന്ന പരിഗണന പോലുമില്ലാതെ താലിബാൻ ഭീകരവാദികൾ മലാലയെ തലയ്ക്കുനേരെ വെടിവെച്ചത്. ദീർഘകാല ചികിത്സകൾക്ക് ശേഷം ജീവിതത്തിൽ തിരിച്ചെത്തിയ മലാല ഇപ്പോൾ ലോകമെമ്പാടുമുള്ള പെൺകുട്ടികളുടെ വിദ്യാഭ്യാസ അവകാശങ്ങൾക്കുവേണ്ടി ശബ്ദിച്ച് വരുകയാണ്.

മലാല ഐക്യരാഷ്ട്രസഭയിൽ നടത്തിയ പ്രസംഗത്തിൽ, "മൗലികവാദികൾ പേനയെയും പുസ്തകങ്ങളെയും കണ്ട് ഭയപ്പെടുന്നു. വിദ്യാഭ്യാസത്തെ കണ്ട് ഭയപ്പെടുന്നു. സ്ത്രീകളെ കണ്ടു ഭയപ്പെടുന്നു. സ്ത്രീകളുടെ ശബ്ദത്തിനുള്ള ശക്തിയെക്കണ്ട് ഞെട്ടുകയാണ്. അതുകൊണ്ടാണ് അവർ ഓരോ ദിവസവും പള്ളിക്കൂടങ്ങളെ ബോംബെറിഞ്ഞ് തകർക്കുന്നത്. നാം കൊണ്ടുവരാൻ പോകുന്ന മാറ്റവും സമത്വവും അവരെ ഞെട്ടിക്കുന്നു" എന്ന് പറയുകയുണ്ടായി.

രാഷ്ട്രീയത്തിൽ മതം ഇടപെടുന്നത് മുഖേന നേട്ടം കൊയ്തുവരുന്ന

ബി ജെ പിയും ആർ എസ് എസും തങ്ങളുടെ വഴികാട്ടിയായി കരുതുന്നത് ഗോൾവാൾക്കറുടെ സിദ്ധാന്തങ്ങളെയാണ്.

ഹിന്ദുമതത്തിന്, 'ഗണ്യമായ സ്വാധീനം രാഷ്ട്രീയത്തിലും ഉണ്ടാവണം. യഥാർത്ഥത്തിൽ മതവുമായി രാഷ്ട്രീയത്തെ താരതമ്യം ചെയ്യുമ്പോൾ രാഷ്ട്രീയംതന്നെ ഒരു ചെറിയ ഘടകമായി മാറിപ്പോകുന്നുണ്ട്. അതുകൊണ്ട് ആത്മീയതയനുസരിച്ച് പ്രവർത്തിക്കുന്ന ഒന്നായി രാഷ്ട്രീയം മാറേണ്ടതുണ്ട്' എന്ന് ഗോൾവാൾക്കർ എഴുതിയിട്ടുള്ള പുസ്തകത്തിൽ പറയുന്നു. ഇതുതന്നെയാണ് അവരുടെ താൽപര്യം. ഈ വഴിയിലൂടെയാണ് അവർ യാത്ര ചെയ്യുന്നത്.

മതങ്ങൾ ഭരണകൂടത്തിനെ ആജ്ഞാപിക്കുന്നത് പുതിയ തത്ത്വമൊന്നുമല്ല. മനുഷ്യരാശിയുടെ ചരിത്രത്തിൽ, രാജവാഴ്ചയുടെ കാലം തൊട്ട് പലവർഷക്കാലം നടന്നുകൊണ്ടിരുന്നതും, ഇപ്പോൾ അത് കാലഹരണപ്പെട്ടുപോയ തത്ത്വം കൂടിയാണത്. അതിനെയാണ് ഗോൾവാൾക്കർ തന്റെ താല്പര്യമായി പറയുന്നത്.

ഗലീലിയോ ഗലീലി

ഇറ്റാലിയൻ ശാസ്ത്രജ്ഞനായ ഗലീലിയോ ഗലീലി ആധുനിക ശാസ്ത്രത്തിന്റെ അച്ഛൻ എന്ന് പറയപ്പെടുന്ന ഒരാളാണ്. സൂര്യകുടുംബത്തിന് കേന്ദ്രമായി സൂര്യനാണുള്ളത്. ഭൂമി ഗോളാകൃതിയിൽ ഉള്ളതാണ്. അത് തന്നെത്താൻ കറങ്ങുകയും സൂര്യനെ ചുറ്റി വരുന്നുണ്ടെന്നുമുള്ള ശാസ്ത്രീയസത്യത്തെ കണ്ടുപിടിച്ച് അറിയിച്ചതിന്, അദ്ദേഹത്തിനെതിരെ വിചാരണ നടത്തുകയും വീട്ടു തടങ്കലിലാക്കുകയും ചെയ്യപ്പെട്ടു. ജീവിത അവസാനംവരെ അദ്ദേഹം വീട്ടുതടങ്കലിൽ ആയിരുന്നു.

പഠനം നടത്തിയത് മൂലം താൻ കണ്ടെത്തിയ സത്യത്തെ പുറത്ത് പറഞ്ഞത് മതവിശ്വാസത്തിന് എതിരായതാണെന്ന് വിധി പറയപ്പെട്ടു. ഇറ്റലിയിൽ തന്നെ ഉണ്ടായിരുന്ന വേറൊരു ശാസ്ത്രജ്ഞനാണ് ഗിയർദാണോ ബ്രൂണോ (Giordano Bruno). അദ്ദേഹം ജീവിച്ചിരുന്നതിന് കുറച്ചുകാലം മുമ്പ് ജീവിച്ചിരുന്ന നിക്കോളാസ് കോപ്പർനിക്കസ് തന്റെ പഠനത്തിലൂടെ പ്രപഞ്ചത്തിന്റെ മാതൃകയെപ്പറ്റി അറിയാൻ ശ്രമിച്ചതിന്റെ ഫലമായി കണ്ടെത്തിയ വിവരങ്ങൾ മറ്റ് ശാസ്ത്രജ്ഞർക്ക് പ്രചോദനമായി മാറി. പക്ഷേ, ബ്രൂണോയുടെ അഭിപ്രായങ്ങൾ പാരമ്പര്യ ക്രിസ്തുമത അഭിപ്രായങ്ങൾക്ക് എതിരാണെന്ന് പറഞ്ഞ് മതമൗലികവാദികൾ അദ്ദേഹത്തെ എതിർത്തു. പ്രപഞ്ചത്തെപ്പറ്റിയുള്ള അദ്ദേഹത്തിന്റെ അഭിപ്രായങ്ങൾ പുറത്തുപറഞ്ഞതിന് അദ്ദേഹത്തെ തടങ്കലിലാക്കി, 1600-ാം വർഷം ഫെബ്രുവരി 17 ന് ജീവനോടെ അഗ്നിക്കിരയാക്കി കൊല്ലുകയായിരുന്നു. ഈ മരണ ശിക്ഷപോലും അതിക്രൂരതയോടെ നടപ്പിലാക്കപ്പെട്ടു. സർക്കാരിന്റെ ആജ്ഞകളായി മതത്തിന്റെ ആജ്ഞകൾ മാറിക്കഴിഞ്ഞാൽ എന്താകുമെന്നതിനുള്ള ചെറിയ ചെറിയ ഉദാഹരണങ്ങ

ളാണ് ഇവ.

പരിണാമ സിദ്ധാന്തം

ഈ പട്ടികയിൽ പ്രകൃതിശാസ്ത്ര പണ്ഡിതനായ ചാൾസ് ഡാർവിൻ ഏറെ പ്രാധാന്യമുള്ള ഒരാളാണ്. ജീവികളുടെ സൃഷ്ടിയെപ്പറ്റി ഒരുപാട് സാങ്കല്പികമായ അഭിപ്രായങ്ങളാണു മതങ്ങൾക്കുള്ളത്. അതെല്ലാം, എല്ലാ ജീവികളും ദൈവത്തിന്റെ ചിന്തയിൽ നിന്ന് ഏതാനും ദിവസങ്ങൾകൊണ്ട് സൃഷ്ടിക്കപ്പെട്ടു എന്നതാണ്.

ജീവികൾ ഉണ്ടായതിനെ പരിണാമ സിദ്ധാന്തത്തിലൂടെ വിശദീകരിച്ചതും മനുഷ്യൻ കുരങ്ങുകളുടെ മുൻ തലമുറയുടെ പരിണാമ വളർച്ചയുടെ ഫലമായി സൃഷ്ടിക്കപ്പെട്ടവരാണെന്നും അദ്ദേഹം പറഞ്ഞു. അദ്ദേഹം എഴുതിയ *ജീവജാലങ്ങളുടെ ഉത്ഭവം, മനുഷ്യന്റെ പൂർവ്വികർ* എന്നീ പുസ്തകങ്ങൾ ലോകം മുഴുവനും വിവാദങ്ങൾ ഉണ്ടാക്കി. ഇതും മതപീഠങ്ങളെ ഞെട്ടിപ്പിച്ചു.

ഈ പുസ്തകങ്ങളും ഏതാണ്ട് 18 വർഷക്കാലം വൈകിയാണ് പുറത്തിറങ്ങിയത്. സമൂഹത്തിൽ ഉണ്ടായിരുന്ന മതമൗലികവാത ചിന്തകൾ നിറഞ്ഞ സാഹചര്യമാണ് ഈ പുസ്തകങ്ങൾ വൈകാൻ കാരണമായതെന്ന് പറയപ്പെടുന്നു. പാശ്ചാത്യ രാജ്യങ്ങൾ തങ്ങളുടെ നിലപാടുകൾ മാറ്റിക്കഴിഞ്ഞു. മതവും സർക്കാരും ഇടകലർന്നു പ്രവർത്തിക്കുന്നത് തെറ്റാണെന്ന് സമ്മതിക്കുന്നുണ്ട്. പാർലമെന്റുകളും ജനാധിപത്യ പ്രക്രിയകളും പ്രാബല്യത്തിൽ വന്നുകഴിഞ്ഞു.

ഗലീലിയോ, ബ്രൂണോ എന്നീ ശാസ്ത്രജ്ഞർക്ക് ക്രൂരമായ ശിക്ഷകൾ നൽകിയതിന് പോപ്പുകൾ വളരെക്കാലത്തിനുശേഷം ഇപ്പോൾ ഖേദം പ്രകടിപ്പിക്കുകയും തങ്ങളുടെ ഇത് സംബന്ധിച്ചുള്ള അഭിപ്രായങ്ങൾ തിരുത്തുകയും ചെയ്തു.

1992 ഒക്ടോബർ മാസത്തിൽ കത്തോലിക്ക സഭ ഗലീലിയോ ഗലീലിയെപ്പറ്റിയുള്ള തങ്ങളുടെ നിലപാട് തിരുത്തുകയുണ്ടായി. 1633 ൽ ഗലീലിയോയെ അപലപിച്ചുണ്ടാക്കിയ പ്രമേയം കത്തോലിക്ക സഭ പിൻവലിച്ചു.

പുറകോട്ട് നടക്കുന്ന ബി ജെ പി

മേൽപ്പറഞ്ഞ ശാസ്ത്രീയ സത്യങ്ങൾ സംശയത്തിനിടയില്ലാതെ സ്വീകരിക്കപ്പെടുകയും, എണ്ണത്തിൽ ഒതുങ്ങാത്ത പഠനങ്ങൾ നടന്നുവരുന്ന ഈ കാലഘട്ടത്തിലും ഡാർവിന്റെ പരിണാമ സിദ്ധാന്തത്തെ നിരസിക്കുന്ന രീതിയിൽ കേന്ദ്ര വിദ്യാഭ്യാസ സഹമന്ത്രി സത്യപാൽ സിംഗ് കുറച്ചു ദിവസത്തിനുമുമ്പേ സംസാരിച്ചിരുന്നു. ഒരു മന്ത്രിതന്നെ ഈ വക പിന്തിരിപ്പൻ വീക്ഷണത്തോട് സംസാരിക്കുന്നതിൽ അത്ഭുതപ്പെടേണ്ടതൊന്നുമില്ല. കാരണമെന്തെന്നാൽ ശാസ്ത്രത്തിന് എതിരായ വിഷയങ്ങളെ സിലബസുകളായി മാറ്റാനാണ് ബി ജെ പി ആഗ്രഹി

ക്കുന്നത്.

അറിവിനെതിരായ കൂട്ടുമുന്നണിയിൽ എല്ലാ മത മൗലികവാദികളും ഒന്നിക്കുകയാണ്. ഇതിൽനിന്ന് പ്രധാനമന്ത്രി നരേന്ദ്രമോദിയെയും ഒഴിച്ചു നിർത്താനാകില്ല. ശാസ്ത്രജ്ഞരുടെ സമ്മേളനത്തിൽ പുരാണകഥകൾ ഉദ്ധരിച്ച് സംസാരിച്ച അദ്ദേഹം, ആനയുടെ തലയുള്ള ഗണപതി പ്ലാസ്റ്റിക് സർജറി ചികിത്സ ഉണ്ടായിരുന്നതിനും കർണ്ണന്റെ ജനനം ഡി എൻ എ പരിശോധന ഉണ്ടായിരുന്നതിനുമുള്ള തെളിവുകളാണെന്ന് തന്റെ വകയായി തട്ടി വിടുകയായിരുന്നു.

'*മഹാഭാരത*ത്തിൽ, കർണ്ണന്റെ ജനനത്തെപ്പറ്റി സൂക്ഷ്മമായി പരിശോധിച്ചാൽ അമ്മയുടെ ഗർഭപാത്രത്തിൽ ജനിച്ചതല്ല എന്ന് മനസ്സിലാകും. അക്കാലത്ത് തന്നെ ഡി എൻ എ ശാസ്ത്രം ഉണ്ടായിരുന്നു അതുകൊണ്ടാണ് കർണ്ണൻ അമ്മയുടെ ഗർഭപാത്രത്തിൽ നിന്ന് ജനിച്ചിട്ടില്ല' എന്ന് പ്രധാനമന്ത്രി പറഞ്ഞു. ഇത് അദ്ദേഹം നാക്ക് പിഴച്ചു സംസാരിച്ചതല്ല. ബി ജെ പിയുടെ ബുദ്ധിജീവികളിൽ ഒരാളായ ഭദ്ര ഇതുപോലെയുള്ള വ്യാജശാസ്ത്രത്തെ മുൻനിർത്തി ഒരു പുസ്തകം തന്നെ എഴുതിയിട്ടുണ്ട്. പുസ്തകം പുരാണ കഥകളിൽ എഴുതപ്പെട്ട സങ്കല്പ കഥകളെ ചരിത്രമായും ശാസ്ത്രീയ സത്യങ്ങളായും വ്യാഖ്യാനിക്കുന്നുണ്ട്. അതിന്റെ അടിസ്ഥാനത്തിലാണ് മോദി ഈ വിധത്തിൽ സംസാരിച്ചത്.

ഇന്ത്യയിലെ ആരോഗ്യ വകുപ്പിലെ സൗകര്യങ്ങളെ ആധുനികവൽക്കരിക്കേണ്ട ആവശ്യം ഇപ്പോഴുമുണ്ട്. പക്ഷേ, അതിനെപ്പറ്റി സംസാരിക്കേണ്ട പ്രധാനമന്ത്രി പുരാണങ്ങളെ ഉദാഹരണമാക്കി സംസാരിക്കുന്നത് എന്തുകൊണ്ടെന്നാൽ, സത്യത്തിൽ അവർ പ്രതിവിധികളെ ആഗ്രഹിക്കുന്നില്ല എന്നതാണ്. തങ്ങളുടെ രാഷ്ട്രീയ പ്രവർത്തനത്തിന് ശൂന്യമായ വിശ്വാസങ്ങളും പൊള്ളയായ പൊങ്ങച്ചം പറച്ചിലുകളും മതിയെന്ന് അവർ കരുതുന്നു.

അതേസമയം സമൂഹത്തിൽ മതം നിലനിൽക്കാനുണ്ടായ ഘടകങ്ങൾ ഏറെയുണ്ട് എന്നത് നാം ശ്രദ്ധിക്കേണ്ടതുണ്ട്. ജനങ്ങൾ തങ്ങളുടെ ഇഷ്ടത്തിനും ആവശ്യത്തിനും അനുസരിച്ച് പലവിധ വിശ്വാസങ്ങളെ പല സാഹചര്യങ്ങളിൽ അനുഷ്ഠിച്ചുവരുന്നു. മതത്തിൽ വിശ്വാസം അർപ്പിക്കാത്തവരും ഉണ്ട്. ആയതിനാൽ സർക്കാർ എല്ലാവർക്കും പൊതുവേ മതേതരമായി പ്രവർത്തിക്കുമ്പോഴാണ് ജനാധിപത്യം മെച്ചപ്പെടുക.

ഏക മതം മാത്രം സർക്കാരിനെ നയിക്കുന്ന രീതിയിൽ ആജ്ഞാപിച്ചാൽ അവിടെ ആദ്യം ബലി കൊടുക്കപ്പെടുന്നത് ജനാധിപത്യവും സൗഹാർദ്ദ ജീവിതവുമാണ്.

സ്വാതന്ത്ര്യ സമരത്തെ ഒറ്റിക്കൊടുത്ത ശക്തികൾ

രാജ്യത്തെ ജനങ്ങളെ മത അടിസ്ഥാനത്തിൽ ഭിന്നിപ്പിച്ച അധികാരത്തിന്റെ സ്വാദ് ഇടതടവില്ലാതെ രുചിച്ചുനോക്കാനുള്ള കുതന്ത്രചിന്തയോടാണ് ആർ എസ് എസ് എന്ന സംഘടനതന്നെ രൂപം കൊണ്ടത്. ഭൂരിപക്ഷം ജനതയായ ഹിന്ദുക്കളെ പ്രകോപിപ്പിക്കുന്നത് വഴിയേ ലക്ഷ്യം സാധ്യമാകുകയുള്ളൂ. അതിനുവേണ്ടിയാണ്, ഹിന്ദുരാഷ്ട്രം രൂപീകരിക്കും എന്ന മുദ്രാവാക്യം അവർ ഉയർത്തിയത്.

സത്യത്തിൽ, മത അടിസ്ഥാനത്തിലുള്ള അടിച്ചമർത്തലുകളെയും ജാതിപരമായി വിഭജിക്കുന്നതിനെയും ഭാഷ അടിസ്ഥാനത്തിലുള്ള മേലാധിപത്യത്തെയും ഒന്നായി ചെയ്യാനുള്ള ഒരു ഭരണസംവിധാനത്തെയാണ് അവർ സൃഷ്ടിക്കാൻ ആഗ്രഹിക്കുന്നത്. മുസ്ലീങ്ങൾ ക്രൈസ്തവർ പോലുള്ള ന്യൂനപക്ഷ മതങ്ങളെപ്പറ്റി അവരുടെ വീക്ഷണം എന്താണെന്ന് നമുക്ക് നോക്കാം.

ഗോൾവാൾക്കർ എഴുതിയ *We or Our Nationhood Defined* എന്ന പുസ്തകത്തിൽ മറ്റ് മതസ്ഥരെ പറ്റി അദ്ദേഹം ഇങ്ങനെ പറയുന്നു: 'അവർ ഹിന്ദുമതത്തെ ബഹുമാനിക്കുകയും ഭയഭക്തിയോടെ ആരാധിക്കുകയും ചെയ്യണം. ഹിന്ദുരാഷ്ട്രത്തെ വാനോളം പുകഴ്ത്തുന്നതൊഴിച്ച് വേറെ ഒരു ചിന്ത അവർ സ്വീകരിക്കാൻ പാടില്ല. തങ്ങളുടെതായ അടയാളമായ പ്രത്യേകതകളെയെല്ലാം മാറ്റിനിർത്തി, ഹിന്ദു വംശീയരുടെ കൂടെ സംഗമിക്കുകയോ അല്ലെങ്കിൽ യാതൊരു പ്രതീക്ഷയും പുലർത്താതെ ഒരു അവകാശവും ഉന്നയിക്കാതെ, മുൻഗണനയോടുള്ള ഇളവുകൾ ഒന്നും ചോദിക്കാതെ, കേവലം, ഒരു പ്രജ എന്ന രീതിയിലുള്ള അവകാശങ്ങൾ പോലും ചോദിക്കാതെ ഹിന്ദുരാഷ്ട്രത്തിന് പൂർണ്ണമായ അനുസരണയോടെ ഈ രാജ്യത്ത് ജീവിക്കാം. അല്ലെങ്കിൽ രാജ്യത്തു നിന്ന് പുറത്തുപോകാം.'

അതേ പുസ്തകത്തിൽ തന്നെ, 'അവർ ഹിന്ദുമതം അല്ലാത്ത അന്യമതത്തെ കൈവെടിയാത്ത പക്ഷം ഈ രാജ്യത്തിന് പൂർണ്ണമായും അടിമകളായി ജീവിച്ചുകൊള്ളാം. ഏതൊരു അവകാശവും അവർ പ്രതീക്ഷിക്കാൻ പാടില്ല. ഇന്ത്യൻ പ്രജയെന്ന അവകാശം പോലും അവർ പ്രതീക്ഷിച്ചുകൂട' എന്ന് ഗോൾവാൾക്കർ വ്യക്തമായി പറയുന്നു.

സവർക്കർ 1937 ൽ അഹമ്മദാബാദ് ഹിന്ദുമഹാസഭ യോഗത്തിൽ സംസാരിച്ചത് ഇങ്ങനെയാണ്, 'ഇന്ത്യയിൽ രണ്ട് വൈരുദ്ധ്യങ്ങൾ നിറഞ്ഞ രാജ്യങ്ങൾ അടുത്തടുത്തായി ജീവിക്കുകയാണ്. ഈ രണ്ടു രാജ്യങ്ങളും ഒന്നായിച്ചേർന്ന് ഒരു രാജ്യമായി ഐക്യപ്പെടുത്താൻ കഴിയുമെന്ന് കൊച്ചുകുട്ടികളെപ്പോലെ ചില രാഷ്ട്രീയക്കാർ കരുതുന്നു അതൊരു വലിയ തെറ്റാണ്.'

ഇവിടെ അദ്ദേഹം രാജ്യമെന്ന് പറയുന്നത് ഹിന്ദുക്കളെയും മുസ്ലീങ്ങളെയും ആണ്. മതാടിസ്ഥാനത്തിൽ വിഭജിച്ച് കാണുന്നതിൽ സവർക്കർക്കും ജിന്നയ്ക്കും ഒരേ അഭിപ്രായമാണ് ഉണ്ടായിരുന്നതെന്ന് ഡോക്ടർ അംബേദ്കർ ചൂണ്ടിക്കാണിക്കുന്നുണ്ട്. ഒരു രാജ്യമാണോ രണ്ട് രാജ്യമാണോ എന്നതിനെപ്പറ്റി സവർക്കറും ജിന്നയും ഒരേ അഭിപ്രായത്തിൽ യോജിച്ചു നിൽക്കുകയാണ്. ഇരുവരും സ്വീകരിക്കുന്ന, ശക്തമായ രീതിയിൽ പറഞ്ഞുവന്നിരുന്ന അഭിപ്രായം എന്തെന്നാൽ ഇന്ത്യയിൽ രണ്ട് രാജ്യങ്ങൾ ഉണ്ട് എന്നതാണ്. ഒന്ന് ഹിന്ദു രാഷ്ട്രം മറ്റൊന്ന് മുസ്ലീം രാഷ്ട്രം എന്നതാണത്.

ബ്രിട്ടീഷ് ആധിപത്യം ഉണ്ടായിരുന്ന കാലത്തെ ഇതുപോലുള്ള അഭിപ്രായങ്ങളെ ആർ എസ് എസ് ആചാര്യന്മാർ പറഞ്ഞുനടന്നതിനുള്ള കാരണം എന്താണെന്നാൽ ബ്രിട്ടീഷ് ആധിപത്യത്തിന്റെ വിഭജന രാഷ്ട്രീയത്തിന് സഹായിക്കുക എന്ന ലക്ഷ്യത്തിനാണ്. വേറൊരു കാരണം വിദ്വേഷ രാഷ്ട്രീയംകൊണ്ട് കിട്ടാവുന്ന ദീർഘകാല ഫലങ്ങൾ.

ബ്രിട്ടീഷ് കൊളോണിയൽ ആധിപത്യകാലത്ത് ആർ എസ് എസിന്റെ രാഷ്ട്രീയത്തിന് ജനങ്ങൾക്കിടയിൽ സ്വാധീനം ലഭിച്ചില്ല. സത്യത്തിൽ സ്വാതന്ത്ര്യ സമരകാലത്ത് മത വൈരുദ്ധ്യങ്ങൾ ഒട്ടുംതന്നെ ഇല്ലാത്ത ഐക്യം നിലനിന്നിരുന്നു.

1857 ൽ നടന്ന ഒന്നാം സ്വാതന്ത്ര്യ സമരത്തിന് മുമ്പുതന്നെ, 1800–01 കാലത്ത് ദക്ഷിണേന്ത്യയിൽ നടന്ന യുദ്ധങ്ങളും, 1806 ൽ നടന്ന വേലൂർ പ്രക്ഷോഭവും വളരെ പ്രധാനപ്പെട്ടവയാണ്. മേൽപ്പറഞ്ഞ എല്ലാ യുദ്ധങ്ങളിലും ഹിന്ദു–മുസ്ലീം ജനത ഐക്യത്തോടെയാണ് സമരഭൂമിയിൽ നിന്നിരുന്നത്. 1801–ജൂൺ 16 ന്, മരുത് സഹോദരങ്ങളിൽ ഒരാളായ ചിന്ന മരുത്, സുപ്രസിദ്ധമായ തന്റെ 'തിരുച്ചി പ്രഖ്യാപനം' പ്രഖ്യാപിക്കുന്നത്. ഇത് തിരുച്ചിറാപ്പള്ളിയിലെ നവാബിന്റെ കൊട്ടാരത്തിലും ശ്രീരംഗം ക്ഷേത്രത്തിന്റെ വാതിലിലും പരസ്യമായി ഒട്ടിച്ചിരുന്നു.

പല ജാതികൾ, പ്രദേശങ്ങൾ, ബ്രാഹ്മണർ, ക്ഷത്രിയർ, ശൂദ്രർ, മുസ്ലീം എന്നീ എല്ലാവർക്കുമായി അറിയിച്ചുകൊള്ളുന്നു എന്ന്

തുടങ്ങുന്ന ആ അറിയിപ്പിൽ എല്ലാവരും ബ്രിട്ടീഷുകാരെ ഓടിക്കാൻ മുന്നിട്ടിറങ്ങണം എന്ന അഭ്യർത്ഥന ഉണ്ടായിരുന്നു. ബ്രിട്ടീഷുകാർ പുറത്താക്കപ്പെട്ടതിനു ശേഷം, അവർ തട്ടിപ്പറിച്ചെടുത്ത ഭരണത്തെ മുഹമ്മദ് അലി നവാബ് ഉൾപ്പെടെയുള്ള എല്ലാവർക്കും തിരികെ നൽകുന്നതാണ് എന്നും അറിയിപ്പിൽ വാഗ്ദാനം ചെയ്യപ്പെട്ടിരുന്നു.

മരുത് സഹോദരങ്ങളുടെ സമരം തോൽവിയിൽ കലാശിച്ചതോടെ അവരോടൊപ്പം നാടുകടത്തപ്പെട്ടവരിൽ ഷേക്ക് ഹുസൈൻ പോലുള്ള മുസ്ലീങ്ങളും ഉണ്ടായിരുന്നു.

1806–ാം വർഷം വേലൂർ ജയിലിൽ നടന്ന കലാപത്തിൽ ജയിൽ തടങ്കലിലായിരുന്ന ടിപ്പു സുൽത്താന്റെ മക്കളും പങ്കെടുത്തിരുന്നു. ആ കലാപം വിജയിച്ചാൽ മൈസൂറിനു ടിപ്പുവിന്റെ മകനെ രാജാവാക്കുവാനും ഹൈദരാബാദ് നിസാമിന് വീണ്ടും ഭരണാവകാശം നൽകാനും തീരുമാനിക്കപ്പെട്ടു.

ഹിന്ദുത്വ രാഷ്ട്രീയം സ്വീകരിക്കുന്നതിന് മുമ്പേ സവർക്കർ സ്വാതന്ത്ര്യ സമരത്തിൽ പങ്കെടുത്തിരുന്നു എന്നത് നമുക്കറിയാം. ആ സമയത്ത് അദ്ദേഹം *ഒന്നാം ഇന്ത്യൻ സ്വാതന്ത്ര്യ സമരം* എന്ന പുസ്തകം എഴുതി. ആ പുസ്തകത്തെ മംഗൾ പാണ്ഡെ, ഝാൻസി റാണി ലക്ഷ്മിഭായ്, നാനാസാഹിബ് എന്നിവർക്കൊപ്പം മൗലവി അഹമ്മദ് ഷാ അസിമുല്ലാഖാൻ, താന്തിയോ തോപ്പി, ബഹദുർ ഷാ ജാഫർ, ബീഗം ജീനത്ത് മഹാൽ മുതലായവർക്കും അർപ്പിക്കുകയായിരുന്നു. ഹിന്ദു മുസ്ലീം ഐക്യമുണ്ടാക്കാൻ നാനാസാഹിബ്, അസിമുല്ലാഖാൻ എന്നിവർ നടപ്പിലാക്കിയ ചിന്തകളെ സവർക്കർ അഭിനന്ദിക്കുന്നുമുണ്ട്. അതുപോലെതന്നെ ആഗ്ര, കാൺപൂർ എന്നീ സ്ഥലങ്ങളിൽ യുദ്ധം നടത്തിയ അഹമത് ഷാ, ജഗദീഷ് പൂരിൽ യുദ്ധം നടത്തിയ കുൻവാർ സിങ് എന്നിവരെയും സവർക്കർ അഭിനന്ദിക്കുന്നു.

എല്ലാ ജാതി മതങ്ങളിൽ പെട്ട മൗലവികൾ, പണ്ഡിറ്റുകൾ, ജമീന്ദാരികൾ, കർഷകർ അഭിഭാഷകർ, വിദ്യാർത്ഥികൾ തുടങ്ങി എല്ലാ വിഭാഗക്കാരും സ്വാതന്ത്ര്യത്തിനുവേണ്ടി തങ്ങളുടെ ജീവൻ ബലിയർപ്പിക്കാൻ പോലും സന്നദ്ധരായിരുന്നു എന്ന് സവർക്കർ തന്റെ മേൽപ്പറഞ്ഞ ആ പുസ്തകത്തിൽ പറയുന്നുണ്ട്.

ഇപ്പോൾ ഹിന്ദു മുസ്ലീം ഏറ്റുമുട്ടലിന്റെ അടയാളമായി അറിയപ്പെടുന്ന അയോദ്ധ്യയിൽ ഒന്നാം സ്വാതന്ത്ര്യ സമരസമയത്ത് മതസൗഹാർദ്ദം ഉയർന്നു നിൽക്കുന്ന സ്ഥിതിയാണ് ഉണ്ടായിരുന്നത്.

ബ്രിട്ടീഷ് സേനകൾക്കെതിരായി നടന്ന യുദ്ധത്തിൽ ഹനുമാൻ ക്ഷേത്രത്തിന്റെ ഭാരവാഹി ബാബ രാംചരൺ താക്കും മൗലാന അമീർ അലിയും ഇന്ത്യൻ സേനയ്ക്ക് നേതൃത്വം നൽകി പല സ്ഥലങ്ങളിൽ നടന്ന യുദ്ധത്തിൽ വിജയിക്കുകയും ചെയ്തു. എങ്കിലും അവസാനം അവർ ഇരുവരും ബ്രിട്ടീഷുകാരുടെ പിടിയിലായി. കുബീർ ഡീല എന്ന സ്ഥലത്തിൽ ഇരുവരും ഒരേ മരത്തിൽ ഒരേസമയം തൂക്കി കൊല്ലപ്പെട്ടു.

അതേപോലെ മറ്റൊരു സേനയ്ക്ക് അക്സൽ ഖാൻ എന്ന മുസ്ലീമും ശംഭു പ്രസാദ് ശുക്ല എന്ന ഹിന്ദുവും നേതൃത്വം നൽകി. ഇവരുടെ വിദഗ്ധമായ യുദ്ധതന്ത്രം കാരണം ബ്രിട്ടീഷുകാർക്ക് വലിയ നഷ്ടങ്ങളാണ് ഉണ്ടായത്. അതിൽ കോപാകുലരായ ബ്രിട്ടീഷുകാർ അവരെ തടവിലാക്കി പരസ്യമായി ഹിംസിച്ച് തല ഛേദിച്ച് കൊന്ന് ശിക്ഷ നടപ്പിലാക്കുകയായിരുന്നു.

ഒന്നാം സ്വാതന്ത്ര്യ സമരത്തിന്റെ ചരിത്രം എഴുതിയ അതേ സവർക്കർ, ബ്രിട്ടീഷ് ഭരണാധികാരികൾക്ക് എഴുതിയ മാപ്പ് അപേക്ഷകളും വളരെയേറെ പ്രാധാന്യമുള്ളതാണ്. വാജ്പേയും 'ക്വിറ്റിന്ത്യാ' സമരത്തിൽ പങ്കെടുത്തതിന് അറസ്റ്റിലായപ്പോൾ, 'ഞാൻ ആ സമരത്തെ കണ്ടുനിന്ന ആളാണ്. ഞാൻ അതിൽ പങ്കെടുത്തിട്ടില്ല' എന്ന് മാപ്പ് എഴുതിക്കൊടുത്തു ജയിൽ മോചിതനായി. സ്വാതന്ത്ര്യസമര കാലത്ത് ആർ എസ് എസിന്റെ പ്രവർത്തനങ്ങൾ ഒട്ടുമിക്കതും സമരത്തെ ഒറ്റുകൊടുക്കുന്നവയായിരുന്നു.

ഈ രാഷ്ട്രീയ നടപടിയാണ് രാജ്യത്തിന്റെ വിഭജനത്തിനും, വിഭജന സമയത്ത് നടന്ന കലാപങ്ങൾക്കും പശ്ചാത്തലമായത്. അതേ രാഷ്ട്രീയം തന്നെയാണ് സ്വതന്ത്ര ഇന്ത്യയുടെ ഭരണഘടനയായി *മനുസ്മൃതി*യെ പരിഗണിക്കണമെന്ന് പറഞ്ഞത്. അതു മുഖേന സ്ത്രീകളെയും ശൂദ്രരെയും സാമൂഹിക വ്യവസ്ഥയിൽ തരംതാഴ്ത്താൻ ആഗ്രഹിച്ചു. മതേതര രാഷ്ട്രീയത്തെയും മതസൗഹാർദ്ദത്തെയും മൃഗീയമായി എതിർത്തതോടെ മഹാത്മാഗാന്ധിജിയുടെ വധംവരെയുള്ള പല അക്രമ പ്രവർത്തനങ്ങൾക്കും അടിസ്ഥാനമായി.

മുകളിൽ പറഞ്ഞ അടിസ്ഥാനത്തിൽ ന്യൂനപക്ഷ ജനതയുടെ പൗരത്വ അവകാശത്തെ രണ്ടാം തരത്തിലേക്ക് താഴ്ത്താനുള്ള ശ്രമങ്ങൾ ബി ജെ പി ഇപ്പോഴും ചെയ്യുന്നുണ്ട്. ഇന്ത്യാ രാജ്യത്തിലെ പൗരത്വത്തെ തീരുമാനിക്കുന്ന ഘടകമായി മതവിശ്വാസത്തെ തിരുകിക്കയറ്റാനുള്ള ശ്രമം പൗരത്വ നിയമ പരിഷ്കാരങ്ങൾ വഴി ആരംഭിച്ചു. അതോടൊപ്പം തന്നെ ആരംഭിക്കുവാൻ ശ്രമിച്ച ജനസംഖ്യ കണക്കെടുപ്പ്, എൻ ആർ സി നടപടികൾ, മത അടിസ്ഥാനത്തിൽ ജനങ്ങളെ തരംതിരിച്ച് ഒരു വിഭാഗം ജനങ്ങളെ തരംതാഴ്ത്തി കാട്ടുന്ന ശ്രമത്തിന്റെ തുടക്കമായും മാറുകയുണ്ടായി.

പൗരത്വം നിഷേധിക്കപ്പെട്ട ജനങ്ങളെ ക്യാമ്പുകളിൽ തടവിലാക്കുന്ന നടപടിയെയും കേന്ദ്രസർക്കാരിന്റെ ആഭ്യന്തരവകുപ്പ് നടത്താൻ തുടങ്ങി. ഇപ്പോൾ പല സംസ്ഥാനങ്ങളിൽ പൗരത്വവും ഇല്ലാത്തവർക്കുള്ള ക്യാമ്പുകൾ രൂപീകരിക്കപ്പെട്ട് കഴിഞ്ഞു.

ഇങ്ങനെ സ്വാതന്ത്ര്യ സമരത്തെ ഒറ്റുകൊടുത്ത ശക്തികൾ സ്വതന്ത്ര ഇന്ത്യയെയും അതിന്റെ ജനാധിപത്യ അസ്തിവാരത്തെയും തകർക്കാൻ ശ്രമിക്കുകയാണ്.

മനുസ്മൃതിയെ ആഘോഷിക്കുന്ന ആർ എസ് എസ്

മനുസ്മൃതിയെ രാജ്യത്തിന്റെ ഭരണഘടനയാക്കണം എന്ന അഭിപ്രായത്തെ ആർ എസ് എസ് ശക്തമായി പറയുകയുണ്ടായി.

ലോകത്ത് ഒരു രാജ്യത്തും ഇല്ലാത്ത രീതിയിൽ ചാതുർവർണ്ണ്യ അടിസ്ഥാനത്തിലുള്ള, ജാതീയ ശ്രേണി ഇന്ത്യയിൽ 3500 വർഷക്കാലമായി പ്രാബല്യത്തിലുള്ള ഒന്നാണ്. ബ്രഹ്മാവിന്റെ മുഖത്തുനിന്ന് ബ്രാഹ്മണനും ഭുജത്തിൽ നിന്ന് ക്ഷത്രിയനും തുടയിൽ നിന്ന് വൈശ്യനും പാദത്തിൽ നിന്ന് ശൂദ്രനും ജനിച്ചതായി മനു ശാസ്ത്രത്തിന്റെ 35-ാം അദ്ധ്യായം പറയുന്നുണ്ട്. അഞ്ചാം വകയിൽപ്പെട്ട പഞ്ചമർ (ദളിതുകൾ) ബ്രഹ്മാവിനാൽ ശപിക്കപ്പെട്ട ചണ്ഡാളരായി സൃഷ്ടിക്കപ്പെട്ടു എന്നും മനുശാസ്ത്രം പറയുന്നുണ്ട്. ജനനം മുതൽ മരണം വരെ മനുഷ്യ ജീവിതത്തിൽ എണ്ണമറ്റ ആചാരങ്ങളെയും കർമ്മങ്ങളെയും കടമകളെയും മനുശാസ്ത്രത്തിൽ വിവരിച്ചു പറഞ്ഞിട്ടുണ്ട്.

ബ്രാഹ്മണർ, ക്ഷത്രിയൻ, വൈശ്യർ എന്നീ മൂന്നു വർണ്ണക്കാർക്കും, അവരുടെ ഇഷ്ടമനുസരിച്ച് സേവനം ചെയ്യേണ്ടത് ശൂദ്രർക്ക് മനു പറഞ്ഞിരിക്കുന്ന കടമയാണ്. അവർ മൂന്നുപേരും തങ്ങൾ കഴിച്ച ആഹാര അവശിഷ്ടങ്ങൾ, തങ്ങളുടെ പഴയ വസ്ത്രങ്ങൾ, വീട്ടിൽ വെറുതെയുള്ള ധാന്യങ്ങൾ, ഉപയോഗ യോഗ്യമല്ലാത്ത പാത്രങ്ങൾ മുതലായവ കൊടുക്കണമെന്ന് മനു പറയുന്നു.

ശൂദ്രർ വേദപുസ്തകങ്ങൾ വായിക്കാൻ പാടില്ല. ബ്രാഹ്മണർക്ക് സേവനം ചെയ്യുന്നതിനാണ് ശൂദ്രർ സൃഷ്ടിക്കപ്പെട്ടത്. ബ്രാഹ്മണർക്ക് അവരെക്കൊണ്ട് ജോലി ചെയ്യിപ്പിക്കാം. ചെയ്ത ജോലിക്ക് ശമ്പളം കൊടുക്കുകയോ കൊടുക്കാതിരിക്കുകയോ ചെയ്യാം. ജനനാടിസ്ഥാനത്തിലാണ് ഒരാൾ ഉയർന്നവനെന്നോ താഴ്ന്നവനെന്നോ തീരുമാനിക്ക

പ്പെടുന്നതെന്ന് മനു പറയുന്നു. ചാതുർവർണ്ണ്യ സമൂഹത്തിന് ആവശ്യ മായ, പക്ഷേ, തരംതാഴ്ന്നതെന്ന് കരുതപ്പെടുന്ന ജോലികൾ ചെയ്യാനാണ് ചണ്ഡാളർ എന്ന അഞ്ചാം വിഭാഗക്കാരെ ബ്രഹ്മാവ് സൃഷ്ടിച്ചതെന്ന് മനു പറയുന്നു.

ആ മനുവിന്റെ അടിസ്ഥാനത്തിലാണ് അവരുടെ കുലത്തൊഴിലി നനുസരിച്ച്, അവരെ ഉയർന്നതായും താഴ്ന്നതായും, നിന്ദിക്കപ്പെട്ടതായും പവിത്രതയാർന്നതായുമുള്ള വിവേചനങ്ങൾ കൽപ്പിക്കപ്പെട്ടത്. ഇങ്ങനെ യാണ് ജാതീയ ശ്രേണികൾ നടപ്പിലാക്കപ്പെട്ട് അതിലൂടെ ചൂഷണങ്ങൾ സൃഷ്ടിക്കപ്പെട്ടത്.

ജാതീയ ശ്രേണി എന്ന സംവിധാനത്തിലൂടെ ശൂദ്രർ കടുത്ത സാമ്പത്തിക ചൂഷണങ്ങൾക്ക് വിധേയരാക്കപ്പെട്ടതോടെ വിദ്യാഭ്യാസം, കലാസാംസ്കാരിക രംഗം എന്നിവയുടെ വാതിലിന് അടുത്തുപോലും നിന്ന് നോക്കാൻ പാടില്ല എന്ന ചൂഷണപരമായ വിലക്ക് അവർക്ക് ഏർപ്പെടുത്തപ്പെട്ടു.

ഇന്ത്യൻ സമൂഹത്തിൽ ശൂദ്രരും ദളിതരും വിദ്യാഭ്യാസത്തിൽ ദീർഘകാലമായി പിന്നിലായിരുന്നതിന് ഇതുതന്നെയാണ് കാരണം.

ബ്രാഹ്മണന് നിധി കിട്ടിയാൽ അതു മുഴുവനും അവന്റെതാണ്. രാജാവിന് നിധി കിട്ടിയാൽ അർദ്ധഭാഗം താൻ എടുത്തിട്ട് ബാക്കി ബ്രാഹ്മ ണന് കൊടുക്കണമെന്ന് *മനുസ്മൃതി* പറയുന്നു. ഈ *മനുസ്മൃതി*യെ യാണ് മനുധർമ്മം എന്ന് പറയുന്നത്. സത്യത്തിൽ ഇത് മനു ധർമ്മമല്ല; മനു അധർമ്മമാണ്.

സ്ത്രീയടിമത്തം

*മനുസ്മൃതി*യുടെ മറ്റൊരു പ്രധാന ആവശ്യമായുള്ളത് സ്ത്രീ യടിമത്ത സിദ്ധാന്തമാണ്. 'ബാല്യകാലത്ത് അച്ഛനും കൗമാരത്തിൽ ഭർ ത്താവും വാർദ്ധക്യകാലത്ത് പുത്രരും സ്ത്രീകൾക്ക് കാവലാകണം. ഏതു പ്രായക്കാരായാലും സ്ത്രീകൾ സ്വന്തം അഭിപ്രായത്തിൽ പ്രവർ ത്തിക്കാൻ പാടില്ല. പുനർവിവാഹം ചെയ്യാത്ത സ്ത്രീകളാണ് പതിവ്രത ത്വമുള്ളവർ. പതിവ്രതയായ സ്ത്രീക്ക് ഭർത്താവാണ് ദൈവം. ഭർത്താവ് ദുർസ്വഭാവമുള്ള ആളാണെങ്കിലും, സ്ത്രീ അയാളെ ദൈവമായി പൂജി ക്കണം' എന്ന രീതിയിലുള്ള നടപടിക്രമങ്ങൾ പറഞ്ഞ് സ്ത്രീകളെ അടി മയായി നടത്തുന്നതിന് മനു ന്യായീകരിക്കുന്നു.

മനുസ്മൃതി എന്നത് ഒരു പവിത്രമായ പുസ്തകം അല്ല. അതു പറ യുന്നത് ധർമ്മവും അല്ല. വർഗ്ഗ ആധിപത്യത്തെ, ജാതീയ ആധിപ ത്യത്തെ ന്യായീകരിക്കുന്ന അധർമ്മപുസ്തകമാണത്. ഇങ്ങനെയുള്ള *മനുസ്മൃതി*യെയാണ് ഗോൾവാൾക്കർ 1939-ാം വർഷം എഴുതിയ പുസ്തകത്തിൽ പുകഴ്ത്തി പറയുന്നത്.

മനു ലോകത്തിന്റെ ആദ്യത്തെ വലിയ നിയമോപദേഷ്ടാവാണ്. അദ്ദേഹം തന്റെ *മനുസ്മൃതി*യിൽ, ലോകമെമ്പാടുമുള്ള എല്ലാ ജനങ്ങളും

ഹിന്ദുസ്ഥാനിൽ ചെന്ന് അവിടെയുള്ള, ആദ്യം ജനിച്ച ബ്രാഹ്മണരുടെ പവിത്രമായ കാലിൽ വീണു തൊഴുത് തങ്ങളുടെ കടമ എന്താണെന്ന് പഠിച്ച് വ്യക്തത വരുത്തണമെന്ന് പറയുന്നു.

ഈ *മനുസ്മൃതി*യെയാണ് ഭരണഘടന ആക്കണമെന്ന് ആർ എസ് എസ് പറയുന്നത്. മാത്രമല്ല സംഘപരിവാർ സംഘടനകളിൽ ഒന്നായ വിശ്വഹിന്ദു പരിഷത്ത്, 1992 ൽ മധുരയിൽ നടത്തിയ അവരുടെ സമ്മേളനത്തിൽ ഇ കെ എസ് ചൗദ്രി, 'കാലാകാലങ്ങളായി മനുഷ്യരാശി മുഴുവനെയും അതിന്റെ ആവശ്യങ്ങളെപ്പറ്റിയും നിരീക്ഷിച്ച മനു, മനുധർമ്മത്തെ സൃഷ്ടിച്ചു. *മനുസ്മൃതി* എല്ലാക്കാലത്തിനും എല്ലാ മനുഷ്യർക്കും ചേരുന്ന ഒന്നാണ്' എന്ന് പുകഴ്ത്തി പറയുകയുണ്ടായി. അദ്ദേഹം ഉത്തർപ്രദേശ് സംസ്ഥാന അഡ്വക്കേറ്റ് ജനറലായി പ്രവർത്തിച്ച ആളാണ്.

ഭരണഘടന രൂപീകൃത കമ്മിറ്റിയുടെ അധ്യക്ഷനായിരുന്ന ഡോക്ടർ അംബേദ്കർ, ഇന്ത്യയുടെ പ്രഥമ പ്രധാനമന്ത്രി പണ്ഡിറ്റ് ജവാഹർലാൽ നെഹ്റു, ഭരണഘടന അസംബ്ലിയിൽ അംഗമായിരുന്നവരിൽ ഭൂരിഭാഗം അംഗങ്ങൾ എന്നിവർ *മനുസ്മൃതി*യെ നിരസിക്കുകയാണ് ഉണ്ടായത്. ഇന്ത്യ സ്വീകരിച്ച പുതിയ ഭരണഘടനയുടെ അടിസ്ഥാനത്തിൽ തൊട്ടുകൂടായ്മ എന്ന അതിക്രമം ഇല്ലാതാക്കപ്പെട്ടു. തൊട്ടുകൂടായ്മയെ നിരോധിച്ചുകൊണ്ട് ഭരണഘടനയിൽ ഒരു പ്രത്യേക വകുപ്പ് രൂപീകരിച്ചു.

കഴിഞ്ഞ നൂറ്റാണ്ടുകളായി, പ്രത്യേകിച്ചും ഇരുപതാം നൂറ്റാണ്ടിൽ *മനുസ്മൃതി* പറയുന്ന ജാതീയ വിവേചനം, ക്രൂരതയാർന്ന ജാതീയ അതിക്രമങ്ങൾ എന്നിവകളിൽ കുറേയധികം മാറ്റങ്ങൾ ഉണ്ടായിരിക്കുകയാണ്. എങ്കിലും ഇപ്പോഴും ജാതീയ അതിക്രമങ്ങൾ പല രീതികളിലും തമിഴ്നാട് ഉൾപ്പെടെ രാജ്യമെങ്ങും നിലനിന്നു വരികയാണ്.

ജാതീയ അതിക്രമങ്ങളെ എതിർത്തും, ജാതിയെ ഉന്മൂലനം ചെയ്യാനും, പലരും പോരാടിയിട്ടുണ്ട്. ഇപ്പോഴും പോരാട്ടം നടത്തിവരികയാണ്. ഗൗതമബുദ്ധൻ ജാതിയെ എതിർത്തു.

'ഇറച്ചി തോൽ എലുമ്പിലേ ഇലക്കമിട്ടു ഇരുക്കുതോ?' (മാംസം, തോൽ, എല്ല് മുതലായവകളിൽ ജാതി എഴുതി കുറിച്ചിട്ടുണ്ടോ?) എന്ന് ശക്തമായ ചോദ്യങ്ങളാണ് സിദ്ധന്മാർ ഉന്നയിച്ചത്. 'ജാതി എന്നോ മതം എന്നോ മതധർമ്മം എന്നോ ആചാരങ്ങൾ എന്നോ വംശീയ തർക്കങ്ങൾ എന്നോ ഉള്ള പ്രശ്നങ്ങളിൽ അഭിമാനംകൊണ്ട് അലയുന്നവരെ, ഇത് കാരണം നിങ്ങൾ നശിക്കുന്നത് നല്ലതല്ല' എന്ന കവിതയുടെ വാക്കുകൾ ജാതിമത വിവേചനങ്ങളെ ഇല്ലാതാക്കാൻ ശക്തമായ നിലപാട് കൊണ്ടിരുന്ന രാമലിംഗ അടികൾ എഴുതിയതാണിത്.

ജാതീയ സിദ്ധാന്തം

ഡോക്ടർ അംബേദ്കർ തൊട്ടുകൂടായ്മയെ എതിർക്കാനും ജാതിയെ ഉന്മൂലനം ചെയ്യാനും തന്റെ ജീവിതം തന്നെ മാറ്റിവെച്ച ആളാണ്.

*മനുസ്മൃതി*യെ പറ്റി ക്ഷുഭിതനായ അദ്ദേഹം എഴുതിയത് ഇവിടെ പറയുന്നത് ഉചിതമായിരിക്കും.

> അദ്ദേഹം (മനു) അഹങ്കാരം നിറഞ്ഞ ആളായും, അദ്ദേഹത്തിന്റെ സിദ്ധാന്തങ്ങളെ അംഗീകരിക്കുന്ന മനുഷ്യർ, നാം അറിയുന്ന മനുഷ്യസമൂഹത്തിൽനിന്നും വ്യത്യസ്തമായവരായും ഇരുന്നിട്ടുണ്ടാവണം. ജാതീയതയ്ക്കുവേണ്ടി ഒരു നിയമം ഉണ്ടാക്കാൻ ഒരാൾ മുതിർന്നു എന്നതുതന്നെ സങ്കൽപ്പിക്കാൻപോലും പറ്റാത്ത ഒന്നാണ്. ഒരു വർഗ്ഗത്തെ മുകളിൽ കയറ്റാൻ മറ്റൊരു സമൂഹത്തിലെ ജനങ്ങളെ മൃഗങ്ങളെക്കാൾ മോശം അവസ്ഥയിലേക്ക് തന്റെ നാരായംകൊണ്ട് താഴ്ത്തിക്കെട്ടിയ മനു എന്ന ആൾ, എല്ലാ ജനങ്ങളെയും അടിച്ചമർത്തി ഭരണം നടത്തുന്ന സ്വേച്ഛാധിപതിയായിരുന്നാൽ അല്ലാതെ, ഈ അധർമ്മമായ രീതിയിലുള്ള നിയമം നടപ്പിലാക്കുന്നതിന് അനുവദിക്കാൻ കഴിയില്ല.
>
> ഞാൻ മനുവിനെ കടുത്ത ഭാഷയിൽ വിമർശിക്കുന്നതായി തോന്നാം. ഈ മനുഷ്യന്റെ പ്രേതത്തെ എതിർത്ത് കൊല്ലാനുള്ളത്ര ശക്തി എനിക്കില്ല എന്ന് ഞാൻ പറയും. മനു ജീവിച്ച കാലത്തിന് ഒരുപാട് മുമ്പുതന്നെ ജാതി ഉണ്ടായിരുന്നു. പക്ഷേ, അദ്ദേഹം ജാതീയത നല്ലതാണെന്ന് പറഞ്ഞ് അതിനായി ഒരു സിദ്ധാന്തം ഉണ്ടാക്കി ജാതീയതയെ നിലനിർത്തുന്ന പണിയാണ് ചെയ്തിരിക്കുന്നത്.

ഹിന്ദുമതത്തിന്റെ ഘടനതന്നെ പല ജാതികളെ ഉൾക്കൊണ്ട ഒന്നാണ്. ഹിന്ദുമതത്തിന്റെ ഭാഗമായിരുന്നുകൊണ്ട് ജാതികളെ ഉന്മൂലനം ചെയ്യാൻ കഴിയില്ല എന്ന തീരുമാനത്തിൽ എത്തിയ അദ്ദേഹം, ബുദ്ധമതത്തിൽ ചേരുകയുണ്ടായി.

1956 ഒക്ടോബർ 14 ന്, നാഗ്പൂരിൽ 35 ലക്ഷം ദളിത് ജനതയെ സംഘടിപ്പിക്കുകയും ഹിന്ദുമതത്തിൽ നിന്ന് സ്വയം പുറത്തുവന്നു ബുദ്ധമതത്തിൽ ചേരുകയും ചെയ്ത പടുകൂറ്റൻ പരിപാടി നടത്തുകയായിരുന്നു. ആ പരിപാടി നടക്കുന്നതിനുമുമ്പ് തന്നെ പെരിയാറെ ബന്ധപ്പെട്ട് 'ഹിന്ദു മതത്തിൽ നിന്ന് ഞാൻ സ്വയം പുറത്തു പോവുകയാണ്' എന്ന് ഒരു പ്രസ്താവന നൽകാൻ ആവശ്യപ്പെട്ടു. അതിന് തന്നെ പെരിയാർ താൻ ദൈവവിശ്വാസവും മതവിശ്വാസവും ഇല്ലാത്ത ആളാണെന്നും, എന്നാൽ താൻ മതത്തിൽ നിന്ന് പുറത്ത് പോകുന്നതായി പ്രഖ്യാപിച്ചാൽ, മതത്തെ വിമർശിക്കാനുള്ള അവകാശം ഇല്ലാതാകും എന്ന് മറുപടി പറയുകയുണ്ടായി.

ബുദ്ധമതത്തെ സ്വീകരിക്കുന്നത് മുഖേന ജാതിയെ ഉന്മൂലനം ചെയ്യാൻ കഴിയുമെന്ന അംബേദ്കറുടെ ശ്രമം വിജയിക്കുകയുണ്ടായില്ല, എങ്കിലും തൊട്ടുകൂടായ്മ എന്ന അതിക്രമത്തിനെതിരെയും ദലിത് ജന

തയുടെ വിമോചനത്തിനും ഡോക്ടർ അംബേദ്കർ നടത്തിയ സമരവും അദ്ദേഹത്തിന്റെ പങ്കും മഹത്തായതാണ്.

എന്നാൽ ഇപ്പോൾ ആർ എസ് എസ് ഇക്കാലമത്രയും ചെയ്ത സമരങ്ങൾക്ക് കിട്ടിയ വിജയത്തിനെതിരായി രാജ്യത്തെ പിന്നോട്ടടിക്കാൻ ശ്രമിക്കുകയാണ്. *മനുസ്മൃതി*യുടെ അടിസ്ഥാനപരമായ ഘടകങ്ങളെ സമൂഹത്തിൽ വീണ്ടും ശക്തിപ്പെടുത്താൻ ശ്രമിച്ചുവരികയാണ്. *മനുസ്മൃതി* ശക്തി പ്രാപിച്ചാൽ മാനവധർമ്മം മരിക്കും.

ജാതീയ അതിക്രമങ്ങൾക്ക് എതിരെ!

കുടി അരസു വാരികയിൽ *സമധർമ്മ അറിക്കൈ* എന്നപേരിൽ *കമ്യൂണിസ്റ്റ് മാനിഫെസ്റ്റോ*യെ തമിഴിൽ പരിഭാഷപ്പെടുത്തി തന്നെ പെരിയാർ പ്രസിദ്ധീകരിച്ചു.

അതിന് അദ്ദേഹം എഴുതിയ മുഖവുരയിൽ ലോകത്ത് സമധർമ്മ ചിന്താഗതിക്ക് വിരോധമായ രീതിയിലുള്ള അഭിപ്രായങ്ങളിൽ മറ്റു രാജ്യങ്ങൾക്കും ഇന്ത്യക്കും ഒരു പ്രധാനപ്പെട്ട വൈരുദ്ധ്യമുണ്ട്. അത് എന്തെന്നാൽ ഉയർന്ന ജാതി താഴ്ന്ന ജാതി എന്ന ഒരു ഘടകം കൂടി ഉണ്ട് എന്നതും അത് പ്രഥമ വിഷയമായി ഉള്ളതുകൊണ്ടും, പണമുള്ള വൻ-പാവപ്പെട്ടവൻ സിദ്ധാന്തത്തിന് ഒരു കോട്ടയെപ്പോലെ ഇരുന്ന് കാത്തുസൂക്ഷിച്ച് വരികയാണ് (*കുടി അരസു* 04.10.1931).

മുതലാളിത്ത നില പ്രഭുത്വ സാമ്പത്തിക സംവിധാനവും ജാതീയ ഘടനയും ഒന്നിനൊന്ന് കൂടിക്കുഴഞ്ഞു കിടക്കുകയാണ് എന്ന് തന്നെ പെരിയാർ തന്റെ മുഖവുരയിൽ വളരെ ശരിയായ രീതിയിലാണ് ചൂണ്ടി ക്കാണിച്ചിട്ടുള്ളത്. സാമ്പത്തിക ചൂഷണം, ജാതീയതിക്രമം ഇവ രണ്ടി നെയും ഒരുമിച്ച് എതിർത്ത് സമരം ചെയ്യണം എന്നതാണ് മാർക്സിസ്റ്റ് പാർട്ടിയുടെ ആശയപരമായ നിലപാട്.

ആർ എസ് എസ് ആഗ്രഹിക്കുന്ന ഭരണാധികാരം നേരത്തെ സൂചി പ്പിച്ച രണ്ടുതരം ചൂഷണങ്ങളെ ശക്തമായ രീതിയിൽ നടപ്പിലാക്കാൻ ശ്രമിക്കുന്ന മോശമായ കൂട്ടുകെട്ടാണ്. തന്നെ പെരിയാറും മഹാത്മാ ഗാന്ധിജിയും ജാതീയതിക്രമങ്ങളെ എതിർത്ത് വെവ്വേറായ രീതികളിൽ സമരം ചെയ്തു.

മതേതരത്വത്തിലും മതസൗഹാർദത്തിലും ഊന്നി നിന്നുകൊണ്ട് അതിനായി ജീവൻ പണയംവെച്ച് പോരാടിയ ഗാന്ധിജിയുടെ സാമൂഹിക

സാമ്പത്തിക ആശയങ്ങൾ മുഴുവനും മത ധർമ്മത്തിന്റെ അടിസ്ഥാനത്തിലുള്ളതായിരുന്നു. അച്ചടക്കം, സത്യസന്ധത, സത്യം മുതലായവയ്ക്ക് അദ്ദേഹം പ്രാമുഖ്യം നൽകിയിരുന്നു. ചാതുർവർണ്ണ്യ ജാതി വ്യവസ്ഥയെ അനുകൂലിച്ച് സംസാരിച്ചിട്ടുണ്ടെങ്കിലും, അയിത്തത്തെ എതിർക്കുന്നതിൽ അദ്ദേഹം ഉറച്ചുനിന്നു.

മഹാത്മാഗാന്ധിജി ഇന്ത്യയിലേക്ക് തിരിച്ചു വന്നശേഷം, ദക്ഷിണാഫ്രിക്കയിൽ തന്റെ കൂടെ ഫീനിക്സ് ഫാമിലുണ്ടായിരുന്ന ദളിത് സമൂഹത്തിൽ പെട്ട സെൽവൻ എന്നയാളുടെ (വെടിവെപ്പിൽ മരിച്ച വ്യക്തി) മകനെ തരംഗംപാടിയിൽനിന്നും തന്റെ ആശ്രമത്തിലേക്കു കൂട്ടിക്കൊണ്ടുപോയി. അപ്പോൾ, ഗാന്ധിജിയുടെ ആശ്രമം അഹമ്മദാബാദ് നഗരത്തിന്റെ സമീപത്താണ് ഉണ്ടായിരുന്നത്. ദളിത് സമൂഹത്തിലെ, ഒരാളിനെ തന്റെ ആശ്രമത്തിൽ താമസിക്കാൻ അദ്ദേഹം അനുവദിച്ചു. തന്റെ ആശ്രമ നിയമപ്രകാരം അയിത്തം പാടില്ല എന്ന് പറഞ്ഞതോടൊപ്പം, അത് പ്രാവർത്തികമാക്കാനും അദ്ദേഹം ശ്രമിച്ചു. അദ്ദേഹത്തിന്റെ ഭാര്യ കസ്തൂർബാ ഇതിന് എതിർപ്പ് പ്രകടിപ്പിച്ചപ്പോൾ, നാം നല്ല സുഹൃത്തുക്കളായി പിരിയാം എന്ന് ശക്തിയായി പ്രതികരിച്ച് അവരെ അനുസരിപ്പിച്ചു.

1917 ൽ ഗാന്ധിജി തന്റെ ഒരു ബന്ധുവിനെഴുതിയ കത്തിൽ, തന്റെ ആശ്രമത്തിൽ വർണ്ണാശ്രമ ധർമ്മം അനുസരിക്കുന്നില്ല എന്നതിൽ ഉറച്ചുനിൽക്കുന്നതായും, എല്ലാപേരും പന്തിഭോജനം നടത്തുന്നുവെന്നും പറയുന്നുണ്ട്. ആശ്രമത്തിൽ താമസിച്ചിരുന്ന ദളിത് സമൂഹത്തിൽ പെട്ട ദാദാഭായ് എന്നയാളിന് നല്ലൊരു ജോലി കിട്ടി അവിടെനിന്ന് പുറത്തുപോവുകയായിരുന്നു. തന്റെ മകളെ അവിടെ നിർത്തിയിട്ടാണ് അദ്ദേഹം അവിടെനിന്നും പോയത്. കസ്തൂർബാ ആ പെൺകുട്ടിയെ തന്റെ പ്രിയ മകളെപ്പോലെ വളർത്തുകയുണ്ടായി. ലക്ഷ്മി എന്നു പറയപ്പെടുന്ന ആ ദളിത് പെൺകുട്ടിയെ ദളിത് അല്ലാത്ത സമൂഹത്തിൽ പെട്ട ഒരു യുവാവിന് കല്യാണം കഴിച്ചു കൊടുക്കുകയായിരുന്നു. ആശ്രമത്തിൽ ഭാവിയിൽ സ്വജാതി വിവാഹം നടക്കില്ലെന്ന തീരുമാനമെടുത്തതായും അദ്ദേഹം അറിയിച്ചു.

ഹിന്ദു ശാസ്ത്രങ്ങൾ, ഇപ്പോൾ സമൂഹത്തിൽ നിലനിൽക്കുന്ന അയിത്തമെന്ന അനീതിക്ക് അനുകൂലമായുള്ള നിലപാടുണ്ടെന്ന്, അറിയാനിടയായാൽ, ഞാൻ ഹിന്ദുമതം ഉപേക്ഷിച്ച് അതിനെ എതിർക്കും എന്ന് അദ്ദേഹം 1934 ൽ എഴുതി. 1935 ൽ *ഹരിജൻ* വാരികയിൽ എഴുതിയ ഒരു ലേഖനത്തിന്റെ ശീർഷകം 'ജാതി നശിക്കണം' എന്നതാണ്. അതിൽ പൊതുവിലുള്ള ചിന്താഗതിയിൽ എത്ര വേഗത്തിൽ ജാതി ഇല്ലാതെയാകുന്നുവോ, അത്രത്തോളം നല്ല കാര്യമാണ് എന്നും അദ്ദേഹം എഴുതി. വി വി സുബ്രഹ്മണ്യ അയ്യർ നടത്തുകയായിരുന്ന ചേരൻമഹാദേവി ഗുരുകുല പള്ളിക്കൂടത്തിൽ, ബ്രാഹ്മണ കുട്ടികൾക്കും ബ്രാഹ്മണേതര കുട്ടികൾക്കും പ്രത്യേകം പ്രത്യേകമായി ഭക്ഷണം വിളമ്പുന്നതു

അറിഞ്ഞ തന്തൈ പെരിയാർ ശക്തമായി എതിർക്കുകയുണ്ടായി. ഗാന്ധി ജിയുടെ ശ്രദ്ധയിൽ ഈ പ്രശ്നം ഉന്നയിക്കപ്പെട്ട ശേഷവും, ഈ ജാതീ വിവേചനം അവസാനിപ്പിച്ചില്ല എന്ന വിമർശനവും അദ്ദേഹത്തിനെതിരെ ഉണ്ടായിരുന്നു.

നോക്കിയാൽ അയിത്തം, തൊട്ടാൽ അയിത്തം എന്ന രീതിയിൽ, തീണ്ടിക്കൂടായ്മ അതിക്രമമുണ്ടായിരുന്ന വൈക്കത്ത് നടന്ന സമരത്തിൽ തന്തൈ പെരിയാരും പങ്കെടുത്തു. അപ്പോൾ ഗാന്ധിജി 10 ദിവസത്തോളം കേരളത്തിൽ താമസിക്കുകയും, രാജകുടുംബം ഉൾപ്പെടെയുള്ള പല രോടും ചർച്ച നടത്തി ഇതുപോലുള്ള അതിക്രമങ്ങളെ ഇല്ലാതാക്കാനും സഹായകമായി പ്രവർത്തിച്ചു. രാജ്യത്ത് പല സംസ്ഥാനങ്ങളിലും ക്ഷേത്രപ്രവേശനം നടത്താൻ കോൺഗ്രസ് പാർട്ടിക്ക് ഗാന്ധിജി നിർദ്ദേശം നൽകി. തൊട്ടുകൂടായ്മയ്ക്കെതിരായ പോരാട്ടങ്ങളിൽ ഗാന്ധി ജിയുടെ പങ്ക് വലിയ പ്രാധാന്യത്തോടെ എടുത്തു പറയേണ്ടവയാണ്.

തന്തൈ പെരിയാർ

തമിഴ്നാട്ടിൽ തന്തൈ പെരിയാർ ജാതി വ്യവസ്ഥയ്ക്ക് എതിരായ നീണ്ട സമരമാണ് നടത്തിയത്. വൈക്കത്തിൽ നടന്ന ക്ഷേത്ര പ്രവേശന സമരത്തിൽ അദ്ദേഹം പങ്കെടുത്തു. എല്ലാ ജാതിയിലുള്ളവരും പുരോഹിതനാക്കപ്പെടണം എന്ന് അദ്ദേഹം പറയുകയുണ്ടായി. ബ്രാഹ്മണർ അല്ലാത്തവർക്കു വിദ്യാഭ്യാസത്തിലും ജോലി നിയമനങ്ങളിലും സംവരണം നൽകണമെന്ന് വാദിക്കുകയുണ്ടായി.

ആത്മാഭിമാന പ്രസ്ഥാനം ആരംഭിച്ച പെരിയാർ, അന്ധവിശ്വാസങ്ങളെയും ജാതി അതിക്രമങ്ങളെയും എതിർത്ത് പ്രവർത്തിക്കുകയും സംസാരിക്കുകയും ചെയ്തിരുന്നു. ആശയപരമായും നേരിട്ട് സമരങ്ങൾ നടത്തിയും ജാതി അതിക്രമങ്ങൾക്ക് എതിരെ പെരിയാർ നടത്തിയ സാമൂഹിക പരിഷ്കരണ പ്രസ്ഥാനം മഹനീയമാണ്. *മനുസ്മൃതിയെ* 'മനു അധർമ്മം' എന്ന് പെരിയാർ ശക്തമായി വിമർശിച്ചതുപോലെ ആരും തന്നെ എതിർത്തിട്ടില്ല. താൻ ആരംഭിച്ച സാമൂഹിക പരിഷ്കരണ പ്രസ്ഥാനം ഇടതടവില്ലാതെ നടത്താൻ തന്റെ ജീവിതം തന്നെ അതിനായി മാറ്റിവെച്ചു.

ബ്രാഹ്മണർ നടത്തുന്ന അതിക്രമങ്ങളെക്കാൾ, ശൂദ്രരായ നാം ദളിതർക്ക് ചെയ്യുന്ന അതിക്രമങ്ങൾ വളരെ വളരെ കൂടുതലാണ് എന്ന് ഞാൻ പറയും. ദളിതർക്കെതിരെ പിന്നോക്ക വിഭാഗക്കാർ നടത്തുന്ന ജാതി അതിക്രമങ്ങളെ പെരിയാർ എതിർക്കാൻ മടിച്ചിട്ടില്ല.

തമിഴ്നാട്ടിൽ കമ്യൂണിസ്റ്റ് പ്രസ്ഥാനം ആരംഭിച്ച നേതാക്കളിൽ ഒരാളായ സഖാവ് പി രാമമൂർത്തിയുടെ ജാതി നിഷേധ വിവാഹത്തെപ്പറ്റി ഇവിടെ പറയുന്നത് വളരെ പ്രസക്തമാണ്.

1936 ൽ സോഷ്യലിസ്റ്റ് പാർട്ടിയുടെ ജനറൽ സെക്രട്ടറി ജയപ്രകാശ് നാരായൺ തമിഴ്നാട് സന്ദർശിച്ചപ്പോൾ, തമിഴ്നാടു കോൺഗ്രസ്

സോഷ്യലിസ്റ്റ് പാർട്ടിയുടെ നേതാക്കളിൽ ഒരാളായ പി രാമമൂർത്തിയെ പെരിയാർ കാണുകയുണ്ടായി.

ഈ കൂടിക്കാഴ്ച കഴിഞ്ഞതിനുശേഷം പെരിയാർ പി രാമമൂർത്തിയുമായി വ്യക്തിപരമായി കൂടിക്കാഴ്ച നടത്തിയിരുന്നു. പി രാമമൂർത്തിയുടെ കുടുംബം, വിദ്യാഭ്യാസം, അദ്ദേഹം എങ്ങനെയാണ് കമ്യൂണിസ്റ്റായത്, എന്നതുപോലുള്ള ചോദ്യങ്ങൾ ഓരോന്നായി ചോദിച്ചറിഞ്ഞു. സഖാവ് രാമമൂർത്തിയുടെ ഉത്തരങ്ങളിൽ സംതൃപ്തനായ പെരിയാർ, അവസാനമായി ഒരു ചോദ്യം സഖാവ് രാമമൂർത്തിയോട് ചോദിച്ചു.

"അനിയൻ വിവാഹിതനാണോ?"

"അല്ല" എന്ന് സഖാവ് രാമമൂർത്തി മറുപടി നൽകി.

പക്ഷേ, പെരിയാർ സംതൃപ്തനാകാതെ, അദ്ദേഹത്തോട്, എന്തുകൊണ്ട് വിവാഹം കഴിക്കാത്തതെന്ന് വിശദമായി ചോദിക്കുകയുണ്ടായി.

അതിനു സഖാവ്. പി രാമമൂർത്തി, "ഞാൻ ജാതി മതവിശ്വാസം ഇല്ലാത്തവനാണ്. മറ്റൊരു ജാതി പെണ്ണിനെ വിവാഹം കഴിച്ചാൽ എന്റെ അമ്മയുടെ മനസ്സ് വേദനിക്കും. അവർ വിദ്യാഭ്യാസം ഇല്ലാത്തവരാണ്. പഴയ വൈദിക കുടുംബത്തിൽ വളർന്നവരാണ് എന്റെ അമ്മ. ഞാൻ പഠിക്കാൻ സാമർത്ഥ്യമുള്ള ആളാണെന്നു മനസ്സിലാക്കിയ എന്റെ അമ്മ, ഞാൻ ഒരു വലിയ ഉദ്യോഗസ്ഥനായി മാറുമെന്നും, സ്വപ്നം കണ്ടിരുന്നു. അമ്മയുടെ ആഗ്രഹം നടന്നില്ല. എങ്കിൽപോലും, എന്റെ പൊതുജീവിതത്തിൽ, ഞാൻ നന്നായി പ്രവർത്തിക്കാൻ എന്നെ പ്രോത്സാഹിപ്പിച്ചുകൊണ്ടിരിക്കുകയാണ്.

എന്റെ സഖാക്കളോട് അമ്മയ്ക്ക് അതിയായ ബഹുമാനമുണ്ട്. അമ്മയെ വേദനിപ്പിക്കാൻ ഞാൻ ആഗ്രഹിക്കുന്നില്ല. എന്റെ അമ്മയുടെ കാലശേഷം മാത്രമേ ഞാൻ വിവാഹം ചെയ്യുകയുള്ളൂ എന്ന് ഞാൻ തീരുമാനിച്ചിരിക്കുന്നു."

ഇതുകേട്ട പെരിയാർ, 'നീ എപ്പോൾ വിവാഹം കഴിക്കുകയാണെങ്കിലും, അപ്പോൾ ഞാൻ ഉണ്ടെങ്കിൽ നിന്റെ വിവാഹത്തിന് തീർച്ചയായും വരും' എന്ന് പറഞ്ഞിരുന്നു.

ഈ സംഭാഷണം നടന്നു 16 വർഷം കഴിഞ്ഞ് 1952 ഡിസംബർ 6–ാം തീയതി സഖാവ് പി രാമമൂർത്തിക്കും അമ്പാളിനും ചെന്നൈയിൽ രജിസ്റ്റർ വിവാഹം നടന്നു. ഇതിൽ ചുരുക്കം ചിലർ മാത്രമേ പങ്കെടുത്തിരുന്നുള്ളൂ. പക്ഷേ, അല്പസമയത്തിനുള്ളിൽ ഈ വാർത്ത വ്യാപിക്കാൻ തുടങ്ങി. പാർട്ടി സഖാക്കൾ അന്ന് വൈകുന്നേരം ഒരു ചെറിയ വിവാഹ ആഘോഷ ചടങ്ങ് നടത്താൻ തീരുമാനിച്ച് ചെന്നൈ ചിന്താതിരിപേട്ടയിലുള്ള ഒരു മണ്ഡപത്തിൽ അതിനുള്ള ഏർപ്പാടുകളും ചെയ്തു. പണ്ട് പെരിയാർ പറഞ്ഞ വാക്കുകൾ സഖാവ് രാമമൂർത്തി ഓർക്കുകയുണ്ടായി. ഉടനെ ടെലിഫോൺ വഴി വിവാഹാഘോഷ ചടങ്ങിന് വരണമെന്ന് പറഞ്ഞു സന്ദേശം നൽകി പങ്കെടുക്കുവാൻ അഭ്യർത്ഥിച്ചു.

പെരിയാർ ഇതുകേട്ട് സന്തോഷിക്കുകയും, വിവാഹ ആഘോഷത്തിന് വരാമെന്ന് പറയുകയും ചെയ്തു. അതുപ്രകാരം പെരിയാർ ശരിയായ സമയത്ത് മണ്ഡപത്തിലേക്ക് വന്ന് ചടങ്ങിന് അദ്ധ്യക്ഷത വഹിച്ചു. നവ ദമ്പതികളെ മനസ്സ് നിറയെ സന്തോഷത്തോടെ അഭിനന്ദിച്ചു സംസാ രിക്കുകയായിരുന്നു.

സാമ്രാജ്യത്വത്തെ എതിർക്കുന്നതും ജാതി ശ്രേണികളെ എതിർ ക്കുന്നതും രാജ്യത്തിന്റെ സ്വാതന്ത്ര്യത്തിനായി ഒന്നിനോടൊന്ന് പിണഞ്ഞു നിൽക്കുന്ന മുദ്രാവാക്യങ്ങളാണ്. അവയെ തുടർന്ന് നടത്തേ ണ്ടതിന്റെ ആവശ്യത്തെ ഇപ്പോൾ നടക്കുന്ന സംഭവങ്ങൾ നമ്മെ സൂചി പ്പിക്കുന്നു.

ഭൂവുടമത്വം, ഭൂപ്രഭുത്വം ജാതിയുമായുള്ള ബന്ധം

ജാതി അടിച്ചമർത്തലുകൾക്കെതിരായി മഹാരാഷ്ട്രയിലെ ജ്യോതിബാ ഫൂലെ, തമിഴ്നാട്ടിൽ തന്തൈ പെരിയാരെയും രാജ്യ വ്യാപകമായി ഡോക്ടർ അംബേദ്കറെയും പോലുള്ളവർ ശബ്ദമുയർത്തുകയും സമരഭൂമിയിൽ നേരിട്ടു പൊരുതുകയും ചെയ്തിട്ടുണ്ട്. ഇതേ കാലയളവിൽ കമ്യൂണിസ്റ്റ് പ്രസ്ഥാനവും കമ്യൂണിസ്റ്റ് നേതാക്കളും ജാതി അടിച്ചമർത്തലുകൾക്കെതിരെ സമരമുഖത്ത് ഉണ്ടായിരുന്നു.

കാൺപൂരിൽ 1925 ഡിസംബർ മാസം നടന്ന കമ്യൂണിസ്റ്റ് പാർട്ടിയുടെ ഒന്നാം കോൺഗ്രസിൽ തമിഴ്നാട്ടിന്റെ താത്ത്വിക ശില്പി എം. ശിങ്കാരവേലർ അധ്യക്ഷ പ്രസംഗം നടത്തുകയുണ്ടായി. തന്റെ പ്രസംഗത്തിൽ അദ്ദേഹം തൊട്ടുകൂടായ്മയെ പറ്റിയും, അതിനെ അവസാനിപ്പിക്കാനും സമരം ചെയ്യേണ്ട ആവശ്യത്തെപ്പറ്റി വിശദമായി പറയുകയുണ്ടായി.

നമ്മുടെ രാജ്യത്തെ ജനസംഖ്യയിൽ നാലിലൊരു ഭാഗം ജനങ്ങളും തൊട്ടുകൂടാത്തവരായി കരുതപ്പെടുന്നവരാണ്. തങ്ങളുടെ ജന്മികൾക്ക് പണിയെടുത്ത് സേവ ചെയ്യുന്നതൊഴികെ വേറെ ഒരു സാമൂഹ്യ ബന്ധവും ഇല്ലാത്ത, മനുഷ്യ സമൂഹത്തിലെ ജീവികളാണ് അവർ. പൊതു ക്ഷേത്രങ്ങളിൽ പ്രവേശിക്കാനും അവർക്കവകാശമില്ല. പൊതുവിലുള്ള കുളങ്ങളിൽ അവർക്ക് കുളിക്കാൻ അനുവാദമില്ല. ചില സ്ഥലങ്ങളിൽ പൊതു വഴികളിൽ നടക്കാൻ അവർക്ക് കഴിയില്ല.

സഖാവ് ശിങ്കാരവേലർ, കാൺപൂരിൽ പ്രസംഗിച്ചത് മാത്രമല്ലാതെ, തമിഴ്നാട്ടിൽ അയിത്തമവസാനിപ്പിക്കേണ്ടതിന്റെ ആവശ്യത്തെപ്പറ്റി തന്തൈ പെരിയാറുടെ *കുടി അരസു* വാരികയിൽ ധാരാളം ലേഖനങ്ങളും എഴുതിയിട്ടുണ്ട്. രാജ്യത്തിന്റെ പലഭാഗങ്ങളിലും ജാതി വിവേചനത്തിനെതിരെ ശബ്ദമുയർത്തിവന്ന പശ്ചാത്തലത്തിലാണ് സഖാവ് ശിങ്കാരവേലരും ജാതി അതിക്രമങ്ങളെ ഇല്ലാതാക്കണമെന്ന് പറഞ്ഞത്. ആംഗ

ലേയ സാമ്രാജ്യത്വത്തിനെതിരെ സമരംചെയ്ത കമ്യൂണിസ്റ്റ് പാർട്ടിയെ ബ്രിട്ടീഷ് സർക്കാർ നിരോധിക്കുകയും അതിന്റെ നേതാക്കളെ എല്ലാം അറസ്റ്റ് ചെയ്യുകയും ചെയ്തു. പെഷവാർ ഗൂഢാലോചന കേസ്, കാൺപൂർ ഗൂഢാലോചന കേസ്, മീറത്ത് ഗൂഢാലോചന കേസ് എന്നിങ്ങനെ പല വ്യാജ കേസുകളെയും ചമച്ചുണ്ടാക്കി നേതാക്കളെ അറസ്റ്റ് ചെയ്തു ജയിലിൽ അടച്ചു. ഈ പശ്ചാത്തലത്തിലും ജാതിയെ ഇല്ലാതാക്കാൻ കമ്യൂണിസ്റ്റുകാർ ശബ്ദമുയർത്തി.

1930 ൽ മീറത്ത് ഗൂഢാലോചന കേസിൽ അറസ്റ്റ് ചെയ്യപ്പെട്ട കമ്യൂണിസ്റ്റുകാരെ വിചാരണയ്ക്കായി കോടതിയിൽ ഹാജരാക്കാൻ കൊണ്ടുവന്നപ്പോൾ ഒരു പ്രവർത്തന പദ്ധതിയെ കോടതി വളപ്പിൽ തന്നെ പ്രഖ്യാപിക്കുകയുണ്ടായി. പിന്നീട് കറാച്ചിയിൽ നടന്ന ഇന്ത്യ ദേശീയ കോൺഗ്രസിന്റെ സമ്മേളനത്തിലും മേൽപ്പറഞ്ഞ പ്രസ്താവനയെ പ്രതിനിധികൾക്ക് വിതരണം ചെയ്തിരുന്നു. കമ്യൂണിസ്റ്റുകാർ പുറത്തിറക്കിയ പ്രവർത്തന പദ്ധതിയിൽ ഉള്ള ഘടകങ്ങൾ പ്രധാനപ്പെട്ടവയാണ്.

ബ്രിട്ടീഷുകാരുടെ ഭരണം, ഭൂപ്രഭുത്വ, പിന്തിരിപ്പൻ സ്വഭാവമുള്ള ജാതി അടിസ്ഥാനത്തിലുള്ള പറ്റിപ്പുകൾ, മുൻകാലത്തിൽ നിലവിലുണ്ടായിരുന്ന അടിമത്തങ്ങൾ, ജന്മിത്വ രീതിയിലുള്ള അടിമത്തങ്ങൾ എന്നിവയെല്ലാം ഇന്ത്യൻ ജനതയുടെ കഴുത്തു ഞെരിക്കുകയും സ്വാതന്ത്ര്യത്തിന് തടസ്സമായി നിൽക്കുകയും ചെയ്തിരുന്നു. ഇരുപതാം നൂറ്റാണ്ടിൽ പോലും സഹമനുഷ്യരെ മുഖാമുഖം നോക്കാനും, പൊതുവിലുള്ള കിണറുകളിൽ കുടിവെള്ളം കോരാനും പൊതു പള്ളിക്കൂടത്തിൽ ഒപ്പത്തിനൊപ്പമിരുന്നു പഠിക്കാനും അവകാശങ്ങൾ നിഷേധിക്കപ്പെട്ട സ്ഥിതി തുടരാൻ ഇവയൊക്കെ കാരണങ്ങളായി.

ഇന്ത്യയിൽ ഉണ്ടായിരിക്കുന്ന ജാതി അതിക്രമങ്ങളെപ്പറ്റിയും അതിന് വൻമതിലായി കാവൽ നിൽക്കുന്ന ഭൂപ്രഭുത്വ രീതിയെപ്പറ്റിയും 1930 കാലഘട്ടത്തിൽ തന്നെ വ്യക്തമായ പ്രവർത്തന പദ്ധതിയുണ്ടാക്കിയ കമ്യൂണിസ്റ്റുകാർ നേരിട്ട് പ്രവർത്തനങ്ങളിൽ ഏർപ്പെടാനും അഭ്യർത്ഥിക്കുകയായിരുന്നു.

ഭൂവുടമയ്ക്കും ജാതീയതയ്ക്കുമുള്ള ബന്ധം എന്തൊക്കെയാണെന്ന് കമ്യൂണിസ്റ്റുകാർ വ്യക്തമായി മനസ്സിലാക്കിയിരുന്നു. അതുകൊണ്ട് ജാതീയതയ്ക്കെതിരായ സമരങ്ങളെ സാമൂഹികതലത്തിൽ നടത്തിയത് മാത്രമല്ല വൻതോതിൽ ഭൂമി സ്വന്തമാക്കി വെച്ചിരിക്കുന്ന സ്ഥിതിയെ തകർത്തു ഭൂപരിഷ്കരണം നടപ്പിലാക്കണം. അപ്പോൾ മാത്രമേ ജാതീയതയെ ക്ഷയിപ്പിച്ച് ഇല്ലാതാക്കാൻ കഴിയൂവെന്ന് കമ്യൂണിസ്റ്റുകാർ പറഞ്ഞു. ഇന്നേവരെയും ആ പണി പൂർത്തീകരിക്കാൻ പറ്റിയിട്ടില്ല. ജാതീയത ഇന്നോളം സമൂഹത്തെ പറ്റിപ്പിടിച്ച് നിൽക്കാനും തുടർന്ന് പ്രാബല്യത്തിൽ വരാത്തതിന് ഭൂവുടമസ്ഥ ബന്ധങ്ങളിൽ വലിയ രീതിയിലുള്ള മാറ്റങ്ങൾ സംഭവിക്കാത്തതാണ് കാരണം. സാമൂ

ഹിക പരിഷ്കരണ വാദികളിൽ പലർക്കും ഈ വീക്ഷണം തീരെയില്ല. സാമൂഹ്യ പരിഷ്കരണം നടത്തുന്നതുവഴി ജാതീയതയെ ഇല്ലാതാക്കാൻ കഴിയുമെന്ന് അവർ വിശ്വസിച്ചു. പക്ഷേ, അത് സാദ്ധ്യമല്ല.

അനുകമ്പ ഒട്ടുമില്ലാതെ, ജാതീയതയെ ഉന്മൂലനം ചെയ്യുക വഴിയും കർഷകർ വിപ്ലവത്തിലൂടെയും ബ്രിട്ടീഷ് ഭരണത്തെ വലിച്ചെറിയുന്നതിലൂടെയും മാത്രമേ അടിച്ചമർത്തപ്പെട്ട ജനതയുടെ സാമൂഹിക സാമ്പത്തിക സാംസ്കാരിക നിയമപരമായ മോചനത്തിന് വഴിതെളിയുകയുള്ളൂവെന്ന വിപ്ലവകരമായ പ്രസ്താവന കമ്യൂണിസ്റ്റുകാർ അക്കാലത്ത് പുറപ്പെടുവിച്ചു.

കമ്യൂണിസ്റ്റ് നേതാക്കൾ പ്രസ്താവിച്ച ആ പ്രവർത്തന പദ്ധതിയെ നടപ്പിലാക്കാൻ പല സംസ്ഥാനങ്ങളിലെയും അക്കാലത്തെ കമ്യൂണിസ്റ്റ് പാർട്ടിയുടെ ഇളം തലമുറയിൽ പെട്ട സഖാക്കൾ പല ശ്രമങ്ങളും നടത്തുകയുണ്ടായി. ജാതിഅതിക്രമങ്ങൾ ജാതി വിവേചനങ്ങൾ പാടില്ല എന്ന് സമരത്തിൽ ഏർപ്പെട്ടവർ, തങ്ങളുടെ സ്വന്തം ജീവിതത്തിലും മാതൃകാപരമാകണമെന്ന് തീരുമാനമെടുക്കുകയുണ്ടായി.

മാറ്റം ഉണ്ടാക്കണമെന്ന് വിചാരിക്കുന്ന ഒരാൾ ആ മാറ്റത്തെ തന്നിൽ നിന്ന് ആരംഭിക്കണമെന്ന് മഹാത്മാഗാന്ധിജിയാണ് പറഞ്ഞത്. ഗാന്ധിജിയുടെ ഈ അഭിപ്രായത്താൽ ആകർഷിക്കപ്പെട്ട കമ്യൂണിസ്റ്റ് നേതാക്കൾ തങ്ങളുടെ സ്വന്തം ജീവിതത്തിൽ മഹാത്മാഗാന്ധിയെ മാതൃകയാക്കുകയായിരുന്നു. ഇതിന് ഉദാരണങ്ങൾ ഏറെയുണ്ട്. നൂറു വർഷക്കാലം ജീവിച്ച് ഇപ്പോഴും നമ്മോടൊപ്പമുള്ള മുതിർന്ന നേതാവും അഭിമാനം നൽകുന്ന സഖാവുമായ ശങ്കരയ്യയുടെ വിവാഹത്തെപ്പറ്റി ഇവിടെ പറയുന്നത് ഉചിതമായിരിക്കും.

കമ്യൂണിസ്റ്റ് പ്രസ്ഥാനത്തിന്റെ നേതാക്കളായ സഖാക്കൾ പി രാമമൂർത്തി, കെ ടി കെ തങ്കമണി, എം ആർ വെങ്കട്ടരാമൻ, എ ബാലസുബ്രഹ്മണ്യൻ ഉൾപ്പെടെയുള്ള നൂറിലധികം സഖാക്കളുമായി മധുരൈ ഗൂഢാലോചന കേസിൽ സഖാവ് ശങ്കരയ്യയും അറസ്റ്റ് ചെയ്യപ്പെട്ടു. 1947 സെപ്റ്റംബർ മാസം ശങ്കരയ്യ ഉൾപ്പെടെ എല്ലാവരും ആ ഗൂഢാലോചന കേസിൽ നിന്ന് വിമുക്തരായി. ജയിൽ മോചിതനായ ശങ്കരയ്യയ്ക്കും നവമണിക്കും, സഖാവ് പി രാമമൂർത്തിയുടെ നേതൃത്വത്തിൽ പാർട്ടി ഓഫീസിൽ വെച്ച് ലളിതമായ രീതിയിൽ വിവാഹം നടന്നു. ശങ്കരയ്യയും നവമണിയും വ്യത്യസ്ത ജാതി മാത്രമല്ല വ്യത്യസ്ത മതസ്ഥരുമാണ്. ഇവരുടെ വിവാഹം ജാതി ബഹിഷ്കരണ മതബഹിഷ്കരണ വിവാഹം കൂടിയാണ്.

നവമണി മധുരയിൽ മഹിളാ അസോസിയേഷനിൽ പ്രവർത്തിച്ചവരാണ്. അവർ പ്രൊട്ടസ്റ്റൻഡ് ക്രിസ്ത്യൻ വിഭാഗത്തിൽ പെട്ടവരാണ്. ശങ്കരയ്യ ഒരു ക്രിസ്ത്യൻ സ്ത്രീയെ വിവാഹം ചെയ്യാൻ പോകുന്നു എന്ന് അറിയിച്ചതും അദ്ദേഹത്തിന്റെ കുടുംബത്തിൽ മുതിർന്നവർക്ക് ഒരു ചെറിയ ഇഷ്ടക്കേട് തോന്നിയിരുന്നു. പക്ഷേ, ശങ്കരയ്യ തീരുമാനത്തിൽ ഉറച്ചുനിന്നു. തന്റെ മൂത്ത സഹോദരനായ രാജമാണിക്യത്തോട് സഖാവ്

ശങ്കരയ്യ ദിവസങ്ങളോളം തുടർന്ന് സംസാരിക്കുകയും അതുവഴി ആ ഇഷ്ടക്കേട് മാറ്റുകയും ചെയ്തു.

ഇപ്പോൾ, സഖാവ് ശങ്കരയ്യയുടെ കുടുംബം വ്യത്യസ്ത ജാതികളിൽ പെട്ട ആളുകൾ അംഗമായിരിക്കുന്ന ഒന്നായി മാറി. തമിഴ്നാട് മുൻ മുഖ്യമന്ത്രിയും ഡി എം കെ നേതാവുമായ കലൈഞ്ജർ കരുണാനിധി ജാതി വിവേചനങ്ങളെ ഇല്ലാതാക്കാൻ എല്ലാ ജില്ലകളിലും സമത്വപുരം (ജാതി മതഭേദമന്യേ എല്ലാ സമുദായങ്ങളിലുള്ളവരും ഒരേസ്ഥലത്ത് ഒരുമിച്ച് ജീവിക്കുക എന്ന രീതിയിൽ വീടുകൾ ഉണ്ടാക്കി വിതരണം ചെയ്തിരുന്നു. ആ വീടുകൾ ഉണ്ടാക്കിയിരുന്ന സ്ഥലത്തിനെയാണ് സമത്വപുരം എന്ന് പറയുന്നത്) എന്ന ആശയം നടപ്പിലാക്കുകയായിരുന്നു. സഖാവ് ശങ്കരയ്യ തന്റെ കുടുംബത്തെ തന്നെ സമത്വപുരമായി മാറ്റിയിരിക്കുന്നു.

ചെന്നൈ രാജധാനിയുടെ ഒരു ഭാഗമായിരുന്ന നെല്ലൂരിന്റെ (ഇപ്പോൾ അത് ആന്ധ്രയിലാണുള്ളത്) അടുത്തുള്ള ഒരു ഗ്രാമത്തിലെ ജന്മി കുടുംബത്തിലെ ഒരംഗമാണ് സഖാവ് സുന്ദരയ്യ. ചെന്നൈയിൽ ലയോളാ കോളേജിൽ പഠിക്കുമ്പോൾ പാർട്ടിയിൽ ചേരുകയുണ്ടായി. തന്റെ ഗ്രാമത്തിൽ തൊട്ടുകൂടായ്മയ്ക്കെതിരെ സമരം ചെയ്ത ആളാണ് സഖാവ് സുന്ദരയ്യ. ദളിത് ജനങ്ങൾ, ദളിതരല്ലാത്തവർ ജീവിക്കുന്ന സ്ഥലത്തുള്ള കിണറിൽ വെള്ളമെടുക്കാൻ പാടില്ലാത്ത സ്ഥിതി ഉണ്ടായിരുന്നു. സഖാവ് സുന്ദരയ്യ ദളിത് ജനങ്ങൾ ജീവിക്കുന്ന സ്ഥലത്തുള്ള കിണറിൽ നിന്ന് വെള്ളം കൊണ്ടുവന്ന് ദളിതരല്ലാത്തവർ താമസിക്കുന്ന സ്ഥലത്തുള്ള കിണറ്റിൽ ഒഴിച്ച് വെള്ളമെടുക്കാൻ ദളിതർക്ക് ഉണ്ടായിരുന്ന നിരോധനത്തിനെതിരെ സമരം ചെയ്യുകയായിരുന്നു. തന്റെ കുടുംബത്തിൽ നിന്ന് അദ്ദേഹത്തിന് ഓഹരിയായി കിട്ടിയ ഭൂമി മുഴുവനും പാർട്ടിക്ക് കൊടുക്കുകയും പാർട്ടിയിൽ മുഴുവൻ സമയപ്രവർത്തകനാവുകയും ചെയ്തു. തെലങ്കാന വിപ്ലവത്തിന് നേതൃത്വം നൽകി. പിൽക്കാലത്ത് അദ്ദേഹമാണ് മാർക്സിസ്റ്റ് പാർട്ടിയുടെ പ്രഥമ ജനറൽ സെക്രട്ടറിയായി ചുമതലയേറ്റത് . പാവപ്പെട്ട കുടുംബങ്ങളിൽ നിന്നുള്ള കുട്ടികളുടെ വിദ്യാഭ്യാസത്തിനുവേണ്ടി തന്റെ ഗ്രാമത്തിൽ ഒരു പള്ളിക്കൂടവും അദ്ദേഹം സ്ഥാപിച്ചു.

മഹാരാഷ്ട്രയിലെ ലീലയെയാണ് അദ്ദേഹം വിവാഹം കഴിച്ചത്. ബോംബെയിലുള്ള പാർട്ടി ഓഫീസിൽ വെച്ചാണ് ആ വിവാഹം ലളിതമായ രീതിയിൽ നടന്നത്. വിവാഹവും ജാതി ബഹിഷ്കരിച്ച് നടന്ന വിവാഹമാണ്. തമിഴ്നാട്ടിലും രാജ്യമെമ്പാടും ഇതുപോലുള്ള വിവാഹങ്ങൾ ഏറെ നടന്നിട്ടുണ്ട്.

സ്വജാതിയിൽ വിവാഹം കഴിക്കുന്ന രീതിയെ ഉപേക്ഷിച്ചു ജാതി–മതനിഷേധ വിവാഹം കഴിക്കുന്നതും അങ്ങനെയുള്ള വിവാഹങ്ങളെ പ്രോത്സാഹിപ്പിക്കുന്നതും സാമൂഹിക പരിഷ്കരണ പ്രസ്ഥാനത്തിന്റെ പ്രധാന ഘടകം എന്നതോടൊപ്പം ജാതി വിവേചനങ്ങളെ ഇല്ലാതാക്കാൻ ഇതുപോലുള്ള നടപടികൾ അത്യാവശ്യമാണെന്ന് പറയേണ്ടതുണ്ട്.

ജാതി അതിക്രമങ്ങൾക്കെതിരെ കമ്യൂണിസ്റ്റുകാർ!

കേരളം ഒരു ഭ്രാന്താലയം എന്ന് 125 വർഷങ്ങൾക്കു മുമ്പേ സ്വാമി വിവേകാനന്ദൻ പറയുകയുണ്ടായി. നോക്കിയാൽ അയിത്തം, തൊട്ടാൽ അയിത്തം എന്ന രീതിയിലുള്ള ജാതി അതിക്രമങ്ങൾ അവിടെ ഉണ്ടായിരുന്നതുകൊണ്ടാണ് വിവേകാനന്ദൻ അങ്ങനെ പരാമർശിച്ചത്. ഇന്ന് ആ സ്ഥിതി അവിടെയില്ല. ശ്രീനാരായണ ഗുരു, അയ്യങ്കാളി പോലുള്ള നവോത്ഥാന നായകർ നടത്തിയ സാമൂഹിക പരിഷ്കരണ പ്രസ്ഥാനങ്ങൾ, കമ്യൂണിസ്റ്റ് പ്രസ്ഥാനങ്ങൾ ആശയപരമായും സമരമുഖത്തും നടത്തിയ സമരംകൊണ്ടും കേരളത്തിൽ സ്ഥിതി മാറി. സംസ്ഥാനങ്ങളിൽ കാണപ്പെടുന്ന ജാതി അതിക്രമങ്ങൾ ഇപ്പോൾ കേരളത്തിൽ ഇല്ല.

തമിഴ്നാട്ടിൽ ഇപ്പോഴും നടന്നുവരുന്ന ജാതി ദുരഭിമാന കൊലപാതകങ്ങളെപ്പറ്റി, വിവേകാനന്ദൻ ഉണ്ടായിരുന്നെങ്കിൽ ദേഷ്യംപൂണ്ട് എങ്ങനെയാവും പ്രതികരിച്ചിട്ടുണ്ടാവുക എന്ന് നമുക്ക് മനസ്സിലാക്കാൻ കഴിയും. ജാതി നോക്കാതെ ഒരു പെൺകുട്ടിയെ സ്നേഹിച്ച എൻജിനീയറിങ് വിദ്യാർഥി ഗോകുൽരാജിനെ ജാതി വിദ്വേഷകർ ദുരഭിമാന കൊലപാതകം ചെയ്ത കേസിൽ, യുവരാജ് ഉൾപ്പെടെയുള്ള കുറ്റവാളികൾക്ക്, സ്പെഷ്യൽ കോടതി മരണംവരെ ജീവപര്യന്തം എന്ന് ശിക്ഷ വിധിച്ചു. കുറ്റവാളിയായ യുവരാജ് 'ധീരൻ ചിന്നമലൈ ഗൗണ്ടർ പേരവൈ' എന്ന ജാതി സംഘടന നടത്തിവന്ന ആളാണ്. തന്റെ ജാതിയിൽപ്പെട്ട സ്ത്രീകൾ മിശ്രവിവാഹം നടത്തുന്നത് തടയാനായി കൊലപാതകങ്ങൾ ചെയ്തു വരുകയായിരുന്നു.

അറിവിനെ നശിപ്പിക്കുന്ന ജാതി ദുരഭിമാനം

ഗോകുൽരാജ് സ്വാതിയോട് സംസാരിച്ചുകൊണ്ടിരുന്നത് അറിഞ്ഞ

യുവരാജ്, ഗോകുൽരാജിനെ തട്ടിക്കൊണ്ടു പോവുകയും, തല ഛേദിച്ച് റെയിൽ പാളത്തിൽ ഉപേക്ഷിക്കുകയും ചെയ്തു. സി സി ടി വി ക്യാമറ യിൽ യുവരാജിന്റെ കാർ നമ്പർ റെക്കോർഡ് ആയതിനാൽ, പൊലീസ് യുവരാജിനെതിരെ കേസെടുക്കുകയായിരുന്നു. ഈ കേസ് അന്വേഷി ച്ചിരുന്ന പൊലീസ് ഡി വൈ എസ് പി വിഷ്ണുപ്രിയ ആത്മഹത്യ ചെയ്യു കയായിരുന്നു. യുവരാജും, അദ്ദേഹത്തിന്റെ ജാതി പശ്ചാത്തലവും ഉണ്ടാ ക്കിയ കടുത്ത സമ്മർദ്ദത്തിനാലാണ് വിഷ്ണുപ്രിയ ആത്മഹത്യ ചെയ് തുവെന്നു അപ്പോൾ പറയപ്പെട്ടു. ആ കേസിന്റെ വിചാരണയും നടന്നു വരികയാണ്. ഈ കേസുമായി ബന്ധപ്പെട്ട സ്വാതി, സാക്ഷി മൊഴി നൽകുമ്പോൾ വാക്കു മാറ്റിപ്പറയുകയായിരുന്നുവെങ്കിലും മറ്റ് 40 സാക്ഷികളും നൽകിയ മൊഴിയുടെ അടിസ്ഥാനത്തിലും സി സി ടി വി വീഡിയോയുടെ തെളിവിന്റെ അടിസ്ഥാനത്തിലും സ്പെഷ്യൽ കോടതി ഈ വിധി പുറപ്പെടുവിക്കുകയായിരുന്നു. ആ വിധിയെയും വിധി നൽകിയ കോടതിയെയും നമുക്ക് അഭിനന്ദിക്കാം. ഈ കേസിൽ വാദിഭാഗം അഭി ഭാഷകനായി വാദിച്ചിരുന്ന അഡ്വക്കേറ്റ് മോഹൻ അഭിനന്ദനങ്ങൾ ക്കർഹനാണ്. തമിഴ്നാട്ടിൽ ഇതുപോലുള്ള ജാതി ദുരഭിമാന കൊല പാതകങ്ങൾ ആദ്യമായിട്ടല്ല നടക്കുന്നത്. ഇത് പല വർഷങ്ങളിലായി നടക്കുന്നവയാണ്.

കുറേ മാസങ്ങൾക്ക് മുമ്പ് കടലൂർ ജില്ല വിരുത്താചലം താലൂക്കിൽ പുതുക്കൂരപേട്ടൈ ഗ്രാമത്തിലെ കണ്ണകി-മുരുകേശൻ കൊലക്കേസിലും കടുത്ത ശിക്ഷയാണ് വിധിക്കപ്പെട്ടത്. അത് വ്യാപകമായ രീതിയിൽ അഭിനന്ദിക്കപ്പെടുകയും ചെയ്യപ്പെട്ടു. ആ കേസിൽ കാമുകനെയും കാമു കിയെയും നിർബന്ധിച്ച് വിഷം കഴിപ്പിച്ച് ജീവനോടെ കത്തിച്ചു കൊല്ലു കയായിരുന്നു. ഈ കേസിന്റെ വിധിക്കായി 18 വർഷങ്ങൾ കാത്തിരി ക്കേണ്ട സ്ഥിതിയുണ്ടായി.

മധുരൈ ജില്ല ഉശിലം പട്ടി വിമലാദേവി കേസും ഇപ്പോൾ സി ബി ഐ അന്വേഷണം കഴിഞ്ഞ് ചാർജ് ഷീറ്റ് സമർപ്പിക്കപ്പെട്ട് മധുരൈ സെഷൻസ് കോടതിയിൽ വിചാരണ നടന്നുവരുന്നു. സാക്ഷികൾ വിസ് തരിക്കപ്പെട്ടു വരികയാണ്. പ്രേമത്തിനും സുഹൃത്ത് ബന്ധത്തിനും ജാതി മത വിവേചനമില്ല. ജാതി ആധിപത്യ മനോഭാവമാണ് കുറ്റകൃത്യം ചെയ്യാൻ പ്രേരിപ്പിച്ചത്. ഗോകുൽരാജ് കൊലപാതകം ഉൾപ്പെടെ ദുരഭി മാന കൊലപാതകം ജാതി ആധിപത്യ വിദ്വേഷത്തിന്റെ മറ്റൊരു ചരിത്ര മാണെന്ന് ന്യായാധിപനായ സമ്പത് കുമാർ തന്റെ വിധിയിൽ എടുത്തു പറഞ്ഞിട്ടുണ്ട്. ജാതികളെ തകർക്കാൻ ജാതിബഹിഷ്കരണ വിവാഹ മാണ് പോംവഴി എന്ന് ഡോക്ടർ അംബേദ്കർ പറഞ്ഞതിനെയും വിധി യിൽ അദ്ദേഹം എടുത്തുപറഞ്ഞു എന്നത് ശ്രദ്ധേയമാണ്.

പ്രത്യേക നിയമം ആവശ്യമാണ്

കഴിഞ്ഞ അഞ്ചു വർഷക്കാലമായി തമിഴ്നാട്ടിൽ മാത്രം 60-ലേറെ

ജാതി ദുരഭിമാന കൊലപാതകങ്ങൾ നടന്നിട്ടുള്ളതായി ഒരു പഠനം പറയുന്നു. എന്നാൽ നാല് ദുരഭിമാന കൊലപാതകങ്ങളാണ് നടന്നിട്ടുള്ളതെന്ന് ഔദ്യോഗികമായി സർക്കാർ വകുപ്പുകൾ രജിസ്റ്റർ ചെയ്തിട്ടുള്ളത്. ഇതുപോലെത്തെ ജാതി ദുരഭിമാന കൊലപാതകങ്ങൾ തുടർക്കഥയായി നടന്നുവരികയാണ്. കുറ്റവാളികൾ ശിക്ഷിക്കപ്പെടാനും ജാതി ദുരഭിമാന കൊലപാതകങ്ങൾ സംഭവിക്കാതെ തടയാനും പ്രത്യേക നിയമം കൊണ്ടുവരണമെന്ന് സംസ്ഥാന സർക്കാരിനോടും കേന്ദ്രസർക്കാരിനോടും സി പി ഐ (എം) ആവശ്യപ്പെടുകയാണ്.

നമുക്ക് വീണ്ടും കേരളത്തിലേക്ക് വരാം. മറ്റു സംസ്ഥാനങ്ങളുമായി താരതമ്യപ്പെടുത്തുമ്പോൾ ജാതി അതിക്രമങ്ങൾ ഇല്ലാതാക്കപ്പെട്ടതിന്റെ പശ്ചാത്തലം നാം അറിഞ്ഞിരിക്കേണ്ട ഒന്നാണ്. ശ്രീനാരായണഗുരു, അയ്യങ്കാളി പോലുള്ളവർ നടത്തിയ സാമൂഹിക പരിഷ്കരണ പ്രസ്ഥാനങ്ങൾ കേരളത്തിൽ ജാതി അതിക്രമങ്ങളെ ഇല്ലാതാക്കാൻ വഹിച്ച പങ്ക് വളരെ വലുതാണ്. കൂടാതെ കമ്യൂണിസ്റ്റ് പാർട്ടിയും അതിന്റെ നേതാക്കളും നടത്തിയ ആശയപരമായും സമരഭൂമിയിൽ നേരിട്ടും നടത്തിയ പോരാട്ടങ്ങൾ ജാതി അതിക്രമത്തെ കേരളത്തിൽ നിന്ന് തുരത്താൻ അടിസ്ഥാനപരമായ പങ്കുവഹിച്ചു.

മൺമറഞ്ഞ മാധ്യമപ്രവർത്തകൻ സഖാവ് ആർ ജവഹർ മാർക്സിസ്റ്റ് പാർട്ടിയുടെ മുൻ ജനറൽ സെക്രട്ടറിയായിരുന്ന സഖാവ് ഇ എം എസുമായി നടത്തിയ അഭിമുഖം 26.11.1993 ന് പ്രസിദ്ധീകരിച്ചു. നക്കീരൻ പബ്ലിക്കേഷൻസ്, സഖാവ് ജവഹറിന്റെ തെരഞ്ഞെടുക്കപ്പെട്ട ലേഖനങ്ങളുടെ സമാഹാരം *ഒരു മാർക്സിസ്റ്റ് വീക്ഷണം* എന്ന പേരിൽ പുസ്തകമായി പ്രസിദ്ധീകരിച്ചിട്ടുണ്ട്. ആ അഭിമുഖത്തിന്റെ ഒരു ഭാഗം ഇവിടെ ചേർക്കുകയാണ്. ഭൂപ്രഭുത്വ ജാതീയ സംവിധാനത്തെ തകർക്കാൻ കേരളത്തിലെ കമ്യൂണിസ്റ്റുകാരുടെ ഉറച്ച നിലപാടിനും അവർ വഹിച്ച പങ്കിനുമുള്ള തെളിവാണ് സഖാവ് ഇ എം എസിന്റെ ആ അഭിമുഖം.

ചോദ്യം: സാമ്പത്തികപരമായി വളരെയേറെ മുന്നോക്കം നിൽക്കുന്ന കുടുംബത്തിൽനിന്നും വന്ന താങ്കൾ, താങ്കളുടെ സ്വത്തുക്കൾ മുഴുവനും, ചെറുപ്രായത്തിൽ തന്നെ കമ്യൂണിസ്റ്റ് പാർട്ടിക്ക് കൊടുത്തു. അങ്ങനെ ചെയ്യാൻ താങ്കൾക്ക് എങ്ങനെ കഴിഞ്ഞു?

ഇ എം എസ്: ഇങ്ങനെ ചെയ്തത് ഞാൻ മാത്രമാണെന്ന് താങ്കൾ കരുതുന്നതായി തോന്നുന്നു. ഞാൻ മാത്രമല്ല സഖാവ് സുന്ദരയ്യ, സഖാവ് ബസവപുന്നയ്യ ഉൾപ്പെടെ ആന്ധ്രയിലെ പല സഖാക്കളും ഇതുപോലെ സ്വത്തുക്കൾ മുഴുവനും പാർട്ടിക്ക് കൊടുത്തിരിക്കുകയാണ്. ഞങ്ങൾ വലിയ ഭൂപ്രഭുത്വ വർഗ്ഗത്തിൽ മേൽ ജാതിയിലാണ് ജനിച്ചത്. ഈ രണ്ടിൽനിന്നും പരിപൂർണ്ണമായി ബന്ധങ്ങളെ ഉപേക്ഷിക്കണമെന്ന് ഞങ്ങൾ ആഗ്രഹിച്ചു. അതുകൊണ്ടാണ് ഞങ്ങൾക്ക് അങ്ങനെ ചെയ്യാൻ കഴിഞ്ഞത്.

ചോദ്യം: ബ്രാഹ്മണ സമൂഹത്തിൽ ജനിച്ച താങ്കൾ വളരെ ചെറു പ്രായത്തിൽ തന്നെ പൂണൂൽ ഉപേക്ഷിച്ചത് എങ്ങനെ?

ഇ എം എസ്: അതൊരു വളരെ ചെറിയ വിഷയമാണ്. ജാതീയതയ്ക്ക് എതിരായ പ്രതിഷേധത്തിനടയാളമായാണ് ഞാനത് ചെയ്തത്.

എനിക്ക് ഒരു സംഭവം ഓർമ്മവരുന്നു.

1932 ൽ ഞാൻ വേലൂർ ജയിലിൽ ആയിരുന്നപ്പോൾ, ഞങ്ങളുടെ പാർട്ടി (കോൺഗ്രസ്) നേതാവ് സത്യമൂർത്തിയും ഞങ്ങളോടൊപ്പം ഉണ്ടായിരുന്നു. ഞാൻ പൂണൂൽ ധരിക്കാതെ ഇരിക്കുന്നത് കണ്ട് അദ്ദേഹം,'നീ എന്തുകൊണ്ടാണ് പൂണൂൽ ധരിക്കത്തത്?'എന്ന് ചോദിച്ചു. അദ്ദേഹത്തിനെ വിഷമിപ്പിക്കേണ്ട എന്ന് കരുതി ഞാൻ, 'പൂണൂൽ കളഞ്ഞുപോയി' എന്ന് മറുപടി പറഞ്ഞു.

പക്ഷേ, അദ്ദേഹം ഒരു പൂണൂല് എനിക്ക് തന്നിട്ട്, അത് ധരിക്കാൻ പറഞ്ഞു. ഞാൻ അത് വാങ്ങി എന്റെ മേശയ്ക്കകത്തു വയ്ക്കുകയായിരുന്നു.

എന്നോടൊപ്പം ജയിലിൽ ഉണ്ടായിരുന്ന റെഡ്ഡി സമൂഹത്തിലെ ഒരു സുഹൃത്ത് ആ പൂണൂലെടുത്ത് ധരിച്ചുകൊണ്ട്, സത്യമൂർത്തിയുടെ മുന്നിലൂടെ നടക്കുകയുണ്ടായി.

പിന്നീട്, എന്നെക്കണ്ട സത്യമൂർത്തി, 'നീ ബ്രാഹ്മണൻ എന്ന് ഞാൻ തെറ്റായി കരുതിയാണ്, പൂണൂൽ നിനക്ക് ധരിക്കാൻ തന്നത്' എന്നു പറഞ്ഞു.

ചോദ്യം: 70 വർഷങ്ങൾക്കധികം പൊതുസേവനം അനുഷ്ഠിച്ചു വരുന്ന താങ്കൾ, താങ്കളുടെ പ്രവർത്തനങ്ങളിൽ മികച്ചതെന്ന് എന്തിനെയാണ് കരുതുന്നത്?

ഇ എം എസ്: വലിയ ഭൂപ്രഭുത്വ ഉയർന്ന ജാതി കുടുംബത്തിൽ ജനിച്ച ഞാൻ ആ രണ്ടിൽനിന്നുമുള്ള ബന്ധങ്ങളെ ഉപേക്ഷിച്ച്, അതിൽ നിന്നും പുറത്ത് വരികയാണ് ഉണ്ടായത്. അതുമാത്രമല്ല ഭൂപ്രഭുത്വ ഉയർന്ന ജാതി എന്നീ രണ്ട് ഘടകങ്ങൾക്കും എതിരായ പോരാട്ടങ്ങളിലൂടെ ഇന്ത്യൻ തൊഴിലാളി വർഗ്ഗം എന്നെ തന്റെ പുത്രനായി ദത്തെടുത്തുകഴിഞ്ഞു. ഇതാണ് എന്റെ മികച്ച പ്രവർത്തനമെന്നു ഞാൻ കരുതുന്നത്.

പൊട്ടിച്ചെറിഞ്ഞതു പൂണൂല് മാത്രമല്ല

ഭൂപ്രഭുത്വ സനാതന കുടുംബത്തിൽ ജനിച്ച സഖാവ് ഇ എം എസ് നമ്പൂതിരിപ്പാട്, തന്റെ കോളേജ് കാലത്ത്, വേറെ ചില നമ്പൂതിരി വിദ്യാർത്ഥികളുടെ കുടുമ വെട്ടിമാറ്റുകയും പൂണൂൽ നീക്കം ചെയ്തതിനെയും പറ്റി സഖാവ് ജവഹർ ചോദിച്ചപ്പോൾ, അതൊരു ചെറിയ വിഷയമാണെന്ന് സഖാവ് ഇ എം എസ് പറയുകയുണ്ടായി. പക്ഷേ, അദ്ദേഹത്തിന്റെ ആ നടപടി, അന്നത്തെ കാലഘട്ടത്തിൽ കേരളത്തിലെ യുവതലമുറയ്ക്കിടയിൽ വലിയ ആഘാതമാണ് സൃഷ്ടിച്ചത്. ഇ എം എസ്

ഇതുപോലുള്ള നടപടികളിൽ മാത്രം ഒതുങ്ങി നിന്നില്ല. എ കെ ജി, പി കൃഷ്ണപിള്ള എന്നിവരോടൊപ്പം അയിത്തത്തിനെതിരെ ക്ഷേത്ര പ്രവേശന സമരവും എണ്ണമറ്റ ഇതര സമരങ്ങളും നടത്തുകയുണ്ടായി.

തമിഴ്നാട്ടിൽ 1940 കാലഘട്ടം തുടങ്ങി 1980 കാലഘട്ടം വരെ തഞ്ചാവൂരിന്റെ കീഴത്തഞ്ചയിൽ (പഴയ തഞ്ചാവൂർ ജില്ലയുടെ ഭാഗങ്ങളാണ്; ഇപ്പോഴത്തെ നാഗപട്ടണം തിരുവാരൂർ ജില്ലകൾ ഉൾപ്പെടുന്ന പ്രദേശം) നടന്ന ജാതി അടിച്ചമർത്തലുകൾക്കെതിരെയുള്ള പോരാട്ടം ഒരു വീര ഗാഥയാണ്.

തെൻപറൈ മുതൽ വെണ്മണി വരെ!

തഞ്ചാവൂർ എന്നു പറയുമ്പോൾ തന്നെ നമുക്ക്, തമിഴ്നാട്ടിന്റെ നെല്ലറ എന്നാണ് മനസ്സിൽ ഓർക്കാൻ കഴിയുന്നത്. കല്ലണ നിർമ്മാണ കാലം മുതൽ ആയിരം വർഷങ്ങൾക്ക് മുകളിൽ തമിഴ്നാട്ടിൽ തന്നെ അധികമായി നെല്ല് വിളയുന്ന പ്രദേശമായി അറിയപ്പെടുന്ന സ്ഥലമാണത്. കലയും സാഹിത്യവും സംഗീതവും വളർത്തിയ മഹാന്മാർ ഉണ്ടായ പ്രദേശമാണത്. അതേസമയം തഞ്ചാവൂർ പ്രദേശത്തുള്ള ജനങ്ങളിൽ ഒരു വിഭാഗം ക്രൂരമായ രീതിയിലുള്ള അയിത്ത അതിക്രമങ്ങൾക്ക് വിധേയരാകുന്നുണ്ടെന്നതു പലരും അറിയാത്ത ചരിത്രമാണ്.

കഴിഞ്ഞ നൂറ്റാണ്ടിന്റെ ആരംഭത്തിൽ തഞ്ചാവൂരിൽ പ്രത്യേകിച്ചും കീഴത്തഞ്ചയിൽ കൃഷി ഭൂമി മുഴുവനും വിരലിലെണ്ണാവുന്ന ഭൂപ്രഭുക്കൾ, രയത്വാരി ഭൂപ്രഭുക്കൾ, ക്ഷേത്രങ്ങൾ, മഠങ്ങൾ, ഭൂവുടമകൾ എന്നിവരുടെ കൈവശമായിരുന്നു. ഇവരിൽ മിക്കവരും മേൽജാതി, പിന്നോക്ക വിഭാഗങ്ങളിൽ പെട്ട ആൾക്കാരായിരുന്നു.

മറുവശം, ജനസംഖ്യയിൽ 30 ശതമാനം പട്ടികവർഗ്ഗ സമൂഹത്തിൽ പെട്ട സ്വന്തമായി ഭൂമിയില്ലാത്ത ജനങ്ങൾ അവിടെ ഭൂവുടമകളുടെ അടിമകളായി നരകിച്ച് ജീവിക്കുകയായിരുന്നു. പിന്നോക്ക സമുദായത്തിൽ പെട്ട ഭൂരിഭാഗം ആൾക്കാരും സ്വന്തമായി ഭൂമിയില്ലാത്ത സ്ഥിതിയിൽ ഭൂവുടമകളുടെയോ ക്ഷേത്രത്തിന്റെയോ മഠങ്ങളുടെയോ ഉടമസ്ഥതയിലുള്ള ഭൂമി പാട്ട കൃഷി ചെയ്യുന്ന പാട്ട കർഷകർ ആയിരുന്നു.

ഭൂവുടമകളുടെ ജാതി അടിച്ചമർത്തലുകളുടെ രൂപങ്ങൾ

ഭൂവുടമകൾക്ക് കീഴിൽ പണിയെടുക്കുന്ന ആശ്രയ തൊഴിലാളികളുടെ കുടുംബം മുഴുവനും ആ ഭൂവുടമയ്ക്ക് വേണ്ടി അധ്വാനിക്കണം. പുരുഷന്മാർ പാടത്ത് പണിയെടുക്കുമ്പോൾ, സ്ത്രീകൾ കന്നുകാലികൾ മേയ്ക്കുകയും പാടത്ത് ഞാറു നടുകയും, കള പറിക്കുകയുമായ പണികൾ ചെയ്യണം. സ്ത്രീ തൊഴിലാളികൾക്ക് ഒരു ദിവസത്തിന് രണ്ട് പടി (നാഴി, ആഴക്ക് പോലുള്ള അളവ്) നെല്ലാണ് കൂലി. ഇവർക്ക് കുട്ടികൾ ഉണ്ടായാൽ, ഗ്രാമ മുൻസിഫിനെ അറിയിക്കണം എന്നതുപോലെ ഭൂവുടമയെയും അറിയിക്കണം. 6 വയസ്സ് പ്രായമുള്ള ആൺകുട്ടികൾ

കന്നുകാലികൾ മേയ്ക്കണം. 10 വയസ്സ് കഴിയുമ്പോൾ തൊഴുത്തുകളിൽ ചാണകം വാരി വൃത്തിയാക്കുന്ന പണിയെടുക്കണം. 15 വയസ്സ് കഴിയുമ്പോൾ കാളവണ്ടി ഓടിക്കണം. 18 വയസ്സ് കഴിയുമ്പോൾ അച്ഛനെപ്പോലെ പൂർണമായ രീതിയിൽ അടിമയായി പണിയെടുക്കുന്നവനായി ആ കുട്ടി മാറും. പെൺകുട്ടികൾ കന്നുകാലികൾക്ക് പുല്ല്, ഇല എന്നിവ ശേഖരിക്കുന്ന പണി ചെയ്യണം. ഇവർ സൂര്യോദയത്തിന് മുമ്പ് പണിക്കു ഇറങ്ങുകയും സൂര്യാസ്തമനത്തിന് ശേഷം വീട്ടിലേക്ക് പോവുകയും ചെയ്യണം.

അവിടെ പണിയെടുക്കുന്നവരുടെ മകനോ മകളോ വിവാഹിതരാകണമെങ്കിൽ ഭൂവുടമയുടെ അനുവാദം വാങ്ങണം. വിവാഹം കഴിക്കുന്നത് കൊണ്ട് പണിയെടുക്കാൻ കൂടുതലായി ഒരാളെ കിട്ടും എന്നൊക്കെ പറഞ്ഞ് കേണപേക്ഷിച്ച് അനുവാദം വാങ്ങണം. വിവാഹത്തിന് നെല്ല്, പണം, താലി എന്നിവയ്ക്കൊക്കെ ഭൂവുടമയെ ആശ്രയിച്ചു നിൽക്കണം. പുതിയതായി വിവാഹം കഴിച്ചവർ ഭൂവുടമയുടെ ആശിർവാദം വാങ്ങണം.

പാട്ട കൃഷിക്കാരുടെ ദുരവസ്ഥ

പാട്ട കൃഷിക്കാർ വിളവിൽ നാലിൽ മൂന്നു ഭാഗം അല്ലെങ്കിൽ അഞ്ചിൽ നാല് ഭാഗം പാട്ടമായി ഭൂവുടമയ്ക്ക് കൊടുക്കണം. എങ്കിലും അടുത്തവർഷം ആ ഭൂമി പാട്ടത്തിന് കിട്ടുമെന്നതിൽ യാതൊരു ഉറപ്പും ഉണ്ടാവില്ല. പാട്ടം വാങ്ങുന്നതിനു പുറമേ വേറെ രീതിയിലും ഭൂവുടമ അവരെ ചൂഷണം ചെയ്യുന്നുണ്ടായിരുന്നു. ചിലപ്പോൾ വിളവ് മുഴുവനായും ഭൂവുടമയ്ക്ക് കൊടുക്കേണ്ടതായ സ്ഥിതി ഉണ്ടാവും.

പാട്ടം കൊടുക്കാൻ പറ്റാതെ വന്നാൽ പല രീതിയിലുള്ള ശിക്ഷകൾ ഏറ്റുവാങ്ങണം. പാട്ടം കൊടുക്കുന്നതിൽ കുറവുണ്ടെങ്കിൽ ഭൂവുടമ കുറിച്ചു വച്ചിട്ടുണ്ടാവും. അടുത്തവർഷവും പാട്ടം കൊടുത്തില്ലെങ്കിൽ കന്നുകാലികളെ ഭൂവുടമ സ്വന്തമാക്കും. സ്വന്തമായി കന്നുകാലികൾ ഇല്ലെങ്കിൽ കെട്ടിയിട്ട് തല്ലുകയുണ്ടാവും. അവരുടെ കിണറുകളിൽ അവർക്ക് വെള്ളമെടുക്കാൻ കഴിയാത്ത വിധത്തിൽ കിണറിന്റെ കുറുകെയുള്ള ഉത്തരത്തെ കൊണ്ടുപോകും.

ദളിത് ജനങ്ങൾ എന്തെങ്കിലും ചോദ്യം ചോദിച്ചു കഴിഞ്ഞാൽ, അല്ലെങ്കിൽ പണിയെടുക്കാൻ സമ്മതിക്കാതെ വന്നാൽ ചാണകം വെള്ളത്തിൽ കലക്കി അവരെ കുടിപ്പിക്കുക, ചാട്ടവാർകൊണ്ട് അടിക്കുക എന്നതുപോലുള്ള ക്രൂരമായ ശിക്ഷകൾ നൽകിയിരുന്നു.

ദളിത് ജനങ്ങളെയും പാട്ട കൃഷിക്കാരെയും ഐക്യപ്പെടുത്തി പോരാടുന്ന മഹത്തായ പ്രവർത്തനത്തെ കമ്യൂണിസ്റ്റ് പ്രസ്ഥാനം നടത്തുകയുണ്ടായി.

തമിഴ്നാട്ടിൽ കമ്യൂണിസ്റ്റ് പാർട്ടിയുടെ തീരുമാനത്തിന്റെ അടിസ്ഥാനത്തിൽ 1943 ൽ കീഴത്തഞ്ചയിൽ തെൻപരൈ ഗ്രാമത്തിൽ കർഷക

സംഘത്തിന്റെ ആദ്യത്തെ ശാഖ സഖാവ് പി ശ്രീനിവാസറാവു ചെങ്കൊടി ഉയർത്തി തുടങ്ങിവച്ചു. ആ ഗ്രാമത്തിലാണ് പാട്ട കർഷകരുടെ സമരം ആരംഭിച്ചത്. ഭൂപ്രഭുക്കളുടെ ക്രൂരമായ അടിച്ചമർത്തലുകളെയും നേരിട്ട്നിന്നു സമരത്തെ വിജയിപ്പിച്ചു.

നെൽക്കതിർ പൊഴിക്കുന്ന കളത്തിൽ വച്ചുതന്നെ പാട്ട കൃഷിക്കാർക്ക് കിട്ടേണ്ട ഭാഗം പങ്കിട്ട് കൊടുക്കണമെന്നും, ഭൂവുടമ തന്റെ ഭാഗം കൈപ്പറ്റിയതിന് രസീത് നൽകണമെന്നും ഒത്തുതീർപ്പായി.

തെൻപരൈ ഗ്രാമത്തിൽ അടിച്ചമർത്തലുകളെ നേരിട്ട് ചെങ്കൊടി പ്രസ്ഥാനം (കമ്യൂണിസ്റ്റ് പാർട്ടി-കർഷകർ സംഘം) നടത്തിയ സമരത്തിന്റെ വിജയം കീഴത്തഞ്ചൈ പ്രദേശം മുഴുവനും വലിയ രീതിയിൽ സ്വാധീനം ചെലുത്തി. എല്ലാ ഗ്രാമങ്ങളിലും ദളിത് സമുദായത്തിൽപ്പെട്ട ജനങ്ങൾ തങ്ങളുടെ പ്രദേശത്ത് ചെങ്കൊടി ഉയർത്തുകയുണ്ടായി. അടിമത്തത്തിന് എതിരെയും ഭൂപ്രഭുത്വ ചൂഷണങ്ങൾക്കെതിരെയും ദളിത് ജനതയുടെ പ്രക്ഷോഭങ്ങൾ ഉയർന്നു. മൊത്തത്തിൽ പിന്നോക്ക വിഭാഗത്തിൽപ്പെട്ട പാട്ട കൃഷിക്കാരും, ഭൂവുടമകളുടെ ആശ്രിതരായി ജീവിക്കുന്ന ദളിത് ജനതയും ഒന്നിച്ച് സമരത്തിന് ഇറങ്ങുകയായിരുന്നു. കീഴത്തഞ്ചൈ മുഴുവനും സമരഭൂമിയായി മാറുകയുണ്ടായി. ഭൂവുടമകൾക്ക് സഹായമായി ബ്രിട്ടീഷ് ഭരണകൂടം പ്രവർത്തിച്ചു.

ഭൂവുടമകൾ ഈ പ്രക്ഷോഭങ്ങളെ തടഞ്ഞുനിറുത്തുവാൻ ശ്രമിച്ചെങ്കിലും, കഴിഞ്ഞില്ല. ഗുണ്ടകളെ പറഞ്ഞയച്ചു തല്ലുന്നത്, കേസ് ഉണ്ടാക്കുന്നത്, ഗ്രാമത്തിൽ നിന്ന് പുറത്താക്കും എന്ന് ഭീഷണി മുഴക്കുന്നത് പോലുള്ള രീതികളിലായി സമരത്തെ അടിച്ചമർത്താൻ ശ്രമിച്ചു. എന്നിട്ടും, ദളിത് ജനങ്ങളുടെ പ്രക്ഷോഭത്തെ തടയാൻ കഴിഞ്ഞില്ല. ഭൂവുടമകൾക്കും കർഷക തൊഴിലാളികൾക്കുമിടയിൽ ഒത്തുതീർപ്പ് ഉണ്ടാക്കണമെന്ന നിലപാട് സ്വീകരിക്കുന്ന സ്ഥിതിയിലേക്ക് സർക്കാർ എത്തിച്ചേർന്നു.

തഞ്ചാവൂർ ജില്ല പൊലീസ് എ എസ് പി 1944 ൽ ആഹ്വാനം ചെയ്ത, ഭൂവുടമകൾ, കർഷക തൊഴിലാളികൾ, സർക്കാർ എന്നീ മൂന്ന് കൂട്ടരും പങ്കെടുക്കുന്ന ഒത്തുതീർപ്പ് യോഗം നടക്കുകയുണ്ടായി. ഭൂവുടമകളും കർഷക തൊഴിലാളികളുടെ പ്രതിനിധികളും ഒത്തുതീർപ്പ് യോഗത്തിൽ സമമായി ഇരുന്നാണ് സംസാരിച്ചത്. കർഷക തൊഴിലാളികൾക്ക് ഇതു തന്നെ ഒരു വൻ വിജയമാണ്. ഭൂവുടമയ്ക്ക് ആശ്രിതനായി പണിയെടുത്ത്, നേതാവായി മാറിയ കളപ്പാൽ ഗ്രാമത്തിലെ കുപ്പുസ്വാമി (കളപ്പാൽ കുപ്പു എന്ന് വിളിപ്പേരിൽ അറിയപ്പെട്ട സഖാവ്) ഒത്തുതീർപ്പ് യോഗത്തിൽ പങ്കെടുക്കുകയുണ്ടായി. ആ ഒത്തുതീർപ്പ് യോഗത്തിലാണ്, ചാട്ടവാറു കൊണ്ട് മർദ്ദിക്കൽ, ചാണകം കലക്കി കുടിപ്പിക്കൽ പോലുള്ള ശിക്ഷകൾ അവസാനിപ്പിക്കണമെന്ന കരാർ ഏർപ്പെടുത്തപ്പെട്ടത്. 1948 ൽ അസത്യമായ ആരോപണങ്ങളുടെ പേരിൽ കളപ്പാൽ കുപ്പുസ്വാമിയെ അറസ്റ്റ് ചെയ്തു തിരുച്ചിരാപ്പള്ളി ജയിലിൽ അടയ്ക്കുകയും അവിടെ

വച്ച് അദ്ദേഹത്തിന് പൊലീസ് വിഷം നൽകി കൊല്ലുകയായിരുന്നു.

രാജ്യ സ്വാതന്ത്ര്യത്തിനു ശേഷം സംസ്ഥാന സർക്കാർ കൊണ്ടു വന്ന 'ആശ്രിത കർഷക തൊഴിലാളി സംരക്ഷണ നിയമം' മുഖേന അടിമത്തം ഇല്ലാതാക്കപ്പെട്ടു. കൂടാതെ പാട്ട കൃഷിക്കാരുടെ അവകാശങ്ങളും സംരക്ഷിക്കപ്പെട്ടു. ഭൂവുടമകളുടെ അടിമകളായിരുന്നവർ കർഷക തൊഴിലാളികളായി മാറി. കീഴത്തഞ്ചൈ മുഴുവനും പണിക്കൂലി വർദ്ധിപ്പിക്കുന്നതിന് വേണ്ടിയും ഭൂവുടമകളുടെ ഭൂമിയിൽ കുടിലുകെട്ടി താമസിച്ചു വന്നിരുന്ന തൊഴിലാളികൾക്ക് കുടികിടപ്പ് അവകാശപ്രകാരം പട്ടയം നൽകണമെന്നും സമരങ്ങൾ നടന്നിരുന്നു. ഈ പശ്ചാത്തലത്തിലാണ് കർഷക തൊഴിലാളികളുടെ സമരത്തെ അടിച്ചമർത്താൻ 'നെല്ല് ഉല്പാദക സംഘം' എന്ന പേരിൽ ഒരു സംഘടന രൂപീകൃതമായത്. 1968 ൽ നെല്ല് ഉല്പാദക സംഘടനയിലെ ഭൂവുടമകളും അവരുടെ ഗുണ്ടകളും വെണ്മണിയിൽ 44 ദളിത് കർഷക തൊഴിലാളികളെ ജീവനോടെ കത്തിച്ചുകൊന്ന ക്രൂരമായ സംഭവം നടന്നു.

ഇതിനെ തുടർന്ന് കർഷക തൊഴിലാളികളുടെ കൂലി വർദ്ധന ഉൾപ്പെടെ മറ്റ് പ്രശ്നങ്ങളെയും പരിഗണിക്കാൻ വേണ്ടി 1969–ൽ അന്നത്തെ സംസ്ഥാന സർക്കാർ റവന്യൂ വകുപ്പ് ഉദ്യോഗസ്ഥനായ ഗണപതിയാപിള്ളയുടെ നേതൃത്വത്തിൽ ഒരു അന്വേഷണ കമ്മീഷൻ രൂപീകരിക്കുകയുണ്ടായി. കർഷക തൊഴിലാളികൾക്ക് കുറഞ്ഞപക്ഷ കൂലി നിയമം കൊണ്ടുവരണമെന്നും, കർഷക തൊഴിലാളികൾ ഭൂവുടമകൾക്ക് സ്വന്തമായ ഭൂമിയിൽ കുടിലുകെട്ടി താമസിക്കുന്ന സ്ഥലത്തിന് പട്ടയം കൊടുക്കുന്നതിനെക്കുറിച്ച് സർക്കാർ പരിഗണിക്കണമെന്ന് അന്വേഷണ കമ്മീഷൻ ശുപാർശ ചെയ്തു.

കമ്യൂണിസ്റ്റ് പാർട്ടി നടത്തിയ തുടർ സമരങ്ങളുടെ ഫലമായി 1,80,000 തൊഴിലാളികൾക്ക് വീടുവയ്ക്കാനുള്ള സ്ഥലത്തിന് പട്ടയം ലഭിച്ചു. തമിഴ്നാട്ടിൽ കോൺഗ്രസ് ഭരണം ഉണ്ടായിരുന്നപ്പോൾ നിലം കൈവശ പരിധി 30 ഏക്കർ ആയിരുന്നു, പിന്നീട് വന്ന ഡിഎംകെ സർക്കാർ ആ നിയമം പരിഷ്കരിച്ച് ആ പരിധി 15 ഏക്കറായി കുറച്ചു. ഈ നിയമത്തിന്റെ അടിസ്ഥാനത്തിൽ കൈവശമുള്ള ഭൂമി കർഷക തൊഴിലാളികൾക്കും പാട്ട കൃഷിക്കാർക്കും വീതിച്ചു കൊടുക്കണം എന്ന് കമ്യൂണിസ്റ്റ് പ്രസ്ഥാനം സമരം ചെയ്തതിന്റെ അടിസ്ഥാനത്തിൽ, അടുത്തടുത്ത വർഷങ്ങളിൽ മൂന്നുലക്ഷം ഏക്കർ ഭൂമി വിതരണം ചെയ്യപ്പെട്ടു. കമ്യൂണിസ്റ്റ് പാർട്ടി തമിഴ്നാട്ടിൽ അധികാരത്തിൽ എത്താതെ തന്നെ ഇത്രയും ഭൂമി വിതരണം ചെയ്യാൻ കഴിഞ്ഞു എന്നത് ഇവിടെ എടുത്തു പറയേണ്ട ഒന്നാണ്.

രക്തസാക്ഷിത്വം ഉൾപ്പെടെ അറസ്റ്റ്, കേസ്, ജയിൽ എന്ന് കമ്യൂണിസ്റ്റുകാർ നേരിട്ട അടിച്ചമർത്തലുകളും ത്യാഗവും ധീരതയുടെ മഹാഗാഥയാണ്.

താരതമ്യേന കീഴത്തഞ്ചൈയിൽ തൊട്ടുകൂടായ്മ എന്ന അതിക്രമം

ഇല്ലാതാക്കപ്പെട്ടതിന് ദളിത് ജനതയും പിന്നോക്ക സമൂഹത്തിലുള്ള ജനതയും ഒരുമിച്ച് നിന്ന് പോരാടിയതാണ് അതിനുള്ള കാരണം. ജാതി അതിക്രമങ്ങൾ, ഭൂപ്രഭുത്വ ചൂഷണങ്ങൾ ഇവ രണ്ടിനെയും ഒരേസമയത്ത് എതിർത്ത് സമരം ചെയ്തതുകൊണ്ടാണ് വിജയം കൈവരിക്കാൻ കഴിഞ്ഞത്.

അതിക്രമങ്ങൾക്ക് വിധേയരായ ദളിത്, പിന്നോക്ക സമുദായ ജനതയ്ക്ക് ഭൂപ്രഭുക്കളെയും, അവരുടെ ഗുണ്ടകളെയും, അവർക്ക് സഹായകരമായി പ്രവർത്തിച്ച ബ്രിട്ടീഷ് ഭരണകൂടത്തെയും, അതിന്റെ നിയമങ്ങളെയും എതിർക്കാൻ കഴിയുമെന്ന വിശ്വാസവും ധൈര്യവും നൽകിയതാണ് കമ്യൂണിസ്റ്റ് പ്രസ്ഥാനത്തിന്റെ പ്രധാന പങ്ക്.

ഇപ്പോഴും ഹിന്ദുത്വയെ എതിർത്ത് നടത്തുന്ന സമരങ്ങൾ മതവർഗ്ഗീയതയ്ക്ക് എതിരായത് മാത്രമല്ല ജാതീയ അതിക്രമങ്ങളെയും സനാതനധർമ്മത്തെയും എതിർത്ത് നടത്തുന്ന സമരം കൂടിയാണത്.

നുഴഞ്ഞു കയറുന്ന ആർ എസ് എസ്!

രാഷ്ട്രീയം, നിയമം, മനുഷ്യാവകാശം എന്നിവയുടെ പേരിൽ മതവർഗ്ഗീയ നടപടികൾ രാജ്യമെമ്പാടും കൂടി വരുന്നുണ്ടെന്നും, ഒരു സമൂഹത്തിൽ നിന്നുള്ളവർ തങ്ങളുടെ വിനാശകരമായ പരിപാടിയെ പ്രാവർത്തികമാക്കാൻ സർക്കാർ സംവിധാനത്തിൽ നുഴഞ്ഞുകയറാൻ പദ്ധതിയിട്ടിട്ടുണ്ടെന്നും ആർ എസ് എസ് അധ്യക്ഷൻ മോഹൻ ഭഗവത് അടുത്തിടെ ഒരു പ്രസ്താവനയിൽ പറയുകയുണ്ടായി.

ആർ എസ് എസിന്റെ താത്ത്വികപരമായ തീരുമാനങ്ങൾ എടുക്കുന്ന ഉയർന്ന സമിതിയായ, അഖില ഭാരതീയ പ്രതിനിധിസഭയുടെ മൂന്നു ദിവസത്തെ യോഗത്തിനുശേഷം മേൽപ്പറഞ്ഞ പ്രസ്താവനയെ ആർ എസ് എസ് അദ്ധ്യക്ഷൻ പുറത്തുവിടുകയായിരുന്നു. അഞ്ച് സംസ്ഥാനങ്ങളിൽ നടന്ന തെരഞ്ഞെടുപ്പിന്റെ ഫലം പുറത്തിറങ്ങിയ ഉടൻ ഇതുപോലുള്ള പ്രസ്താവന പുറത്തിറക്കുക വഴി വിനാശകരമായ പദ്ധതിയെ തകർക്കാൻ എല്ലാ നടപടികളെയും കൈക്കൊള്ളണമെന്ന് ആർ എസ് എസ് അദ്ധ്യക്ഷൻ അഭ്യർത്ഥിച്ചു.

ഈ പ്രസ്താവന, ആർക്കു നേരെയാണ് വിരൽ ചൂണ്ടുന്നത്? ആരാണ് സർക്കാർ സംവിധാനങ്ങളിൽ നുഴഞ്ഞുകയറാൻ ശ്രമിക്കുന്നത്? ഇടിവെട്ടിയവന്റെ തലയിൽ പാമ്പ് കടിച്ച പോലുള്ള അവസ്ഥയിൽ ന്യൂനപക്ഷ സമുദായത്തിൽപ്പെട്ട ജനങ്ങൾ, വേദനയുടെ അങ്ങേയറ്റത്ത് നിൽക്കുകയാണ്. അസ്വസ്ഥതയിൽ മനസ്സ് നീറുന്ന സ്ഥിതിയിലിരിക്കുന്ന ന്യൂനപക്ഷ ജനങ്ങളാണ് സർക്കാർ സംവിധാനത്തിൽ നുഴഞ്ഞുകയറാൻ ശ്രമിക്കുന്നതെന്ന്, ആർ എസ് എസ് സാങ്കൽപ്പികമായ രീതിയിൽ ഒരു കഥ സൃഷ്ടിച്ച്, വ്യാപകമായി പ്രചരിപ്പിക്കുകയും ചെയ്യുന്നു.

സത്യത്തിൽ നുഴഞ്ഞുകയറുന്നത് ആരാണ്

സത്യത്തിൽ സർക്കാർ സംവിധാനത്തിൽ നുഴഞ്ഞുകയറാൻ അല്ല ശ്രമിക്കുന്നത്, നുഴഞ്ഞുകയറി, ജാലവിദ്യകളും മറ്റും പയറ്റുന്നത് ആർ എസ് എസ് ഉൾപ്പെടെയുള്ള സംഘപരിവാർ സംഘടനകളാണ്.

അടുത്തകാലത്ത് നടന്നു വരുന്ന സംഭവങ്ങളാണ് ഇതിന്റെയൊക്കെ തെളിവുകൾ. രണ്ടാം തവണയും(2019) കേന്ദ്രത്തിൽ ബി ജെ പി അധികാരത്തിൽ വന്നയുടൻ തന്നെ ജമ്മു കാശ്മീർ സംസ്ഥാന സർക്കാരിനെ കേന്ദ്ര സർക്കാർ പിരിച്ചുവിടുകയുണ്ടായി.

ജമ്മു കാശ്മീർ സംസ്ഥാനത്തിന് ഉണ്ടായിരുന്ന, പ്രത്യേക പരിഗണന നൽകുന്ന ഭരണഘടനയുടെ 370, 35 എ വകുപ്പുകളെ റദ്ദാക്കുകയും സംസ്ഥാനത്തിനെ തന്നെ മൂന്നായി വിഭജിച്ച് മൂന്ന് കേന്ദ്ര ഭരണ പ്രദേശങ്ങളായി മാറ്റുകയും ചെയ്തു. രാഷ്ട്രപതി ഭരണം നടപ്പിലാക്കിയതിനു ശേഷം പാർലമെന്റ് തിരഞ്ഞെടുപ്പ് നടന്നപ്പോൾ സംസ്ഥാന നിയമസഭയുടെ തിരഞ്ഞെടുപ്പ് നടത്തിയില്ല.

കൂടാതെ, മുസ്ലീം ജനങ്ങൾ ഭൂരിപക്ഷമായി ഉള്ള ഒറ്റ സംസ്ഥാനമായ ജമ്മു-കശ്മീരിൽ നിയമസഭ മണ്ഡലങ്ങൾ പുതുതായി രൂപീകരിക്കുന്ന സമയത്ത്, ശതമാനാടിസ്ഥാനത്തിൽ കാശ്മീരിൽ നിയമസഭാ മണ്ഡലങ്ങളുടെ എണ്ണം കുറയ്ക്കുകയും, ഹിന്ദു ജനങ്ങൾ കൂടുതലായി ഉള്ള ജമ്മു പ്രദേശത്ത് നിയമസഭാ മണ്ഡലങ്ങളെ വർദ്ധിപ്പിക്കുകയും ചെയ്തു.

2011 ൽ ജനസംഖ്യ കണക്കെടുപ്പ് പ്രകാരം, ജനസംഖ്യ കാശ്മീർ പ്രദേശത്ത് 68.9 ലക്ഷവും ജമ്മു പ്രദേശം 53.8 ലക്ഷവുമായിരുന്നു. ഈ കണക്കനുസരിച്ച് മണ്ഡലങ്ങൾ രൂപീകരിക്കുകയാണെങ്കിൽ കാശ്മീരിനെ 51 നിയമസഭ മണ്ഡലങ്ങളും ജമ്മുവിന് 39 നിയമസഭാ മണ്ഡലങ്ങളുമാണ് ഉണ്ടാകേണ്ടത്. പക്ഷേ, ഇപ്പോൾ കാശ്മീരിന് 47 നിയമസഭ മണ്ഡലങ്ങളും 43 എന്നും തീരുമാനിച്ചുറപ്പിച്ചതിന്റെ ഗൂഢലക്ഷ്യം പ്രത്യക്ഷമാണ്.

ആർ എസ് എസിന്റെ രാഷ്ട്രീയ മുഖം

ബി ജെ പി മറ്റ് അഖിലേന്ത്യ, പ്രാദേശിക രാഷ്ട്രീയ പാർട്ടികളെപ്പോലെയുള്ള ഒന്നല്ല. ബി ജെ പി ഒരു വിഘടനവാദ, വംശീയത എന്നീ ഉള്ളടക്കങ്ങളുള്ള ഒരു പാർട്ടിയാണ്. മറ്റു മതങ്ങൾക്ക് എതിരായ വിദ്വേഷവും അസഹിഷ്ണുതയും ഉണ്ടാക്കിയതിന്റെ അടിസ്ഥാനത്തിൽ ജനങ്ങളെ ഭിന്നിപ്പിച്ച്, തങ്ങളുടെ നൂറുവർഷക്കാല പരിപാടിയായ സനാതന ഹിന്ദുത്വ രാജ്യമായി ഇന്ത്യയെ മാറ്റാൻ വളരെ വേഗതയിൽ ശ്രമം നടത്തിവരുന്ന പാർട്ടിയാണത്.

ഫാസിസ്റ്റ് സ്വഭാവമുള്ള ആർ എസ് എസ് ആണ് ബി ജെ പിയെ നയിക്കുന്നത്. ബി ജെ പി ഭരണത്തിൽ ഉള്ളപ്പോൾ സർക്കാർ നിർവഹണത്തിൽ നുഴഞ്ഞുകയറി അധികാരത്തെയും സർക്കാർ സംവിധാ

നത്തിന്റെ ഘടകങ്ങളെയും തങ്ങളുടെ ഇച്ഛയ്ക്കനുസരിച്ച് എളുപ്പത്തിൽ ചൊൽപടിയിലാക്കാൻ ആർ എസ് എസിന് കഴിയുന്നു. ഇന്ത്യയിൽ ഹിന്ദു രാഷ്ട്രത്തെ രൂപീകരിക്കണമെന്ന ലക്ഷ്യത്തോടെ നാനാത്വ സ്വഭാവങ്ങ ളുള്ള ഇന്ത്യയുടെ സംസ്കാരത്തെ ഇല്ലാതാക്കുന്നു. ഒരേ രാജ്യം, ഒരേ മതം, ഒരേ ഭാഷ, ഒരേ സംസ്കാരം എന്ന് എല്ലാ ഘടകങ്ങളിലും ഏകത്വ സ്വഭാവത്തെ തിരുകി കയറ്റാൻ ശ്രമിക്കുന്നു.

സർക്കാർ സംവിധാനങ്ങൾ, ഭരണകൂടം, വിദ്യാഭ്യാസം, മാധ്യമ ങ്ങൾ, കലാസാംസ്കാരിക ഘടകം, ചരിത്രം പോലുള്ളവയെ കാവിവൽ ക്കരിക്കുന്നു. ഭൂരിഭാഗം വർഗ്ഗീയതയുടെ വളർച്ചയെന്നത് ന്യൂനപക്ഷ വർഗ്ഗീയതയെ ഉണർത്തുകയും അതുവഴി സംഘർഷം സൃഷ്ടിച്ച് രാജ്യത്തിന്റെ ഐക്യത്തിന് അപകടം ഉണ്ടാക്കുന്നതായി മാറും. ഇന്ത്യൻ ഭരണഘടനയുടെ അടിസ്ഥാന തൂണുകളായി കണക്കാക്കപ്പെടുന്ന മതേതരം, ജനാധിപത്യം, ഫെഡറലിസം, സാമൂഹ്യനീതി, സാമ്പത്തിക പരമാധികാരം എന്നിവ ആക്രമണത്തിനിരയാക്കപ്പെടുകയാണ്. ചുരുക്കത്തിൽ ഇന്ത്യൻ റിപ്പബ്ലിക്കിന്റെ സ്വഭാവത്തെ മാറ്റുവാനുള്ള ആസൂത്രിതമായ ശ്രമങ്ങൾ നടന്നുവരികയാണ്.

1940 ൽ തന്നെ ഡോക്ടർ അംബേദ്കർ ഈ അപകടത്തെപ്പറ്റി ആപ ത്സൂചന നൽകിയിട്ടുണ്ട്. 'ഹിന്ദു രാഷ്ട്രം എന്നത് സാക്ഷാൽക്കരിക്ക പ്പെട്ടാൽ, അതു രാജ്യത്തിന് വൻ ദുരന്തം ആയിരിക്കുമെന്നതിൽ ഒരു സംശയവുമില്ല. സ്വാതന്ത്ര്യം സമത്വം സഹോദരത്വം എന്നിവയ്ക്ക് വലിയ ഭീഷണിയായി മാറും. ആ രീതിയിൽ അത് ജനാധിപത്യത്തിന് ഒരുതരത്തിലും ചേരുന്ന ഒന്നല്ല. എന്തു വില കൊടുത്തെങ്കിലും ഹിന്ദു രാഷ്ട്ര രൂപീകരണത്തെ തടയണം' എന്നാണ് ഡോക്ടർ അംബേദ്കർ പറഞ്ഞിട്ടുള്ളത്.

നുഴഞ്ഞു കയറുന്നതെങ്ങനെ?

ഭരണത്തിലിരിക്കുന്ന ബി ജെ പിയെ ഉപയോഗപ്പെടുത്തി സർക്കാർ സംവിധാനങ്ങളിൽ നുഴഞ്ഞുകയറി, അതിനെ വർഗ്ഗീയ സ്വഭാവമുള്ള തായി മാറ്റാൻ ആർ എസ് എസ് ആസൂത്രിതമായ രീതിയിൽ പ്രവർത്തി ച്ചുവരികയാണ്. ആർ എസ് എസിന്റെ ആൾക്കാരെ സംസ്ഥാനങ്ങളുടെ ഗവർണറായി കേന്ദ്രസർക്കാർ നിയമിക്കുന്നു. ഉദാഹരണമായി തമിഴ്നാട് ഗവർണർ ആർ എൻ രവി ഭരണഘടനയുടെ അടിസ്ഥാനത്തിലാണ് ഗവർണറായി ചുമതല വഹിക്കുന്നത്. ഈ അടുത്തകാലത്ത് വൈസ് ചാൻസലർമാരുടെ യോഗം വിളിച്ചുകൂട്ടിയ അദ്ദേഹം, അഖണ്ഡഭാരതം എന്ന ആർ എസ് എസിന്റെ ആശയത്തിന് അനുകൂലമായി സംസാരിച്ചു. നീറ്റിന് (NEET) എതിരായ പ്രമേയത്തെ തമിഴ്നാട് നിയമസഭയിൽ ബി ജെ പി അനുകൂലിച്ചില്ല. അതേ നിലപാടു സ്വീകരിച്ച് ഗവർണർ നീറ്റിന് എതിരായ ബില്ലിനെ രാഷ്ട്രപതിക്ക് അയക്കാൻ കൂട്ടാക്കാതെ തമിഴ്നാട്

സംസ്ഥാന സർക്കാരിന് തന്നെ തിരിച്ചയക്കുകയുണ്ടായി.

നിയമ വകുപ്പിനെ എങ്ങനെയാണ് അവർ ഉപയോഗപ്പെടുത്തുന്നത്, എങ്ങനെയാണ് അവർ അതിൽ നുഴഞ്ഞുകയറുന്നത് എന്നതിന് സുപ്രീം കോടതി മുൻ ചീഫ് ജസ്റ്റിസ് രഞ്ജൻ ഗോഗോയെ എങ്ങനെയാണ് അവർ ഉപയോഗിച്ചു എന്നത് ഒരു ഉദാഹരണമാണ്. അദ്ദേഹം, ഭരിക്കുന്ന ബി ജെ പി സർക്കാർ ആഗ്രഹിച്ച പല വിധികളെയും പുറപ്പെടുവിച്ചു. അതിന് പ്രത്യുപകാരമായി അദ്ദേഹം വിരമിച്ച ഉടനെ ബി ജെ പിയുടെ രാജ്യസഭ അംഗമായി തെരഞ്ഞെടുക്കപ്പെട്ടു. ഇത് ഇപ്പോൾ സേവനത്തിൽ ഇരിക്കുന്ന ജസ്റ്റിസ്മാർക്കിടയിൽ സ്വാധീനം ഉണ്ടാക്കുന്ന പ്രവൃത്തി കൂടിയാണ്.

ബി ജെ പി നേതൃത്വത്തിന് അനുകൂലമായി പ്രവർത്തിക്കാൻ സമ്മതിക്കാത്ത ജസ്റ്റിസ് ലോയ ദുരൂഹമായ സാഹചര്യത്തിൽ മരണമടഞ്ഞത് വലിയ ചർച്ചകളാണ് ഉണ്ടാക്കിയത്.

സാംസ്കാരിക തലത്തിലും ആർ എസ് എസ് വലിയ നുഴഞ്ഞുകയറ്റമാണ് നടത്തിയിട്ടുള്ളത്. സാധാരണയായി ഒരു സിനിമ, സെൻസർ ബോർഡിന്റെ സർട്ടിഫിക്കറ്റ് നൽകപ്പെട്ടു പുറത്തിറങ്ങുന്നു. ഇപ്പോൾ സിനിമാട്ടോഗ്രാഫി നിയമം കേന്ദ്രസർക്കാർ തിരുത്തുകയും, സെൻസർ ബോർഡ് ഒരു സിനിമയ്ക്ക് പ്രദർശന അനുവാദ സർട്ടിഫിക്കേറ്റ് നൽകിയാലും അത് റദ്ദാക്കാനുള്ള അധികാരം കേന്ദ്രസർക്കാരിന് പുതിയതായി നൽകിക്കൊണ്ട് മാറ്റം ചെയ്തിട്ടുണ്ട്. അതുകൊണ്ട് സെൻസർ ബോർഡ് ഒരു സിനിമയ്ക്ക് പ്രദർശന അനുവാദം നല്കിയാലും, ആർ എസ് എസിന് അതിഷ്ടപ്പെട്ടില്ലെങ്കിൽ ആ സിനിമ പ്രദർശിപ്പിക്കാൻ പറ്റാത്ത സ്ഥിതിയാണ് ഉണ്ടായിട്ടുള്ളത്. അടുത്തകാലത്ത് *കാശ്മീർ ഫയൽസ്* എന്ന സിനിമയിൽ പണ്ഡിറ്റ് വംശജർ കൊലചെയ്യപ്പെടുന്നതു പോലുള്ള ദൃശ്യങ്ങൾ ഉൾപ്പെടുത്തപ്പെട്ട് പുറത്തിറങ്ങി. ആർ എസ് എസ് ആഗ്രഹിക്കുന്ന അഭിപ്രായങ്ങൾ പറയുന്ന ദൃശ്യങ്ങൾ ഉള്ള ഈ സിനിമയെ പ്രധാനമന്ത്രി പുകഴ്ത്തി പറയുകയുണ്ടായി. മുസ്ലീങ്ങളോ പണ്ഡിറ്റ് വംശത്തിൽ പെട്ടവരോ ആയ ഇരുകൂട്ടരുടെ കൊലപാതകങ്ങളും ശക്തമായ രീതിയിൽ അപലപിക്കേണ്ടതാണ്. ഇപ്പോഴത്തെ നമ്മുടെ പ്രധാനമന്ത്രി ഗുജറാത്ത് സംസ്ഥാന മുഖ്യമന്ത്രിയായിരുന്നപ്പോൾ 2000 മുസ്ലീങ്ങൾ കൊല്ലപ്പെടുകയുണ്ടായി. ആ ദൃശ്യങ്ങൾ ഉൾപ്പെടുത്തിയുള്ള *ഫർസാന* ഉൾപ്പെടെയുള്ള സിനിമകൾ നിരോധിക്കപ്പെട്ടത് നമുക്ക് മറക്കാൻ കഴിയുമോ?

പട്ടാളത്തിന്റെ മേധാവിയായിരുന്ന വി കെ സിങ്, തന്റെ സേവന കാലം അവസാനിച്ചയുടൻതന്നെ ബി ജെ പിയിൽ ചേരുകയും കേന്ദ്ര മന്ത്രി ആവുകയും ചെയ്തു. അദ്ദേഹത്തിനെ തുടർന്ന് വിരമിച്ച പല പട്ടാള മേധാവികളും 2019 പാർലമെന്റ് തെരഞ്ഞെടുപ്പ് സമയത്ത് ബി ജെ പിയിൽ ചേരുകയുണ്ടായി. ഇത് പട്ടാളത്തിനകത്ത് ആർ എസ് എസിന്റെ നുഴഞ്ഞുകയറ്റത്തെ പ്രതിഫലിപ്പിക്കുന്നതാണ്. രാജ്യം മുഴു

വനും തങ്ങളുടെ ആശയപരമായ ആധിപത്യത്തെ സ്ഥാപിക്കാൻ എന്ന ലക്ഷ്യത്തിൽ ഐ എ എസ്, ഐ പി എസ് പരീക്ഷയെഴുതാൻ പരിശീലനം നൽകുന്ന അക്കാദമി ആർ എസ് എസ് നടത്തുകയാണ്. അതിൽ പരിശീലനം കിട്ടിയ ആളാണ് തമിഴ്നാട് ബി ജെ പി അധ്യക്ഷനായ അണ്ണാമലൈ എന്ന ഐ പി എസ് കാരൻ.

ഭരണഘടന പ്രകാരം രൂപീകരിക്കപ്പെട്ട സ്വയംഭരണ സ്ഥാപനങ്ങളായ സി ബി ഐ, എൻ ഐ എ, എൻഫോഴ്സ്മെന്റ് വകുപ്പ്, സി എ ജി പോലുള്ളവയെ രാഷ്ട്രീയ ലക്ഷ്യങ്ങൾക്കായി ഉപയോഗപ്പെടുത്തുന്നു. കേരള ഇടതുപക്ഷ ജനാധിപത്യ മുന്നണി സർക്കാരിനെ ഭരണത്തിൽനിന്നും ഇറക്കാനുള്ള ലക്ഷ്യത്തോടെ, സംസ്ഥാന നിയമസഭാ തെരഞ്ഞെടുപ്പിനു മുമ്പ് ഈ സ്ഥാപനങ്ങളുടെ അധികാര ദുഷ്പ്രയോഗങ്ങൾ കേരള സർക്കാരിനെതിരെ അഴിഞ്ഞാടുകയായിരുന്നു. എന്നാൽ കേരളത്തിൽ അവരുടെ ശ്രമം വിജയിച്ചില്ല. ബി ജെ പി അല്ലാത്ത സർക്കാരുകളെ മാറ്റി ആർ എസ് എസ് ആഗ്രഹിക്കുന്ന ആളുകളെ മുന്നിൽ നിർത്താൻ ഈ സ്ഥാപനങ്ങൾ ഉപയോഗപ്പെടുത്തപ്പെടുകയുണ്ടായി. തമിഴ്നാട്ടിലും ഈ രീതിയിലുള്ള ജാലവിദ്യകൾ നടന്നുവരികയാണ്.

ആർ എസ് എസിന്റെ അഭിപ്രായങ്ങൾക്ക് സ്ഥാനം കൊടുക്കാൻ സമ്മതിക്കാത്ത മാധ്യമങ്ങൾ ഭീഷണിപ്പെടുത്തപ്പെടുന്നു. ഒരുകാലത്ത് ഭയമില്ലാതെ ധീരതയുടെ പ്രതീകമായി പ്രവർത്തിച്ചിരുന്ന പല ഇന്ത്യൻ മാധ്യമങ്ങളും ഇപ്പോൾ അധികാര വർഗ്ഗത്തിന്റെ കുഴലൂത്തുകാരായി മാറിക്കഴിഞ്ഞു. കാശ്മീരിൽ ഇന്റർനെറ്റിന്റെ പ്രവർത്തനം നിർത്തുകയും മാധ്യമങ്ങളുടെ പ്രവർത്തനങ്ങൾക്ക് വിലങ്ങിട്ടപ്പോഴും ഇന്ത്യയുടെ ഭൂരിഭാഗം മാധ്യമങ്ങളും നാവ് അനക്കിയില്ല. പൗരത്വ ഭേദഗതി നിയമം, നോട്ട് നിരോധനം, കർഷകർക്ക് എതിരായ നിയമഭേദഗതി പോലുള്ള വിഷയങ്ങളിൽ സർക്കാരിന്റെ വിശദീകരണങ്ങൾക്ക് അതീതമായി ഒന്നും ചെയ്യേണ്ട എന്ന നിലപാടാണ് ഭൂരിപക്ഷം മാധ്യമങ്ങളും സ്വീകരിച്ചത്. ജനാധിപത്യ രാജ്യത്ത് ജനങ്ങളുടെ അവകാശങ്ങൾക്ക് കാവൽ ക്കോട്ടയായി നിൽക്കേണ്ട മാധ്യമങ്ങൾ, ആർ എസ് എസിന്റെയും വൻകിട കോർപ്പറേറ്റ് സ്ഥാപനങ്ങളുടെയും ആജ്ഞയ്ക്ക് വിധേയമായി പ്രവർത്തിക്കുന്ന സ്ഥിതിയാണ് ഉണ്ടായിട്ടുള്ളത്.

ഇന്ത്യയിൽ സർക്കാർ സംവിധാനങ്ങളിൽ നുഴഞ്ഞുകയറുന്നത് ആർ എസ് എസ് തന്നെയാണ് എന്ന് നമുക്ക് ഉറക്കെ പറയാം.

കാവിവൽക്കരിക്കപ്പെടുന്ന വിദ്യാഭ്യാസം

മുൻ രാഷ്ട്രപതി രാംനാഥ് ഗോവിന്ദ്, മുൻ ഉപരാഷ്ട്രപതി വെങ്കയ്യ നായിഡു ഉൾപ്പെടെയുള്ള രാജ്യത്തിന്റെ ഭരണഘടനപരമായി ഉയർന്ന സ്ഥാനങ്ങളിൽ ഇരുന്നവരും പ്രധാനമന്ത്രി നരേന്ദ്രമോദി, ആഭ്യന്തരമന്ത്രി അമിത് ഷാ, പ്രതിരോധ വകുപ്പു മന്ത്രി രാജ്നാഥ് സിങ്, മാനവ വിഭവ ശേഷി മന്ത്രി ധർമ്മേന്ദ്രപ്രധാൻ ഉൾപ്പെടെയുള്ള ഭൂരിഭാഗം കേന്ദ്ര മന്ത്രിമാരും ആർ എസ് എസിന്റെ സംഘടനാപരമായ പരിശീലനം നേടിയവരാണ്.

കേന്ദ്രമന്ത്രിമാർ അധികാരം ദുരുപയോഗപ്പെടുത്തി, തങ്ങളുടെ വകുപ്പുകളിലൂടെയും പൊതുവേയും ആർ എസ് എസിന്റെ ആശയങ്ങളെ ജനങ്ങൾക്കിടയിൽ കൊണ്ടെത്തിക്കാൻ ശ്രമിക്കുന്നു.

ഈ അടുത്തകാലത്ത് മുൻ ഉപരാഷ്ട്രപതി വെങ്കയ്യ നായിഡു, ഹരിദ്വാരിലുള്ള ഒരു സംസ്കൃത വിദ്യാലയത്തിൽ നടന്ന യോഗത്തിൽ ആ പദവി വഹിച്ചപ്പോൾ, അൽപം ലജ്ജ പോലുമില്ലാതെ ആർ എസ് എസിന്റെ ലക്ഷ്യങ്ങളെ പരസ്യമായി ന്യായീകരിച്ച് സംസാരിക്കുകയുണ്ടായി.

'ഇന്ത്യക്കാർ എല്ലാവരും കൊളോണിയൽ ആധിപത്യ ചിന്താഗതി കൈവെടിഞ്ഞ്, ഇന്ത്യൻ സ്വത്വത്തിൽ അഭിമാനിക്കണം. നമ്മുടെ പാരമ്പര്യം, സാംസ്കാരികം, സദാചാരം, നമ്മുടെ പിതൃക്കളെപ്പറ്റിയൊക്ക നാം അഭിമാനം കൊള്ളണം. എല്ലാത്തിനെയും ഇന്ത്യാവൽക്കരിക്കുന്നതാണ് പുതിയ ദേശീയ വിദ്യാഭ്യാസ നയത്തിന്റെ പ്രധാന ലക്ഷ്യം. ഇങ്ങനെ പറയുമ്പോൾ വിദ്യാഭ്യാസത്തെ കാവിവൽക്കരിക്കുകയാണെന്ന് കുറ്റം ആരോപിക്കപ്പെടുന്നു. അങ്ങനെ വിദ്യാഭ്യാസത്തെ കാവി വൽക്കരിക്കുന്നതിൽ എന്ത് തെറ്റാണുള്ളത്?' എന്ന് ആർ എസ് എസ്

അധ്യക്ഷനെപ്പോലെ പരസ്യമായി ഉപരാഷ്ട്രപതിയായിരിക്കെ സംസാരിച്ചു. അദ്ദേഹം പറഞ്ഞ അഭിപ്രായങ്ങളെ അതിനും മുമ്പ് തന്നെ വിദ്യാലയങ്ങളിൽ ആർ എസ് എസ് പശ്ചാത്തലം ഉള്ളവർ നടപ്പിലാക്കി വരികയാണ്.

ഇതിന് ഉചിതമായ ഉദാഹരണമാണ്, ഗോരക്പൂർ ഐ ഐ ടിയുടെ Centre of Excellence for Indian Knowledge System പുറത്തിറക്കിയ 2022-ാം വർഷത്തിന്റെ കലണ്ടർ. ഈ കലണ്ടർ പറയുന്ന സന്ദേശം എന്താണ്?

വ്യാപകമായി പറയപ്പെടുന്നതുപോലെ മധ്യ ഏഷ്യയിൽനിന്നും ആര്യന്മാർ യുദ്ധം ചെയ്യാൻ എത്തി എന്നത് കെട്ടുകഥയാണ്. ആര്യന്മാർ പുറത്തുനിന്ന് ഇന്ത്യയിലേക്ക് വന്നവരല്ല. ഹിന്ദു നദീതട നാഗരികതയ്ക്ക് മുമ്പേ, കാലം കാലമായി ആര്യന്മാർ ഇന്ത്യയിൽ ജീവിച്ചു വന്നിരുന്നു. അതുകൊണ്ട് വേദ പാരമ്പര്യത്തെ തങ്ങളുടെതായി കൈക്കൊണ്ട ആര്യന്മാരുടെ നാഗരികതയാണ് സിന്ധു നദീതട സംസ്കാരമെന്ന് ശാസ്ത്രത്തിനും ചരിത്രത്തിനും സ്വീകരിക്കാൻ പറ്റാത്ത ആർ എസ് എസിന്റെ അഭിപ്രായത്തെ സ്ഥാപിക്കാനാണ് ഈ കലണ്ടറിലൂടെ ലക്ഷ്യം വെക്കുന്നത്.

ഈ അഭിപ്രായങ്ങളുടെ അടിസ്ഥാനത്തിൽ, പാഠ്യപദ്ധതികൾ ഉണ്ടാക്കണമെന്നാണ് തന്റെ പ്രസംഗത്തിലൂടെ വെങ്കയ്യ നായിഡു സൂചിപ്പിച്ചത്.

ഗോരഖ്പൂർ ഐ ഐ ടി പുറത്തിറക്കിയ ഈ കലണ്ടറിനെപ്പറ്റി, ഡി എൻ എ, പുരാവസ്തു ശാസ്ത്രം, ഭാഷ ശാസ്ത്രം, ജന്തുശാസ്ത്രം, സസ്യശാസ്ത്രം, ഭൂമിശാസ്ത്രം, തത്ത്വശാസ്ത്രം എന്നിവയുടെ തെളിവുകൾക്ക് ബന്ധമില്ലാത്ത കെട്ടുകഥയാണ് ഇതെന്ന് ചരിത്ര ശാസ്ത്രജ്ഞൻ ചാൾസ് ആലൻ പറയുന്നു. ഹാരപ്പൻ പ്രദേശത്ത് ആരംഭ കാലഘട്ടം തൊട്ട് ജീവിച്ചുവന്ന, സിന്ധു നദീതട നാഗരികതയുമായി സാമ്യമുള്ള ജനങ്ങളിൽ നിന്നാണ് മുൻകാല ഇന്ത്യയിലെ സർക്കാരുകൾ രൂപപ്പെടാൻ തുടങ്ങിയതെന്ന് ചരിത്ര, ശാസ്ത്രീയ തെളിവുകൾ പറയുന്നു. ഈ ജനങ്ങളുടെ കാലഘട്ടം ക്രിസ്തു പിറവിയെടുക്കുന്നതിന് 7000 വർഷങ്ങൾ മുതൽ 2000 വർഷങ്ങൾ മുമ്പ് വരെ നീണ്ടുകിടക്കുന്നു. ഇവരുടെ താമസസ്ഥലങ്ങളുടെ അവശിഷ്ടങ്ങൾ സിന്ധു നദി, കടച്ച് പ്രദേശം, സൗരാഷ്ട്ര, ബലൂചിസ്താൻ, മേക്റൻ തീരദേശ പ്രദേശം എന്നിവിടങ്ങളിൽ മണ്ണിനകത്തായി കിടക്കുന്നു. കൃഷിയിലും വ്യവസായത്തിലും ഏർപ്പെട്ടിരുന്നു ജനങ്ങൾ, കൃത്യമായി ആസൂത്രണം ചെയ്ത നഗരസംവിധാനങ്ങൾ, വെള്ളം കൊണ്ടുവരാൻ സംവിധാനങ്ങൾ മുതലായവയുണ്ടായിരുന്നു. കാള പൂട്ടിയ വണ്ടികളെ ഇവർ ഉപയോഗിച്ചിരുന്നു. കാലങ്ങൾക്ക് ശേഷം, ജലസേചനം, മഴ പെയ്യുന്നത് എന്നിവ കുറഞ്ഞുപോയത് ഈ നാഗരികതയ്ക്ക് നാശം സംഭവിച്ചു.

തൊഴിൽപരമായി മേച്ചിലിൽ ഏർപ്പെട്ടുവന്ന ഋഗ്വേദ ജനങ്ങൾ ഇറാൻ, അഫ്ഗാനിസ്ഥാൻ വഴി സിന്ധു നദീതടത്തിൽ ഇക്കാലത്ത്

താമസം തുടങ്ങുകയുണ്ടായി. യൂറോപ്പ്, ഏഷ്യൻ, സ്റ്റെപ്പി കാടുകളിലെ കുതിരകൾ ഉൾപ്പെടെ മേച്ചിൽ മൃഗങ്ങളോടൊപ്പം ഇവർ പലായനം ചെയ്യുകയുണ്ടായി. ഘട്ടം ഘട്ടമായി പല കാലഘട്ടങ്ങളിലായി നടന്ന കുടിയേറ്റ പ്രക്രിയയാണത്. സിന്ധു നദീതടനാഗരീകതയുടെ കറുത്ത തോലുള്ള ജനങ്ങളോട് അവർക്ക് സമ്പർക്കം പുലർത്തേണ്ടതായി വന്നു. അമേരിക്കൻ ആർക്കിയോളജിക്കൽ വിദഗ്ധനായ ജോർജ് ടേൽസ് എഫ് ഡേൽസ്, ഹാരപ്പൻ നാഗരികത ജനങ്ങൾക്ക് ആര്യരുടെ പെട്ടെന്നുള്ള ആക്രമണത്താൽ വംശനാശം നേരിടേണ്ടി വന്നില്ല. പലായനം ചെയ്തു കുടിയേറ്റം സംഭവിച്ചത് കാരണം ജനങ്ങൾക്ക് വംശനാശം നടന്നിട്ടു ണ്ടാകാം. ഇങ്ങനെ അകത്തു നുഴഞ്ഞു കയറുന്നവരും പുറത്തു പോകു ന്നവരും തമ്മിൽ പൊരുത്തപ്പെടാത്ത സ്ഥിതി വന്നിട്ടുണ്ടാവാം. പുറ ത്തുനിന്ന് അകത്ത് കയറാൻ ശ്രമിച്ച ജന സമൂഹം കൂടുതൽ ബലമുള്ള വരായിരുന്ന കാരണത്താൽ, ഉയർന്ന സ്ഥാനങ്ങൾ പിടിച്ചു പറ്റിയിട്ടു ണ്ടാവാം. മുമ്പേ അവിടെ ജീവിച്ചിരുന്ന സ്ഥലവാസികൾ പിന്നോക്ക സ്ഥിതിയിലേക്ക് തള്ളപ്പെട്ട ജാതീയ സംവിധാനങ്ങൾ പോലുള്ള രീതി കൾ ഉണ്ടാവാൻ ഇട വന്നിരിക്കാം; ദക്ഷിണഭാഗം ഉന്നം വച്ച് അവിടെ നിന്ന് പുറത്തുപോയിട്ടുണ്ടാവാം. ഇതു ഉറപ്പിക്കുന്നതാണ് തമിഴ്നാട്ടിലെ കീഴടിയിൽ നിന്ന് കിട്ടിയ പുരാവസ്തുക്കൾ നൽകുന്ന തെളിവുകൾ, 2200 വർഷങ്ങൾക്കു മുമ്പുപോലും വേദ സാംസ്കാരികത ഇല്ലാത്ത ഒരു നാഗരികതയുടെ വ്യാപനം ദക്ഷിണേന്ത്യയിൽ ഉണ്ടായിരുന്നു എന്ന് കാണിക്കുന്നു.

ശാസ്ത്രീയ അടിസ്ഥാനത്തിലുള്ള തെളിവുകളെ ആസ്പദമാക്കി, ഇതുവരെ നടത്തപ്പെട്ട ചരിത്ര പഠനങ്ങളെയെല്ലാം ആർ എസ് എസ് പരിവാരങ്ങൾ നിർദ്ദേശിക്കുന്ന, മുൻധാരണകളുടെ അടിസ്ഥാനത്തിലുള്ള പഠനങ്ങളായി മാറ്റാൻ ഗോരക്പൂർ ഐ ഐ ടി തയ്യാറായിക്കഴിഞ്ഞു. ഇതിനുവേണ്ടി ബലി കൊടുക്കുന്നത് സത്യത്തെയും ശാസ്ത്രവീക്ഷണ ത്തെയും ആണ്.

കേന്ദ്ര വിദ്യാഭ്യാസ മന്ത്രി ഉദ്ഘാടനം ചെയ്തു ഐ ഐ ടിയിൽ പ്രവർത്തിക്കുന്ന Centre of Excellence for Indian Knowledge System വും നെഹ്റു മ്യൂസിയം ഓഫ് സയൻസ് ആൻഡ് ടെക്നോളജിയും സംയോജിച്ച് ഈ കലണ്ടർ തയ്യാറാക്കിയിരിക്കുന്നു. ഈ കലണ്ടർ പുറ ത്തിറങ്ങിയതിനു ശേഷം ലോകം മുഴുവനും ഉള്ള ചരിത്ര പ്രൊഫസർ മാരും, ചരിത്ര പണ്ഡിതൻമാരും ഞെട്ടുകയും അപലപിക്കുകയും ചെയ്ത് കുറെയധികം ലേഖനങ്ങൾ എഴുതിയിരിക്കുകയാണ്. സിന്ധു നദീതട നാഗരികതയെപ്പറ്റിയും, ആര്യവംശീയർ ഇന്ത്യയിൽ കുടിയേറ്റം നടത്തി യതിനെ പറ്റിയും ശാസ്ത്രീയമായി പഠനം നടത്തി പുസ്തകം പ്രസി ദ്ധീകരിച്ച ടോണി ജോസഫ് ശാസ്ത്രീയ തെളിവുകളുടെ ഈ കലണ്ടർ പറയുന്ന വിവരങ്ങളെ നിഷേധിക്കുകയാണ്. ടോണി ജോസഫ് 2009 ൽ *സയൻസ്* എന്ന ലോകപ്രശസ്ത വാരികയിൽ പ്രസിദ്ധീകരിക്കപ്പെട്ട

ലേഖനത്തെ ഉദ്ധരിച്ചാണ് ഇതു നിഷേധിച്ചത്.

ലോക തലത്തിൽ ഇന്ത്യൻ ശാസ്ത്രജ്ഞർ ഉൾപ്പെടെയുള്ള 117 ശാസ്ത്രജ്ഞർ, മധ്യ ഏഷ്യ, ഇറാൻ, അഫ്ഗാനിസ്ഥാൻ, ദക്ഷിണേഷ്യ എന്നീ പ്രദേശങ്ങളിൽ ഉത്ഖനന പഠനം വഴി സംഭരിക്കപ്പെട്ട 837 പൂർവിക മനുഷ്യരുടെ ഡി എൻ എയെപ്പറ്റി പഠനം നടത്തി, ആര്യ വംശീയർ പുറത്തുനിന്ന് സിന്ധു നദീതടത്തിൽ കുടിയേറ്റം നടത്തിയവരാണെന്ന് തെളിവ് സഹിതം സ്ഥാപിച്ചിട്ടുണ്ട് എന്ന് ആ ലേഖനം പറയുന്നുണ്ട്. ഈ കലണ്ടർ രൂപപ്പെടുത്തിയ ജോയ്സൺ, ചരിത്രത്തെ അതിന്റേതായ രീതിയിൽ പഠനം നടത്തി അനുഭവമുള്ള ഒരാളല്ല. ഇതു കൂടാതെ ആര്യരെപ്പറ്റിയുള്ള പഠനത്തിനും ഐ ഐ ടിക്കും യാതൊരു ബന്ധവുമില്ല.

ഇന്ത്യയിൽ ആദ്യമായി ആരംഭിക്കപ്പെട്ട ഐ ഐ ടി ക്യാമ്പസ് ആണ് ഗോരഖ്പൂരിലേത്. കഴിഞ്ഞ 70 വർഷക്കാലമായി ലോക തലത്തിൽ പ്രാധാന്യം ഉള്ളതായി പ്രവർത്തിച്ചുവരുന്ന വിദ്യാലയമാണ് അത്. ഈ ഐ ഐ ടി ഇതുപോലുള്ള കലണ്ടർ പുറത്തിറക്കിയാൽ അതിന് കൂടുതൽ വിശ്വസ്തത കിട്ടുമെന്ന് കരുതിയാണ് ഈ ജാലവിദ്യയെ സിന്ധു നദീതട നാഗരികതയുടെ പഠനത്തിൽ അവർ കാണിച്ചത്.

ജവഹർലാൽ നെഹ്റു സർവകലാശാലയിൽ സേവനമനുഷ്ഠിച്ച പ്രശസ്ത ചരിത്ര പ്രൊഫസർ റൊമീല ഥാപ്പർ, ഗോരഖ്പൂർ ഐ ഐ ടി പുറത്തിറക്കിയ ഈ കലണ്ടർ ആർ എസ് എസിന്റെ പദ്ധതി പരിപാടി ന്യായീകരിക്കാനുള്ള ശ്രമമെന്നും അതൊരു അശാസ്ത്രീയ സമീപമെന്നും പറഞ്ഞിരിക്കുന്നു.

ചരിത്രത്തെ തിരിക്കുന്നതെന്തിന്?

ആർ എസ് എസിന്റെ അധ്യക്ഷനായിരുന്ന ഗോൾവാൾക്കർ, 'ബ്രാഹ്മണൻ തലയായും ക്ഷത്രിയൻ കൈകളായും വൈശ്യൻ തുടകളായും ശൂദ്രൻ കാലുകളായും ഇരിക്കുന്നു', എന്ന് *ഋഗ്വേദ*ത്തെ തന്റെ പുസ്തകത്തിലൂടെ ഉദ്ധരിക്കുന്നു. വേദകാലങ്ങളിലുണ്ടായിരുന്ന ഈ മാതൃകാപരമായ സമൂഹ ഘടനയെ ആസ്പദമാക്കിയാണ് *മനുസ്മൃതി* സൃഷ്ടിക്കപ്പെട്ടതെന്നും ഈ ആശയത്തിലൂടെ ഹിന്ദു രാഷ്ട്രം പടുത്തുയർത്താനാകുമെന്നും അവർ കരുതുന്നു.

പുറത്തുനിന്ന് ഇന്ത്യയിൽ കുടിയേറ്റം നടത്തിയവർ ഉണ്ടാക്കിയതാണ് *ഋഗ്വേദ*വും സ്മൃതികളും എന്ന സത്യം ആർ എസ് എസിന്റെ പരിപാടിയോട് ജനങ്ങൾക്ക് അവിശ്വാസമുണ്ടാക്കും. ജനങ്ങൾ സ്വീകരിക്കില്ല എന്ന് കരുതിയാണ് ഇന്ത്യയുടെ ചരിത്രത്തെ തന്നെ മാറ്റി പുതിയ കെട്ടുകഥയെ സിലബസ്സിൽ തിരുകി കയറ്റുന്നു.

ഇതിനെയാണ് ഒരു മറയുമില്ലാതെ 'വിദ്യാഭ്യാസത്തെ കാവിവൽക്കരിക്കും' എന്ന് ഉപരാഷ്ട്രപതി തന്നെ പ്രസ്താവിക്കുന്നത്. കാടുകളിലും മലകളിലും ജീവിക്കുന്ന ഇന്ത്യയുടെ പൂർവ്വ കുടി ജനങ്ങളെ ഇപ്പോഴും നാം ആദിവാസികൾ എന്നാണ് പറയുന്നത്. ആദിവാസികൾ എന്ന്

പറയുമ്പോൾ അവരാണ് ഇന്ത്യയുടെ പൂർവികർ എന്ന് ജനങ്ങൾ കരുതാൻ ഇടയുണ്ടെന്ന് മനസ്സിലാക്കിയ ആർ എസ് എസ് ആദിവാസികൾക്ക് ബോധപൂർവ്വം വെച്ച പേരാണ് വനവാസികൾ എന്നത്.

1925 ൽ തുടങ്ങി തങ്ങളുടെ ഹിന്ദുത്വ ലക്ഷ്യ പരിപാടിയെ ജനങ്ങൾക്കിടയിൽ പല ഘടകങ്ങളിലും പല രൂപങ്ങളിലായി സിദ്ധാന്തങ്ങളെ ഉണ്ടാക്കുകയാണ്. ആ സിദ്ധാന്തങ്ങളെ ഉപയോഗപ്പെടുത്തി ജനങ്ങളെ തങ്ങളുടെ വശത്താക്കുന്നതിന് മാത്രമല്ല തങ്ങളുടെ വിദ്വേഷ പ്രചരണം മുഖേന മത കലാപങ്ങളെ ഉണ്ടാക്കിയും ജനങ്ങളെ സംഘടിപ്പിക്കുന്നു.

രക്തക്കറയിൽ ആദായം തേടുന്നവർ!

വിദ്വേഷ പ്രചരണം മുഖേനയും കലാപങ്ങൾ സൃഷ്ടിക്കുന്നതു മുഖേനയും തങ്ങളുടെ പരിപാടിയെ നടപ്പിലാക്കുക എന്ന ലക്ഷ്യത്തിൽ ആർ എസ് എസ് ബഹുദൂരം യാത്ര ചെയ്തു കഴിഞ്ഞു.

ഒരു മതം, ഒരു ഭാഷ, ഒരു സംസ്കാരം, ഒരു രാജ്യം എന്ന അടിസ്ഥാനത്തിൽ ന്യൂനപക്ഷ ജനങ്ങൾക്കെതിരെ വിദ്വേഷ പ്രചരണം ചെയ്യുന്നതോടെ ഹിന്ദുക്കൾക്കും മുസ്ലീങ്ങൾക്കുമിടയിൽ, ഹിന്ദുക്കൾക്കും ക്രിസ്ത്യാനികൾക്കുമിടയിൽ മതപരമായ ഏറ്റുമുട്ടലുകളെ രാജ്യം മുഴുവനും ഉണ്ടാക്കുകയാണ്.

1948 ൽ നാഥൂറാം ഗോഡ്സെ മഹാത്മാഗാന്ധിയെ വെടിവെച്ചു കൊന്നതിനുശേഷം അപ്പോഴത്തെ കേന്ദ്ര സർക്കാർ ആർ എസ് എസിനെ നിരോധിക്കുകയുണ്ടായി. ആർ എസ് എസ് എന്ന സംഘടന നടത്തിയ അക്രമങ്ങൾ കാരണമാണ്, അത് നിരോധിക്കപ്പെട്ടത്. എങ്കിലും തങ്ങളുടെ അക്രമങ്ങളെ അവർ കൈവെടിഞ്ഞില്ല. ജർമ്മനി, ഇറ്റലി പോലുള്ള രാജ്യങ്ങളിൽ ഹിറ്റ്ലർ, മുസോളിനി മുതലായവർ നടത്തിയ വിദ്വേഷ പ്രചാരണത്തെയും അക്രമങ്ങളെയും അതേപടി ഇന്ത്യയിൽ ആർ എസ് എസ് നടപ്പിലാക്കി വരികയാണ്. ഇതിന് കുറെയധികം ഉദാഹരണങ്ങൾ പറയാൻ കഴിയും. തമിഴ്നാട്ടിൽ ആർ എസ് എസ് അരങ്ങേറ്റിയ അക്രമ സംഭവങ്ങളിൽ കന്യാകുമാരി ജില്ലയിൽ മണ്ടയ്ക്കാട്ട് നടത്തിയ കലാപത്തെ പറ്റി പറയുന്നത് അനുയോജ്യമായിരിക്കും. 1982 ൽ മാർച്ച് മാസത്തിൽ കന്യാകുമാരി ജില്ലയിലുള്ള മണ്ടക്കാട് എന്ന സ്ഥലത്ത് ഹിന്ദുക്കൾക്കും ക്രൈസ്തവർക്കും ഇടയിൽ ഏറ്റുമുട്ടൽ ഉണ്ടായപ്പോൾ നടന്ന വെടിവെപ്പിൽ രണ്ടുപേർ കൊല്ലപ്പെട്ടു. എം ജി ആറിന്റെ നേതൃത്വത്തിൽ ഉണ്ടായിരുന്ന എ ഐ എ ഡി എം കെ സർക്കാർ വിരമിച്ച ന്യായാധിപൻ

പി വേണുഗോപാലിന്റെ അധ്യക്ഷതയിൽ അന്വേഷണ കമ്മീഷൻ രൂപീകരിച്ച് അന്വേഷണത്തിന് ഉത്തരവിട്ടു. ആ റിപ്പോർട്ട് തമിഴ്നാട് നിയമസഭയിൽ സമർപ്പിക്കപ്പെട്ടു. ഇപ്പോഴും ആ റിപ്പോർട്ട് ആർക്കുവേണമെങ്കിലും കാണാൻ കഴിയത്തക്ക രീതിയിലുള്ള പരസ്യമായ ഡോക്യുമെന്റ് ആണ്. ഈ റിപ്പോർട്ടിനെക്കുറിച്ച് ചരിത്രകാരൻ എ ജി നൂറാനി *ആർ എസ് എസ്: ഇന്ത്യയ്ക്ക് ഒരു ഭീഷണി* (*RSS : A Menace to India*-by A G Noorani) എന്ന പുസ്തകത്തിൽ വ്യക്തമായി വിശദീകരിച്ചിരിക്കുന്നു.

ആഗസ്ത് 30, 1981–ാം തീയതി കന്യാകുമാരി ജില്ലയിൽ മംഗലം എന്ന സ്ഥലത്തുനിന്ന് കുലശേഖരം വരെ നടത്താൻ പദ്ധതി ഇട്ടിരുന്ന ആർ എസ് എസിന്റെ റൂട്ട് മാച്ച്, തുടക്കത്തിൽ നടത്താൻ അനുവാദം നിഷേധിക്കപ്പെട്ടെങ്കിലും, പിന്നീട് അത് നടത്താൻ അനുവദിക്കപ്പെട്ടു.

1982 ഫെബ്രുവരിയിൽ നടന്ന മണ്ടയ്ക്കാട്ടു കലാപത്തെ നിയന്ത്രിക്കാൻ പൊലീസ് നടത്തിയ വെടിവെപ്പിൽ 6 പേർ കൊല്ലപ്പെട്ടു. ഇതിനെപ്പറ്റി അന്വേഷിച്ച ന്യായാധിപൻ തന്റെ റിപ്പോർട്ടിൽ ആർ എസ് എസിന്റെ അക്രമ നടപടികളെപ്പറ്റി പഠനം നടത്തി, ആർ എസ് എസ് എങ്ങനെയാണ് കലാപം ഉണ്ടാക്കുന്നതെന്ന് വളരെ വ്യക്തമായി വിശദീകരിച്ചിട്ടുണ്ട്.

ആർ എസ് എസ് മതകലാപങ്ങൾ സൃഷ്ടിക്കുന്ന രീതി

1. ക്രൈസ്തവർ ഈ രാജ്യത്തിന് വിശ്വസ്തതയുള്ള പൗരന്മാർ അല്ല എന്ന് പ്രചരണം ചെയ്ത് ഭൂരിപക്ഷ സമൂഹത്തിന്റെ മത വികാരങ്ങളെ ഉത്തേജനം കൊള്ളിക്കുക.

2. ന്യൂനപക്ഷ ജനസംഖ്യ വർദ്ധിക്കുന്നു, ഹിന്ദു ജനസംഖ്യ കുറയുന്നു എന്ന് തന്ത്രപരമായി പ്രചരണം ചെയ്തു ഭൂരിപക്ഷ ജനങ്ങൾക്കിടയിൽ ഭയം സൃഷ്ടിക്കുക.

3. ഭരണ നിർവഹണത്തിൽ നുഴഞ്ഞുകയറി, അഡ്മിനിസ്ട്രേഷൻ പൊലീസ് ഉദ്യോഗസ്ഥർക്ക് മതപരമായ വീക്ഷണം നൽകി, മതവാദ സമീപന നടപടികളിൽ ഏർപ്പെടാൻ ഉത്തേജനം കൊള്ളിക്കുക.

4. ഭൂരിപക്ഷ സമൂഹത്തിലെ യുവാക്കൾക്ക് കത്തി, വാൾ, കുന്തം പോലുള്ള ആയുധങ്ങളെ ഉപയോഗപ്പെടുത്താൻ പരിശീലനം നൽകുക.

5. ഏതൊരു ചെറിയ സംഭവത്തിനും മത വർണ്ണം പൂശി, മത അടിസ്ഥാനത്തിലുള്ള ഭിന്നിപ്പ് വർദ്ധിപ്പിച്ച്, വേഷവികാരങ്ങളെ അതിന്റെ ആഴങ്ങളിലേക്ക് കൊണ്ടെത്തിക്കുക.

'ഇതേ തന്ത്രമാണ് കന്യാകുമാരി ജില്ലയിലും പ്രയോഗം ചെയ്യപ്പെട്ടു എന്ന് അവിടെ നടന്ന ഏറ്റുമുട്ടലുകളെയും കലാപങ്ങളെയും വിലയിരുത്തിയപ്പോൾ അറിയാൻ കഴിഞ്ഞു' എന്ന് ആ ന്യായാധിപൻ തന്റെ റിപ്പോർട്ടിൽ പറയുന്നു.

ആ റിപ്പോർട്ടിൽ ആർ എസ് എസുകാർക്ക് എങ്ങനെയാണ് പരിശീലനം നൽകുന്നു എന്നതിനെപ്പറ്റിയും വിശദീകരിച്ചിട്ടുണ്ട്.

ആർ എസ് എസിന്റെ ശാഖയെന്നാൽ, ദണ്ഡ്, വാൾ, ഷോട്ട് പുട്ട് പോലുള്ള പരിശീലനങ്ങളെ ഉൾപ്പെടുത്തിയതാണ്. ശരീര വ്യായാമത്തിനുള്ള കളികൾ, അമ്പും വില്ലും, റൂട്ട് മാർച്ചുകൾ പോലുള്ളവ മൈതാനങ്ങളിലും, മറ്റുള്ളതെല്ലാം നടത്തുന്നത് പൊതുസ്ഥലങ്ങളിലാണ്. വ്യായാമം എന്ന പേരിലാണ് ഇവയെല്ലാം നടത്തപ്പെടുന്നത്. ഒരു തീവ്രവാദ സമീപനവും, പൗരസമൂഹത്തിൽ ഏതുതരത്തിലുള്ള ആക്രമണങ്ങളെയും നടത്താനുള്ള മനോഭാവവും ഉണ്ടാക്കുന്നതാണ് ഈ നടപടികളുടെ ലക്ഷ്യമെന്ന് തോന്നുന്നു. ഇവ ന്യൂനപക്ഷ സമൂഹത്തിൽ പെട്ട ജനങ്ങൾക്കിടയിൽ സംശയത്തെയും ഭയത്തെയും അരക്ഷിത മനോഭാവത്തെയും ഉണ്ടാക്കുകയാണ്. ആർ എസ് എസും സംഘപരിവാര സംഘടനകളും പൊതുസ്ഥലങ്ങളിൽ നടത്തുന്ന വ്യായാമങ്ങൾ, റൂട്ട് മാർച്ചുകൾ പോലുള്ളവ നിരോധിക്കപ്പെടേണ്ടതാണെന്ന് ഈ കമ്മീഷൻ കരുതുന്നു.

മഹാത്മാഗാന്ധി വെടിവെച്ചു കൊല്ലപ്പെട്ടതിനെ തുടർന്ന് ആർ എസ് എസ് നിരോധിക്കപ്പെട്ടു. മണ്ടയ്ക്കാട് കലാപത്തെപ്പറ്റി അന്വേഷിച്ച അന്വേഷണ കമ്മീഷനും സംഘടന നിരോധിക്കപ്പെടേണ്ടതാണെന്ന് പറയുകയുണ്ടായി. എന്നാൽ ആർ എസ് എസിന്റെ നേതാക്കൾക്ക് ഇതിനെപ്പറ്റിയൊക്കെ യാതൊരു ആശങ്കയുമില്ല. ഇന്ത്യയിൽ പല സംസ്ഥാനങ്ങളിലും തുടരെത്തുടരെ ന്യൂനപക്ഷ സമൂഹത്തിൽ പെട്ട ജനങ്ങൾ ആക്രമിക്കപ്പെടുകയും കൂട്ടക്കൊല ചെയ്യപ്പെടുകയും തുടങ്ങി കുറെയധികം സംഭവങ്ങൾ നടന്നിട്ടുണ്ട്. ഇപ്പോഴും നടന്നുകൊണ്ടിരിക്കുന്നു.

1992 ൽ എൽ കെ അദ്വാനിയുടെ നേതൃത്വത്തിൽ നടന്നത് രഥയാത്രയല്ല; രക്ത യാത്രയാണ് എന്ന് ഒട്ടുമിക്ക മാധ്യമങ്ങളും എഴുതുകയുണ്ടായി.

ഇപ്പോഴത്തെ പ്രധാനമന്ത്രി ഗുജറാത്ത് സംസ്ഥാന മുഖ്യമന്ത്രിയായിരുന്നപ്പോൾ 2002 ൽ രണ്ടായിരത്തിലേറെ മുസ്ലീങ്ങൾ കൊല്ലപ്പെട്ടതിനെ വംശഹത്യ എന്ന് ഇന്ത്യ മാത്രമല്ല ലോകം തന്നെ ആശങ്കയിൽ പതറുകയായിരുന്നു.

പൗരത്വ നിയമ പുനർനിർമ്മാണത്തെ എതിർത്ത് പ്രക്ഷോഭങ്ങൾ നടത്തിയതിന് വേണ്ടി വടക്ക് കിഴക്കൻ ഡൽഹിയിൽ മുസ്ലീങ്ങളെ ആക്രമിച്ച് കൊന്നതോടെ, അവരുടെ സ്വത്തുക്കളെ കൊള്ളയടിച്ചതും രാജ്യം അറിയുന്ന കാര്യമാണ്. ഈ തരത്തിലുള്ള അക്രമങ്ങളെ ആർ എസ് എസ് നടത്താൻ ഇറങ്ങുന്നത് യാദൃച്ഛികമായ സംഭവമല്ല. അക്രമാസക്തമായ നടപടികളാണ് തങ്ങളുടെ നയമെന്ന് ഗോൾവാൾക്കർ തന്നെ ഒരു അഭിമുഖത്തിൽ പറഞ്ഞിട്ടുണ്ട്.

1970 ൽ ഒരു മാധ്യമപ്രവർത്തകൻ ചോദിച്ച ചോദ്യത്തിന് ഗോൾവാൾക്കർ നൽകിയ മറുപടി *ഓർഗനൈസർ* വാരികയിൽ പ്രസിദ്ധീകരിക്കപ്പെട്ടു. അതിൽ അദ്ദേഹം, 'ഈ രാക്ഷസന്മാരെ ബലപ്രയോഗം കൊണ്ട് ഇല്ലാതാക്കപ്പെടണമെങ്കിൽ, ബലപ്രയോഗം തന്നെ ചെയ്യണം.

ദുഷ്ട ശക്തികൾക്കു, മധുരമായ തർക്കഭാഷകളെ മനസ്സിലാക്കാൻ കഴിയില്ല എന്നതാണ് പൊതുവായ അനുഭവം. അവരെ ബലപ്രയോഗത്തിലൂടെ മാത്രമേ കീഴ്പ്പെടുത്താൻ കഴിയൂ.'

ആർ എസ് എസിന്റെ തത്ത്വത്തിന് രൂപംനൽകിയ ഗോൾവാൾക്കർ, അതിനെ പ്രാവർത്തികമാക്കാൻ കലാപം മാത്രമാണ് മാർഗ്ഗമെന്നും പറഞ്ഞിട്ടുണ്ട്. പക്ഷേ, ആർ എസ് എസിന്റെ നേതാക്കന്മാർ, അതൊരു സാംസ്കാരിക സംഘടനയാണെന്ന് ഒരു കൂസലുമില്ലാതെ പറഞ്ഞു നടക്കുന്നു.

ആർ എസ് എസും സംഘപരിവാര സംഘടനകളും നടത്തിയ കൊലപാതകം ലക്ഷ്യമിട്ടുള്ള ആക്രമണങ്ങൾ ഉൾപ്പെടെയുള്ളവയെ സുപ്രീംകോടതി അപലപിച്ചിട്ടുണ്ട്. 2002 മാർച്ച് മാസത്തിൽ ഗുജറാത്തിൽ ബെസ്റ്റ് ബേക്കറി എന്ന കടയ്ക്കുള്ളിൽ സംഘപരിവാറുകാരുടെ ആക്രമണത്തിൽ ഭയന്ന് അഭയം തേടിയ കട ഉടമസ്ഥൻ ഉൾപ്പെടെയുള്ള 14 പേർ കടയോടെ കത്തിച്ചുകൊന്നു. ഈ കേസിൽ അന്നത്തെ, മോദിയുടെ നേതൃത്വത്തിലുള്ള സംസ്ഥാന സർക്കാരിനെ സുപ്രീംകോടതി കടുത്ത ഭാഷയിൽ വിമർശിക്കുകയുണ്ടായി.

ജീവനെയും സ്വത്തുകളെയും സംരക്ഷിച്ച അന്വേഷണം ന്യായമായും ശരിയായ രീതിയിലും നടക്കുന്നതിന് കലാപത്തെക്കുറിച്ച് യാതൊരു ആശങ്കയും ഇല്ലാതിരുന്നു. വലിയൊരു സംഖ്യ ജനങ്ങൾക്കാണ് ജീവൻ നഷ്ടപ്പെട്ടത്. കുറ്റം ആരോപിക്കപ്പെട്ടവർ സത്യത്തിൽ കലാപത്തിൽ പങ്കെടുത്തോ അല്ലയോ എന്നത് പക്ഷപാതം ഇല്ലാത്ത അന്വേഷണത്തിലാണ് അറിയാൻ കഴിയുക. ബെസ്റ്റ് ബേക്കറിയും യാതൊന്നും അറിയാത്ത കുട്ടികളും സഹായം നേടാൻ കഴിയാത്ത സ്ത്രീകളും കത്തിയെരിഞ്ഞുകൊണ്ടിരുന്നപ്പോൾ ആധുനിക നീറോകൾ വേറെ എവിടെയോ നോക്കി കാഴ്ച കാണുകയായിരുന്നു. ആ കുറ്റകൃത്യം ചെയ്തവരെ എങ്ങനെയാണ് രക്ഷിക്കുന്നത് അല്ലെങ്കിൽ സുരക്ഷിതമാക്കുന്നത് എന്ന് അവർ കൂടിയാലോചന നടത്തുന്നുണ്ടായിരുന്നിരിക്കാം. കുസൃതി കാണിക്കുന്ന കുട്ടികളുടെ കൈയിൽ പെട്ടുപോയ ചെറിയ പ്രാണികളെ പോലെയാണ് ഇവരുടെ കൈയിലുള്ള ക്രമസമാധാന വകുപ്പും. വേലിതന്നെ വിളവിനെ മേയാൻ തുടങ്ങിയാൽ നിയമം, ക്രമസമാധാനം, സത്യം, നീതി തുടങ്ങി യാതൊന്നും തന്നെ നിലനിൽക്കില്ല.

2002 ൽ ഗുജറാത്തിൽ നടന്ന വംശഹത്യയെപ്പറ്റി സുപ്രീംകോടതി അപ്പോഴത്തെ മുഖ്യമന്ത്രിയായിരുന്ന മോദിയുടെ പേര് പറയാതെ തന്നെ, അദ്ദേഹത്തിന്റെ നേതൃത്വത്തിലുണ്ടായിരുന്ന സംസ്ഥാന സർക്കാരിന്റെ ഭരണനിർവഹണത്തെ വിമർശിച്ചിരുന്നു. സ്വതന്ത്ര ഇന്ത്യയിൽ നടന്ന ഇതുപോലുള്ള കൊലപാതകങ്ങളെക്കുറിച്ച് വേദനിക്കുന്നതിനു പകരം ആർ എസ് എസിന്റെ അഖിലേന്ത്യ പ്രതിനിധി സഭ, കൊലപാതകങ്ങളെ ന്യായീകരിച്ച് പ്രമേയം നിറവേറ്റി. നിങ്ങളുടെ യഥാർത്ഥത്തിലുള്ള

സുരക്ഷിതത്വം ഭൂരിപക്ഷ സമൂഹത്തിന്റെ നല്ല മനസ്സിലാണുള്ളത്. ഭൂരിപക്ഷ സമൂഹത്തെ മാനിച്ച് അവരെ സഹിച്ച് സഹകരിക്കുന്നത് വഴി അവരുടെ മനസ്സിൽ നല്ല അഭിപ്രായം നേടാനാവണം. ഇതിനെപ്പറ്റി ചരിത്രകാരൻ എ ജി നൂറാനി, രക്തക്കറയിലൂടെ രാഷ്ട്രീയ മുതലെടുപ്പ് നേടാൻ ആർ എസ് എസ് തയ്യാറായി എന്ന് പറയുന്നു.

ഗുജറാത്ത് സംസ്ഥാനത്തിന്റെ പൊലീസ് വകുപ്പിനെ ആധുനിക വൽക്കരിക്കാൻ ഉപദേഷ്ടാവായി പോയിരുന്ന മുതിർന്ന പൊലീസ് ഉദ്യോഗസ്ഥൻ കെ പി എസ് ഗിൽ തന്റെ സേവന കാലം അവസാനിക്കുമ്പോൾ, ഗുജറാത്ത് നഗറിൽ നടന്ന പത്രസമ്മേളനത്തിൽ മാധ്യമ പ്രവർത്തകർക്ക് നൽകിയ അഭിമുഖത്തിൽ, 'രാഷ്ട്രീയനേതൃത്വത്തിന് വീണ്ടും വിദ്യാഭ്യാസം നൽകേണ്ടിയിരിക്കുന്നു' എന്നു പറയുകയുണ്ടായി. അദ്ദേഹം ആരെയാണ് കൈ ചൂണ്ടി പറഞ്ഞതെന്ന് പേരു പറയാതെ തന്നെ മനസ്സിലാകും.

ഗുജറാത്തിനെ പരീക്ഷണശാലയാക്കി, ജനങ്ങളെ ഭിന്നിപ്പിച്ച് കലാപം ഉണ്ടാക്കുന്ന ക്രൂര തന്ത്രത്തെ പരീക്ഷിച്ച ബി ജെ പി, അതിനെ രാജ്യത്തിന്റെ മറ്റു സംസ്ഥാനങ്ങളിലേക്കും വ്യാപിപ്പിക്കുകയായിരുന്നു.

ഏകാധിപത്യത്തിലേക്ക് കേന്ദ്ര ബി ജെ പി സർക്കാർ

കേന്ദ്ര ഭരണത്തിലെത്തിയ ബി ജെ പി, സർക്കാർ നിർവഹണ അധികാര കേന്ദ്രങ്ങൾ, ഭരണഘടന അടിസ്ഥാനത്തിൽ സൃഷ്ടിക്കപ്പെട്ട സ്ഥാപനങ്ങൾ എന്നിവയെ തന്റെ നിയന്ത്രണത്തിൽ കൊണ്ടുവന്ന് ആർ എസ് എസിന്റെ പരിപാടിയെ നടപ്പിലാക്കി കൊണ്ടിരിക്കുന്നു.

പ്രതിപക്ഷ നേതാക്കളെ ഉന്നംവെച്ച് ഭീഷണിപ്പെടുത്തി വരുതിയിലാക്കാൻ അന്വേഷണ ഏജൻസികളെ ദുരുപയോഗപ്പെടുത്തുന്നു. സ്വയംഭരണ അന്വേഷണ സ്ഥാപനമായ സി ബി ഐ എൻഫോഴ്സ്മെന്റ് വകുപ്പ് ഇവ രണ്ടിനെയും, തങ്ങളെ വിമർശിച്ചു ചോദ്യം ഉയർത്തുന്നവരെ നിലയ്ക്കുനിർത്താനും പകരം വീട്ടാനും ഉപയോഗപ്പെടുത്തുന്നു. കേരളത്തിൽ സഖാവ് പിണറായി വിജയന്റെ നേതൃത്വത്തിലുള്ള ഇടതുപക്ഷ ജനാധിപത്യ മുന്നണി സർക്കാരിന് ദുഷ്പേരുണ്ടാക്കാനുള്ള ലക്ഷ്യത്തോടെ തിരഞ്ഞെടുപ്പിന് മുമ്പേ സ്വർണ്ണ കടത്ത് കേസ് ഉപയോഗപ്പെടുത്താൻ ശ്രമിച്ചു. അവരുടെ പദ്ധതി വിജയിച്ചില്ല. ജനങ്ങൾ വീണ്ടും ഇടതുപക്ഷത്തെ തിരഞ്ഞെടുക്കുകയുണ്ടായി.

2013 ൽ എൻഫോഴ്സ്മെന്റ് വകുപ്പ് 62 പരിശോധനകൾ നടത്തുകയുണ്ടായി. ഈ വക പരിശോധനകൾ ബി ജെ പി ഭരണത്തിൽ എത്തിയതിനു ശേഷം 2019 ൽ പത്തിരട്ടിയായി, അത് 670 പരിശോധനകളായി വർദ്ധിക്കുകയും ചെയ്തു. 2011–2020 വരെയുള്ള കാലഘട്ടത്തിൽ 17,000 പരിശോധനകൾ നടത്തപ്പെട്ടു. 1,569 കേസുകൾ ചാർജ് ചെയ്യപ്പെട്ടു. കേവലം 9 കേസുകളിൽ മാത്രമേ ശിക്ഷിക്കാനായുള്ളൂ. ബി ജെ പി സർക്കാരിനെയോ നരേന്ദ്ര മോദിയെയോ വിമർശിക്കുന്നവരെ ഭീഷണിപ്പെടുത്തുവാനുള്ള ആയുധമായി സി ബി ഐയെയും എൻഫോഴ്സ്മെന്റ് വകുപ്പിനെയും ബി ജെ പി ഉപയോഗപ്പെടുത്തുന്നു.

കുറച്ചു ദിവസങ്ങൾക്കു മുമ്പ് സി ബി ഐയെക്കുറിച്ച് സംസാരിക്കുകയായിരുന്ന സുപ്രീംകോടതിയുടെ ചീഫ് ജസ്റ്റിസ് താഴെപ്പറയുന്ന രീതിയിൽ ചൂണ്ടിക്കാണിക്കുകയുണ്ടായി.

'സാധാരണ ജനങ്ങൾ പോലും സംശയാസ്പദമായ രീതിയിൽ സി ബി ഐയെ വിലയിരുത്തുന്നു. ചില വിഷയങ്ങളിൽ സി ബി ഐയുടെ പ്രവർത്തനങ്ങളും പ്രവർത്തനരഹിത സ്വഭാവവും അതിന്റെ വിശ്വസ്തതയെപ്പറ്റി ചോദ്യങ്ങൾ ഉയർത്തുന്നു.

ഇന്ത്യക്കാരായ നാം നമ്മുടെ സ്വാതന്ത്ര്യത്തെ ആഗ്രഹിക്കുന്നു. ആ സ്വാതന്ത്ര്യത്തെ തട്ടിപ്പറിക്കാൻ ഏതൊരു ശ്രമം നടക്കുമ്പോഴും ജാഗ്രതാബോധമുള്ള നമ്മുടെ പൗരന്മാർ, അതുപോലുള്ള ഏകാധിപത്യ വാദികളിൽ നിന്ന് അധികാരത്തെ വീണ്ടെടുക്കാൻ മടിച്ചു നിൽക്കുകയില്ല. അതുകൊണ്ട് പൊലീസ് അന്വേഷണ ഏജൻസികൾ ഉൾപ്പെടെയുള്ള എല്ലാ സംവിധാനങ്ങളും ജനാധിപത്യ രീതിയിലുള്ള മൂല്യങ്ങളെ ഉയർത്തിപ്പിടിക്കേണ്ടത് അത്യാവശ്യമാണ്.'

സ്വാതന്ത്ര്യ സമര കാലത്ത് മഹാത്മാഗാന്ധി ഉൾപ്പെടെയുള്ള പല നേതാക്കൾക്കെതിരെയും ബ്രിട്ടീഷ് സർക്കാർ ധാരാളം രാജ്യദ്രോഹ കുറ്റങ്ങൾ ചുമത്തി കേസെടുത്തിട്ടുണ്ട്. 1922 ൽ *യങ് ഇന്ത്യ* വാരികയിൽ ഒരു ജില്ലാ മജിസ്ട്രേറ്റിന്റെ കത്ത് പ്രസിദ്ധീകരിച്ചതിന് ഗാന്ധിജിക്കെതിരെ കേസെടുക്കുകയായിരുന്നു. ഗാന്ധിജി മാപ്പു പറയണമെന്ന് ബോംബെ ഹൈക്കോടതി അദ്ദേഹത്തിനെ ഉപദേശിച്ചു. ജനങ്ങളുടെ നന്മയ്ക്ക് വേണ്ടിയാണ് ആ കത്ത് പ്രസിദ്ധീകരിച്ചത്, നിയമവിരുദ്ധമല്ല എന്ന് പറയുകയും മഹാത്മാഗാന്ധിജി മാപ്പു പറയാൻ വിസമ്മതിക്കുകയും ചെയ്തു. അതുകൂടാതെ ഇതുപോലുള്ള നിയമങ്ങളെ റദ്ദാക്കണമെന്നും ഗാന്ധിജി ആവശ്യപ്പെട്ടു.

1930 ൽ ഗാന്ധിജിയുടെ മകൻ ദേവദാസ് ഗാന്ധിക്കെതിരെ ബ്രിട്ടീഷ് സർക്കാർ കോടതിയലക്ഷ്യ കേസെടുത്തു. *ഹിന്ദുസ്ഥാൻ ടൈംസ്* പത്രത്തിൽ ഒരു വാർത്ത പുറത്തുവന്നതിനെ സംബന്ധിച്ച് രജിസ്റ്റർ ചെയ്ത കേസിൽ അലഹബാദ് ഹൈക്കോടതി, ആ വാർത്ത തയ്യാറാക്കി കൊടുത്ത ലേഖകനെ ദേവദാസ് ഗാന്ധി കോടതിയിൽ ഹാജരാക്കിയാൽ, അദ്ദേഹത്തെ കേസിൽനിന്നും വിട്ടയക്കാമെന്നും ആ ലേഖകനെ ശിക്ഷിക്കുകയും ചെയ്യാമെന്നും അറിയിച്ചു. അതിന് ദേവദാസ് ഗാന്ധി, വാർത്ത പ്രസിദ്ധീകരിച്ചതിന് മാപ്പ് പറയാൻ വിസമ്മതിക്കുകയും വാർത്ത പ്രസിദ്ധീകരിച്ചതിന് പത്രാധിപർ എന്ന അടിസ്ഥാനത്തിൽ അതിന്റെ ഉത്തരവാദിത്വം പൂർണ്ണമായും താൻ ഏറ്റെടുക്കുന്നു എന്നും കോടതിയിൽ പറയുകയും കോടതി വിധിച്ച ജയിൽ ശിക്ഷ അനുഭവിക്കാൻ സന്നദ്ധനാവുകയുമാണ് ചെയ്തത്.

ബ്രിട്ടീഷ് ഭരണകാലത്ത് കൊണ്ടുവന്ന രാജ്യദ്രോഹ നിയമ വകുപ്പിനെ റദ്ദാക്കണമെന്നു മഹാത്മാഗാന്ധി, പണ്ഡിറ്റ് ജവാഹർലാൽ നെഹ്റുവിനെ പോലുള്ളവർ പറയുകയുണ്ടായി. പക്ഷേ, ബ്രിട്ടീഷ് ഭരണം മാറി

നെഹ്റുവിന്റെ നേതൃത്വത്തിൽ ഭരണത്തിൽ എത്തിയ കോൺഗ്രസ് സർക്കാർ രാജ്യദ്രോഹ കേസെടുക്കാൻ ഇടയുണ്ടാക്കുന്ന തരത്തിലുള്ള നിയമ വകുപ്പിനെ റദ്ദാക്കാൻ വിസമ്മതിച്ചു. ആ നിയമത്തെ ഉപയോഗിച്ചാണ് ബി ജെ പി സർക്കാർ പ്രതിപക്ഷ നേതാക്കൾ, മാധ്യമപ്രവർത്തകർ എന്നിവരുടെ മേൽ രാജ്യദ്രോഹ കേസ് ചുമത്തുന്നത് വഴി അഭിപ്രായ സ്വാതന്ത്ര്യത്തെ ഇല്ലാതാക്കാൻ ശ്രമിക്കുന്നത്.

ദി ഹിന്ദു, ടൈംസ് ഓഫ് ഇന്ത്യ പോലുള്ള പല അച്ചടി മാധ്യമങ്ങളും തങ്ങളുടെ മുഖപ്രസംഗങ്ങളിലൂടെ രാജ്യദ്രോഹ നിയമ വകുപ്പിനെ റദ്ദാക്കണമെന്ന് വാദം ഉന്നയിച്ചു വരികയാണ്.

ബ്രിട്ടീഷുകാരുടെ ക്രൂരമായ ഭരണം നടന്ന കാലത്ത് രാജ്യസ്നേഹികളെ അടിച്ചമർത്താൻ കൊണ്ടുവന്ന രാജ്യദ്രോഹ നിയമം 124 എ വകുപ്പിനെ സുപ്രീം കോടതി ഇപ്പോൾ ഒരു ഇടക്കാല ഉത്തരവിലൂടെ നിർത്തിവച്ചിരിക്കുന്നു. രാജ്യദ്രോഹ വകുപ്പ് അനുസരിച്ച് കേസ് രജിസ്റ്റർ ചെയ്യാൻ പാടില്ലെന്ന് സുപ്രീംകോടതി ചീഫ് ജസ്റ്റിസ് എൻ വി രമണയുടെ നേതൃത്വത്തിലുള്ള ബെഞ്ച് ഉത്തരവിറക്കിയിട്ടുണ്ട്. ബ്രിട്ടീഷ് സർക്കാരിന്റെ കാലത്തെ 'ആളെ പൊക്കുന്ന നിയമ'ത്തെ കൈയിൽ കരുതുകയും കേന്ദ്രസർക്കാരിന് എതിരായി അഭിപ്രായം പറയുന്നവരെ രാജ്യദ്രോഹികളായി ചിത്രീകരിച്ച് അടിച്ചമർത്തുന്ന ക്രൂരതയ്ക്ക് സുപ്രീം കോടതി താൽക്കാലികമായി ഒരു വിരാമം നല്കിയിരിക്കുന്നു. എങ്കിലും ഇതര നാമങ്ങളിൽ ഇതുപോലുള്ള 'കറുത്ത നിയമ'ങ്ങളെ കൊണ്ടുവരാൻ കേന്ദ്ര ഭരണാധികാരികൾ ശ്രമിക്കും. ജനാധിപത്യ ശക്തികൾ ഇക്കാര്യത്തിൽ ഉണർന്നിരിക്കേണ്ടത് ആവശ്യമാണ്.

തെരഞ്ഞെടുപ്പ് കമ്മീഷൻ

നിയമസഭ, പാർലമെന്റ് തെരഞ്ഞെടുപ്പുകളെ യാതൊരു അധികാരത്തിന്റെ സമ്മർദ്ദവുമില്ലാതെ നിഷ്പക്ഷമായ രീതിയിൽ ജനാധിപത്യ അടിസ്ഥാനത്തിൽ നടത്താനുള്ള സ്വയംഭരണ സ്ഥാപനമാണ് തെരഞ്ഞെടുപ്പ് കമ്മീഷൻ. 2019 ൽ വോട്ട് ശേഖരണത്തിന് നടന്ന തെരഞ്ഞെടുപ്പ് പ്രചരണ യോഗങ്ങളിൽ, 'പുൽവാമ ആക്രമണത്തിൽ മരിച്ച 44 പട്ടാള ഭടന്മാരുടെ രക്തസാക്ഷിത്വത്തിന് വേണ്ടി യുവാക്കൾ ബി ജെ പിക്ക് വോട്ട് ചെയ്യണം' എന്നാണ് പ്രധാനമന്ത്രി നരേന്ദ്രമോദി വോട്ട് ചോദിച്ചത്. 'പട്ടാളത്തിന്റെ നടപടികളെ തെരഞ്ഞെടുപ്പിനായി ഉപയോഗിക്കുന്ന പ്രവർത്തിയാണത്; ഇത് പ്രത്യക്ഷമായും തെരഞ്ഞെടുപ്പ് നിയമലംഘനമാണ്' എന്ന് മൂന്ന് ഇലക്ഷൻ കമ്മീഷണർമാരിൽ ഒരാളായ അശോക് ലവാസ തെരഞ്ഞെടുപ്പ് കമ്മീഷന്റെ അന്വേഷണത്തിൽ അറിയിക്കുകയും ചെയ്തു. മറ്റു രണ്ട് തെരഞ്ഞെടുപ്പ് കമ്മീഷണർമാരും 'പ്രധാനമന്ത്രി നരേന്ദ്രമോദിയും ആഭ്യന്തരമന്ത്രി അമിത് ഷായും തെരഞ്ഞെടുപ്പ് നിയമങ്ങൾ ലംഘിച്ചില്ല' എന്നു പറയുകയുണ്ടായി. അശോക് ലവാസ സ്വന്തം അഭിപ്രായം പറഞ്ഞ ഒരാഴ്ചയിൽ അദ്ദേഹത്തിന്റെ

ടെലിഫോൺ പെഗാസസ് (Pegasus) നിരീക്ഷിക്കുന്ന ടെലിഫോണുകളുടെ പട്ടികയിൽ കാണാനായെന്ന് പെഗാസസ് ചാര പ്രവൃത്തിയെപ്പറ്റി അന്വേഷിക്കുന്ന അന്യരാജ്യ ഏജൻസികൾ പരസ്യപ്പെടുത്തുകയുണ്ടായി. മുഖ്യ തെരഞ്ഞെടുപ്പ് കമ്മീഷണറാകേണ്ട അശോക് ലവാസ, ഏഷ്യൻ ഡെവലപ്മെന്റ് ബാങ്കിലെ പണിക്ക് പോവുകയും, അദ്ദേഹത്തിന്റെ ഭാര്യയ്ക്കെതിരെ വരുമാന നികുതി വകുപ്പ് ഒരു കേസ് രജിസ്റ്റർ ചെയ്തിട്ടുണ്ട് എന്നതും തങ്ങളെ എതിർക്കുന്നവരോട് ബി ജെ പി സർക്കാർ എങ്ങനെ പ്രതികാരം ചെയ്യുമെന്നതിനെ തുറന്നുകാട്ടുന്നു.

തെരഞ്ഞെടുപ്പ് ഫണ്ടിന്റെ സുതാര്യതയെ തെരഞ്ഞെടുപ്പ് ബോണ്ടുകൾ ബലഹീനമാക്കി കളഞ്ഞു എന്ന് തുടക്കത്തിൽ അഭിപ്രായം പറഞ്ഞ തെരഞ്ഞെടുപ്പ് കമ്മീഷൻ ഇപ്പോൾ വായടച്ച്, ഭരിക്കുന്ന ബി ജെ പിയുടെ ആയുധമായി മാറിക്കഴിഞ്ഞു. തെരഞ്ഞെടുപ്പ് ബോണ്ടുകളുടെ 80 ശതമാനവും കൈപ്പറ്റിയിട്ടുള്ളത് ബി ജെ പിയാണ്. ഒരേ രാജ്യം, ഒരേ തെരഞ്ഞെടുപ്പ്, ആധാർ കാർഡിനെ തെരഞ്ഞെടുപ്പ് ഐഡന്റിറ്റി കാർഡുമായി ബന്ധിപ്പിക്കുന്നത് തുടങ്ങി ബി ജെ പിയുടെ എല്ലാ പദ്ധതികളെയും തെരഞ്ഞെടുപ്പ് കമ്മീഷണർമാർ പ്രചരണം ചെയ്യുന്നു

മാധ്യമങ്ങൾ

ജനാധിപത്യത്തിന്റെ നാലാമത്തെ തൂണ് എന്ന് മാധ്യമങ്ങൾ വർണ്ണിക്കപ്പെടുന്നു. എന്നാൽ മാധ്യമങ്ങളിൽ ചില മാധ്യമങ്ങൾ ഒഴിച്ച് മറ്റെല്ലാ മാധ്യമങ്ങളും ഇപ്പോൾ ബി ജെ പിയുടെ തൂണുകൾ എന്ന് പറയത്തക്ക രീതിയിൽ ബി ജെ പിയുടെ ആയുധങ്ങളായി മാറിക്കഴിഞ്ഞു.

ബി ജെ പിക്ക് അതിന്റെ പരിപാടിയെ പ്രചരിപ്പിക്കാനും നരേന്ദ്ര മോദിയെ പറ്റി വലിയ രീതിയിൽ പ്രതിബിംബങ്ങൾ സൃഷ്ടിക്കാനും ബി ജെ പി ഭരണത്തിൽ ജനങ്ങൾ നേരിടുന്ന സാമ്പത്തിക ഭാരങ്ങൾ, ജീവിതാടിസ്ഥാന പ്രശ്നങ്ങൾ, സ്ത്രീകളും അടിച്ചമർത്തപ്പെട്ടവരും നേരിടുന്ന അക്രമങ്ങൾ പോലുള്ള വാർത്തകൾ പ്രസിദ്ധീകരിക്കപ്പെടാതെ ബി ജെ പിയുടെ പ്രചാരണ ആയുധങ്ങളായി ഇന്ന് ഒട്ടുമിക്ക മാധ്യമങ്ങളും മാറിക്കഴിഞ്ഞു. ബി ജെ പിയെ വിമർശിച്ച് വാർത്ത പ്രസിദ്ധീകരിക്കുന്ന മാധ്യമപ്രവർത്തകരുടെ നേർക്ക് രാജ്യദ്രോഹ നിയമങ്ങൾ പായുകയാണ്. ബി ജെ പിയുടെ ഭരണത്തിൽ അഴിമതി നിയമപരമായി മാറ്റപ്പെടുന്നു എന്നതിന് ഉദാഹരണങ്ങളാണ് പി എം കെയർ ഫണ്ടും, തെരഞ്ഞെടുപ്പ് ബോണ്ടുകളും.

നീതി പെടുന്ന പാട്

ഏതൊരു ജനാധിപത്യ രാജ്യത്തും ഭരണ നിർവഹണവും നിയമനിർമ്മിത രീതികളും ആ രാജ്യത്തിന്റെ ഭരണഘടനയ്ക്ക് വിധേയമായിരിക്കേണ്ടതാണ്. പാർലമെന്റും നിയമസഭയും രൂപീകരിക്കുന്ന നിയമങ്ങൾ ഭരണഘടനയ്ക്ക് വിരുദ്ധമായിരുന്നാൽ അതിനെതിരെ

ജനാധിപത്യത്തെ സംരക്ഷിക്കുന്ന ചുമതല രാജ്യത്തിന്റെ സുപ്രീംകോട തിക്കാണുള്ളത്. അയോധ്യ കേസിന്റെ വിധി ഇന്ത്യൻ നീതിന്യായ സംവിധാനത്തിന്റെ നീതിപരിപാലന രീതിയുടെ മേൽ വലിയ അവിശ്വാ സത്തെയാണ് ഉളവാക്കിയിട്ടുള്ളത്. ഭരണഘടനയുടെ 370, 35എ എന്നീ വകുപ്പുകളെ നീക്കംചെയ്ത് ജമ്മു കാശ്മീർ സംസ്ഥാനത്തിനെ തന്നെ പിരിച്ചുവിട്ടത്; പൗരത്വ അവകാശ നിയമത്തെ റദ്ദാക്കി ജമ്മു കാശ്മീർ സംസ്ഥാനത്തെ പിരിച്ചു വിടുക; പുതിയ പൗരത്വ നിയമത്തെ നടപ്പിലാ ക്കുക. തെരഞ്ഞെടുപ്പ് ബോണ്ടുകൾ, മറ്റു വിഷയങ്ങളുടെ നിയമപരമായ സാധൂകരണം പോലുള്ളവയുടെ അതിപ്രധാനമായ അപ്പീൽ കേസുകളെ കഴിഞ്ഞ മൂന്നു വർഷങ്ങളായി വിചാരണയ്ക്ക് എടുക്കാതെ സുപ്രീം കോടതി നിറുത്തി വച്ചിരിക്കുകയാണ്. സുപ്രീംകോടതി എന്തു കൊണ്ടാണ് മൗനം പാലിക്കുന്നത് എന്ന് ചോദ്യങ്ങൾ ഉയരുകയാണ്.

ബി ജെ പിയുടെ ഭരണത്തിൽ പാർലമെന്റ് എന്നത് ഭൂരിപക്ഷ സ്വേച്ഛാധിപത്യത്തിന്റെ അരങ്ങ് എന്ന രീതിയിൽ തരംതാഴ്ന്നു നിൽക്കു കയാണ്. പാർലമെന്റ് കമ്മിറ്റികളെയും നടപടിക്രമങ്ങളെയും ബി ജെ പി സർക്കാർ വേണ്ടെന്ന് പറഞ്ഞു പുറത്താക്കിയിരിക്കുകയാണ്. നീതിക്ക് നിരക്കാത്ത നിയമങ്ങളെ കൊണ്ടുവരാൻ ആവശ്യമായ ഭൂരിപക്ഷത്തെ ഉറപ്പിക്കാൻ സി പി ഐ (എം) എംപിമാർ ഉൾപ്പെടെ പ്രതിപക്ഷ എംപിമാരെ സസ്പെൻഡ് ചെയ്ത് പുറത്താക്കിയിട്ടുണ്ട്. പാർലമെന്റിൽ ചർച്ചകളോ സംവാദങ്ങളോ നടത്തുന്നില്ല. കാർഷിക നിയമം റദ്ദു ചെയ്ത പ്പോഴും ചർച്ച അനുവദിച്ചില്ല.

പൊതുവേ, ഫാസിസ്റ്റ് മനോഭാവമുള്ള ആർ എസ് എസ് നേതൃ ത്വത്തിലുള്ള, കേന്ദ്ര ബി ജെ പി സർക്കാർ ഹിന്ദുത്വ പദ്ധതി പരിപാടിയെ നടപ്പിലാക്കാൻ ഏകാധിപത്യ മാർഗ്ഗത്തിലൂടെയാണ് സഞ്ചരിക്കുന്നത്. ഇന്ത്യൻ കോർപ്പറേറ്റ് കമ്പനികൾ കേന്ദ്രസർക്കാരിനെ പൂർണമായും പിന്തുണയ്ക്കുന്നു.

മതവിദ്വേഷത്തിന്റെ അഹങ്കാരവും കോർപ്പറേറ്റു പദ്ധതിയും

കേന്ദ്രം ഭരിക്കുന്ന മോദിയുടെ നേതൃത്വത്തിലുള്ള ബി ജെ പി സർക്കാരിനും ഗൗതം അദാനി, അംബാനി പോലുള്ള മുതലാളിത്ത ഗ്രൂപ്പുകൾക്കുമിടയിൽ വളരെ അടുത്ത ബന്ധമാണുള്ളതെന്നത് പരസ്യമായ സത്യമാണ്.

മഹാത്മാഗാന്ധിയുടെ മണ്ണിൽ മതദ്വേഷം എന്ന പ്രശ്നത്തിനും കോർപ്പറേറ്റ് കമ്പനികൾക്കും എന്താണ് ബന്ധം എന്ന് ചിലർ ചോദ്യം ഉയർത്തിയേക്കാം. വിശദീകരിക്കേണ്ട ആവശ്യവും അതിനുണ്ട്.

ബി ജെ പിയുടെ ഒറ്റയ്ക്കുള്ള ഏകാധിപത്യ ഭരണ വ്യവസ്ഥയെ അനുകൂലമായി കണ്ടു 130 കോടി (ലോകത്തിൽ ചൈനയ്ക്ക് അടുത്തതായി ജനസംഖ്യ കൂടുതലുള്ള രാജ്യം) ജനസംഖ്യയുള്ള പരന്നുകിടക്കുന്ന ഇന്ത്യയുടെ ഭീമമായ വിപണിയെ പിടിച്ചടക്കാനുള്ള ശ്രമം കോർപ്പറേറ്റ് മുതലാളികൾ നടത്തുകയാണ്.

ഇന്ത്യയുടെ ഭരണഘടന, ഫെഡറൽ വ്യവസ്ഥയെ അടിസ്ഥാനമാക്കിയ ഒന്നാണ്. അതുകൊണ്ട്, കേന്ദ്രസർക്കാരിന്റെ അധികാരങ്ങളും സംസ്ഥാന സർക്കാരുകളുടെ അധികാരങ്ങളും, ഇരു സർക്കാരുകൾക്കും പൊതുവായ അധികാരങ്ങളുടെ പട്ടികയും ഇതിലുണ്ട്.

ഇങ്ങനെ നമ്മുടെ ഫെഡറൽ സംവിധാനത്തിന്റെ അടിസ്ഥാനത്തിൽ അധികാരങ്ങൾ വ്യക്തമായി പറഞ്ഞു വച്ചിട്ടുണ്ട്.

ഈ സംവിധാനത്തെ അഴിച്ചു പണിയാൻ നരേന്ദ്രമോദിയുടെ നേതൃത്വത്തിലുള്ള ബി ജെ പി സർക്കാർ ശ്രമിക്കുന്നു. അവരുടെ ആഗ്രഹം ഏക ഭരണ വ്യവസ്ഥയാണ്.

ഏകകക്ഷി, കേന്ദ്രീകൃത ഭരണ വ്യവസ്ഥയിലേക്ക് പരോക്ഷമായി നീങ്ങുന്ന ബി ജെ പി സർക്കാർ, നികുതി സംവിധാനം, ഭൂമി, പ്രകൃതി

സമ്പത്ത് ഇവയുടെ മേലുള്ള നിയന്ത്രണം, വിദ്യാഭ്യാസം, കൃഷി, വാണിജ്യം എന്നീ വകുപ്പുകളിൽ സംസ്ഥാനങ്ങളുടെ അധികാരങ്ങളെ തട്ടിപ്പറിച്ച് തന്റെ നിയന്ത്രണത്തിലേക്ക് പൂർണ്ണമായി കൊണ്ടുവരാൻ ശ്രമിക്കുന്നു. ഈ സംവിധാനം വൻകിട കോർപ്പറേറ്റ് സ്ഥാപനങ്ങളെ അനുകൂലിക്കുന്ന ഒന്നാണ്.

അതുപോലെതന്നെ മോദി സർക്കാരിന്റെ സാമ്പത്തിക നയങ്ങൾ നവ ലിബറൽ നയങ്ങളെ വളരെ വേഗതയിൽ നടപ്പിലാക്കുന്നതായിരിക്കുന്നു. ഇതും വൻകിട കോർപ്പറേറ്റ് സ്ഥാപനങ്ങളുടെ ലാഭ വേട്ടയ്ക്ക് സഹായം ചെയ്യുന്ന ഒന്നാണ്. അതിനുവേണ്ടിയാണ് നരേന്ദ്രമോദി സർക്കാരിന് ഒറ്റക്കെട്ടായി പിന്തുണ അറിയിച്ചും വാരിക്കോരി ഫണ്ട് നൽകിയും കോർപ്പറേറ്റ് മുതലാളിമാർ സഹായിക്കുന്നത്. വിദ്വേഷ രാഷ്ട്രീയ രീതിയിലായ ബി ജെ പിയുടെ പ്രചാരണങ്ങൾക്കും അവർ സഹായം ചെയ്യുന്നു. ഇതുകൊണ്ടാണ് ഇപ്പോഴുള്ള ഈ സ്ഥിതിയെ നാം വർഗ്ഗീയ വാദ-കോർപ്പറേറ്റ് കൂട്ടുകെട്ടെന്ന് പറയുന്നത്.

നവ ലിബറൽ സാമ്പത്തിക നയം

തൊഴിൽ, കൃഷി, സേവന വിഭാഗം (ബാങ്ക്, ഇൻഷുറൻസ്, ഇൻഫർമേഷൻ & കമ്മ്യൂണിക്കേഷൻ) ഇവ മൂന്നിനേയും ഉൾപ്പെടുത്തിയതാണ് രാജ്യത്തിന്റെ ആകെയുള്ള ഉല്പാദനശേഷി (ജിഡിപി). കോവിഡ് മഹാമാരിക്ക് മുമ്പേതന്നെ ഇന്ത്യയുടെ സാമ്പത്തിക സ്ഥിതി മന്ദഗതിയിലായിരുന്നു. കോവിഡ് ബാധിച്ചതിനു ശേഷം സാമ്പത്തിക സ്ഥിതിയിൽ വലിയ ഇടിവാണ് സംഭവിച്ചു വരുന്നത്. 2019-20-ൽ ആകെ ഉത്പാദനം 71, 28,238 കോടി രൂപയാണ്. 2021-22 -ൽ ആകെ ഉത്പാദനം 68,11,471 കോടി രൂപയായി കുറഞ്ഞു. 4.4 ശതമാനത്തിന്റെ ഇടിവാണ് ഉണ്ടായത്. ഇത് വെറും ഒരു പുള്ളി വിവര കണക്കല്ല. ഇതു കാരണം തൊഴിൽ നഷ്ടം, ദാരിദ്ര്യം മുതലായവ വർദ്ധിച്ചിട്ടും സാമ്പത്തിക വളർച്ച മുമ്പോട്ട് കൊണ്ടുപോകാനായി സർക്കാർ അതിനുവേണ്ട പ്രത്യേക സാമ്പത്തിക ചെലവ് വഹിക്കാൻ ആഗ്രഹിക്കുന്നില്ല. സ്വകാര്യ നിക്ഷേപകർ, കോർപ്പറേറ്റ് കമ്പനികൾ എന്നിവയെ പ്രോത്സാഹിപ്പിച്ചു തൃപ്തിപ്പെടുത്തുന്നതിനെയാണ് തന്റെ നയമായി കേന്ദ്ര സർക്കാർ നടപ്പിലാക്കി വരുന്നത്. തൊഴിലില്ലായ്മയും ദാരിദ്ര്യവും കൂടിവരുന്ന കാലഘട്ടത്തിൽ നരേന്ദ്രമോദി സർക്കാരിന്റെ കഴിഞ്ഞ എട്ടുവർഷക്കാല ഭരണത്തിൽ വൻകിട കോർപ്പറേറ്റ് സ്ഥാപനങ്ങളിൽനിന്നും 10.72 ലക്ഷം കോടി വായ്പയെ, തിരികെ കിട്ടാത്ത വായ്പ എന്ന പട്ടികയിൽ ഉൾപ്പെടുത്തി അറിയിക്കുകയുണ്ടായി. സാമ്പത്തിക പ്രശ്നങ്ങളാൽ തകർന്നുപോയതും സാമ്പത്തിക പ്രശ്നംകൊണ്ട് നടത്താൻ പറ്റാത്ത സ്ഥിതിയിലുള്ളതുമായ സ്ഥാപനങ്ങൾ വാങ്ങിയ, വായ്പ തിരിച്ചടക്കാത്തതിനെ നിയമപരമായ കുറ്റമാക്കുകയാണ് ചെയ്തത്.

സർക്കാരിന് ഏറ്റവും അടുപ്പമുള്ള കൂട്ടുമോഷണ കോർപ്പറേറ്റ്

സ്ഥാപനങ്ങൾ ബാങ്കുകളിൽനിന്നും വായ്പയെടുത്തു. തിരിച്ചടയ്ക്കാത്ത കുറെയധികം വായ്പകൾ എഴുതി തള്ളി. ആ തുക ജനങ്ങൾ കൊടുക്കുന്ന നികുതി പണത്തിൽ നിന്ന് ബാങ്കുകൾക്ക് നഷ്ട പരിഹാരമായി നൽകപ്പെടുന്നു.

കൂടാതെ, ലാഭത്തിൽ പ്രവർത്തിക്കുന്ന പൊതുമേഖല സ്ഥാപനങ്ങളുടെ ഓഹരികളെ വിൽക്കുന്നത്, ചിലപ്പോൾ ലാഭത്തിൽ പ്രവർത്തിക്കുന്ന പൊതുമേഖലാ സ്ഥാപനങ്ങളെ തന്നെ കുറഞ്ഞ വിലയ്ക്ക് വിൽക്കുന്നത് പോലുള്ള വിനാശകരമായ പ്രവർത്തനങ്ങൾ കേന്ദ്രസർക്കാർ ചെയ്യുന്നു.

എണ്ണ, പാചകവാത ഉൽപാദനം, ഇൻഷുറൻസ് വിഭാഗം (എൽ ഐ സി), വൈദ്യുതി ഉത്പാദനം, കൽക്കരി ഖനനം, പട്ടാളത്തിന്റെ ആയുധ ഉൽപാദന സ്ഥാപനങ്ങൾ, റെയിൽവേ പോലുള്ള ഇന്ത്യൻ സാമ്പത്തിക രംഗത്തെ നട്ടെല്ലായി പ്രവർത്തിക്കുന്ന ഈ സ്ഥാപനങ്ങളെ ബി ജെ പി സർക്കാർ ഏറ്റവും അടുപ്പമുള്ള കോർപ്പറേറ്റ് സ്ഥാപനങ്ങൾക്ക് ഏറ്റവും കുറഞ്ഞ വിലയ്ക്ക് വിറ്റ് വരികയാണ്.

2021-22 ൽ മാത്രം പൊതുമേഖലാ സ്ഥാപനങ്ങളുടെ ഓഹരി വിൽപ്പന മൂലം 1,75,000 കോടി രൂപ സ്വരൂപിക്കാൻ പോവുകയാണെന്ന് കേന്ദ്രസർക്കാർ പ്രഖ്യാപിച്ചു.

പണമായി മാറ്റുന്ന നടപടി

ഇന്ത്യ വില്പനയ്ക്ക് എന്ന് പറയുന്നതിന്റെ മറ്റൊരു പേരാണ് 'പണമായി മാറ്റുക' എന്ന കേന്ദ്രസർക്കാരിന്റെ നയം. ഈ പണമായി മാറ്റുന്ന പദ്ധതിയിലൂടെ റെയിൽ പാളങ്ങൾ, റെയിൽവേ സ്റ്റേഷനുകൾ, വിമാനത്താവളങ്ങൾ, തുറമുഖങ്ങൾ, എണ്ണ കൊണ്ടുപോകാൻ പതിപ്പിച്ചിരിക്കുന്ന കുഴൽ പാതകൾ, മറ്റിതര പൊതുമേഖലാ സ്ഥാപനങ്ങളും അവയുടെ സ്വത്തുക്കളും വിറ്റ് 6 ലക്ഷം കോടി രൂപ സ്വരൂപിക്കുവാൻ നരേന്ദ്രമോദി സർക്കാർ തീരുമാനിച്ചിരിക്കുന്നു. പെട്രോൾ, ഡീസൽ, പാചകവാതക വിലയെ ദിനംപ്രതി വർദ്ധിപ്പിക്കുന്ന കേന്ദ്രസർക്കാർ, കോർപ്പറേറ്റ് സ്ഥാപനങ്ങൾ അടക്കേണ്ട നികുതിയെ 30 ശതമാനത്തിൽനിന്നും 22 ശതമാനമായി കുറച്ചു.

ഭീമമായ ഉയർച്ച താഴ്ച്ചകളുടെ വ്യത്യാസം

തിരിച്ചടവില്ലാത്ത വായ്പകളെ റദ്ദാക്കുന്നത്, കോർപ്പറേറ്റ് സ്ഥാപനങ്ങൾക്ക് നികുതിയിളവ് കൊടുക്കുന്നത്, പൊതുമേഖലാ സ്ഥാപനങ്ങളെ ഏറ്റവും കുറഞ്ഞ വിലയ്ക്ക് സ്വകാര്യ കോർപ്പറേറ്റ് സ്ഥാപനങ്ങൾക്ക് വിൽക്കുന്നത്, പണമായി മാറ്റുന്ന നടപടി എന്ന പേരിൽ പൊതുമേഖല സ്ഥാപനങ്ങളുടെ ഭൂമി പോലുള്ള സ്വത്തുകളെ വിൽക്കുന്നത് പോലെയുള്ള നടപടികൾ കാരണം കോർപ്പറേറ്റ് കമ്പനികളുടെ സമ്പത്ത് കോവിഡ് കാലത്ത് പലമടങ്ങ് കൂടിയിരിക്കുന്നു. സമൂഹത്തിന്റെ മുകൾ

ത്തട്ടിലുള്ള ചുരുക്കം ചിലർക്കു മാത്രമേ വരുമാനം കുന്ന് കൂടുന്നുള്ളു. *ദി എക്കണോമിസ്റ്റ്* എന്ന വാരിക, 2016 നും 2020 നും ഇടയ്ക്കുള്ള കാല ഘട്ടത്തിൽ മുകേഷ് അംബാനിയുടെ സമ്പത്തിന്റെ മൂല്യം 350 ശതമാനം കൂടിയെന്നാണ് പറയുന്നത്. ഇതേ കാലഘട്ടത്തിൽ ഗൗതം അദാനിയുടെ ആകെയുള്ള സമ്പത്തിന്റെ മൂല്യം 750 ശതമാനം കൂടിയിരിക്കുന്നു. കോവിഡ് കാലമായ 2020–21 ൽ മുകേഷ് അംബാനിയുടെ ആകെയുള്ള സമ്പത്തിന്റെ മൂല്യം 7.18 ലക്ഷം കോടി രൂപയാണ്. ഗൗതം അദാനിയുടെ ആകെയുള്ള സമ്പത്തിന്റെ മൂല്യം 5.06 ലക്ഷം കോടി രൂപയാണ്. ഗൗതം അദാനി ലോക സമ്പത്തുകാരുടെ പട്ടികയിൽ 5–ാം സ്ഥാനത്തേക്കും മുകേഷ് അംബാനി 11–ാം സ്ഥാനത്തേക്കും ഉയർന്നിരിക്കുകയാണ്. (ഈ വർഷത്തിൽ മാത്രം ഗൗതം അദാനിയുടെ സമ്പത്ത് 2,350 കോടി ഡോളറായി വർദ്ധിച്ചിരിക്കുന്നു. അംബാനിയുടെ സമ്പത്ത് ഈ വർഷത്തിൽ 930 കോടി ഡോളറായി വർദ്ധിച്ചിരിക്കുകയാണ്. ഇത് ഏപ്രിൽ 2022 കണക്കനുസരിച്ചാണ്).

ഇതുകൂടാതെ വേറെ ചില പണക്കാരുടെ കുടുംബ ആസ്തികളും വളരെ വേഗതയിൽ വർദ്ധിച്ചിരിക്കുന്നു. 'ഓക്സ്ഫോം ഇന്ത്യ'യുടെ റിപ്പോർട്ട് പ്രകാരം ഇന്ത്യയിൽ മുകൾത്തട്ടിലുള്ള 10 പേരുടെ കൈകളിൽ രാജ്യത്തിന്റെ ആകെ ആസ്തിയുടെ 57 ശതമാനം കുന്നുകൂടി കിട ക്കുന്നു. താഴെത്തട്ടിലുള്ള 50 ശതമാനം പേരുടെ കൈകളിൽ കേവലം രാജ്യത്തിന്റെ ആകെ ആസ്തിയിൽ 13 ശതമാനം ആസ്തി മാത്രമാണു ള്ളത്.

കേന്ദ്രസർക്കാരിന്റെ തെറ്റായ നയങ്ങൾ കാരണം കടുത്ത പ്രശ്ന ങ്ങളെ നേരിട്ടവരാണ് കർഷകർ. അവരുടെ ഉൽപ്പന്നങ്ങളായ വിളവു കൾക്ക് ഉൽപാദന ചെലവ് നികത്താനുള്ള കുറഞ്ഞപക്ഷ താങ്ങുവില അവർക്ക് കിട്ടുന്നില്ല. കൃഷി വിളവുകളെ സംഭരിക്കുവാനുള്ള നടപടികൾ സർക്കാർ സ്വീകരിക്കാത്തതുകൊണ്ട് പ്രഖ്യാപിക്കപ്പെട്ട താങ്ങുവില പോലും കിട്ടുന്നില്ല. പക്ഷേ, രാസവളം, കീടനാശിനി ഉൾപ്പെടെയുള്ള കൃഷി ഉത്പാദനത്തിന് ആവശ്യമായ സാധനങ്ങളുടെ വില ദിനംപ്രതി വർദ്ധിക്കുന്നു. അതുകൊണ്ട് കർഷകർ എടുക്കുന്ന വായ്പകളുടെ ഭാരം കൂടുന്നത് കാരണം കർഷകർ ആത്മഹത്യ ചെയ്യുന്നതും കൂടി വരുന്നു.

ഈ സ്ഥിതിയിൽ കർഷകരെയും കൃഷിവകുപ്പിനെയും കോർപ്പറേറ്റ് കമ്പനികളുടെ കയ്യിൽ ഏൽപ്പിക്കുവാൻ കേന്ദ്രസർക്കാർ 3 കാർഷിക നിയമങ്ങൾ കൊണ്ടുവന്നു. വൈദ്യുതി ഉത്പാദനവും വിതരണവും സ്വകാര്യവൽക്കരിക്കുന്ന നിയമങ്ങളെയും കേന്ദ്ര സർക്കാർ കൊണ്ടു വന്നു. ഇതുപോലുള്ള കർഷക വിരുദ്ധ, കോർപ്പറേറ്റുകൾക്ക് കാർഷിക വിപണിയെ തുറന്നുകൊടുക്കുന്ന നിയമങ്ങളെ എതിർത്ത് ചരിത്രപ്രസിദ്ധ മായ ഒരു വർഷക്കാലം നീണ്ട പോരാട്ടത്തിനെ ഡൽഹിയിൽ കർഷകർ നടത്തുകയുണ്ടായി. ഈ സമരത്തെ അനുകൂലിച്ച് രാജ്യമെമ്പാടും പ്രക്ഷോഭങ്ങൾ ഉയർന്നു. 5 സംസ്ഥാന തെരഞ്ഞെടുപ്പിന് മുമ്പു

കേന്ദ്രസർക്കാർ ആ മൂന്ന് കാർഷിക നിയമങ്ങളെയും പിൻവലിച്ചു. തങ്ങളുടെ സമരത്തെ പിൻവലിച്ചപ്പോൾ കർഷകർ കാർഷിക ഉൽപ്പന്നങ്ങൾക്ക് കുറഞ്ഞപക്ഷ താങ്ങുവില ഉറപ്പിക്കുന്ന നിയമം കൊണ്ടുവരണമെന്ന ആവശ്യം ഉന്നയിച്ചിരുന്നു. ആ ആവശ്യം കേന്ദ്രസർക്കാർ തിരിഞ്ഞു നോക്കുക പോലുമില്ലാതെ തഴഞ്ഞിട്ടിരിക്കുകയാണ്.

ആസ്തിയുള്ളവൻ അതിലും വലിയ ആസ്തിയുള്ളവനായി മാറുകയും പാവങ്ങൾ വളരെ പാവങ്ങളായി മാറ്റപ്പെടുന്നതുമാണ് നരേന്ദ്ര മോദി സർക്കാരിന്റെ നയമായിരിക്കുന്നത്.

കൊള്ളയടിക്കപ്പെടുന്ന ജനങ്ങളുടെ ജീവിത നിലവാരവും ഉപജീവനമാർഗ്ഗവും

ഇന്ത്യയിൽ കോവിഡ് മഹാമാരി വ്യാപിക്കാൻ ആരംഭിക്കുന്നതിനു മുൻപ് നമ്മുടെ രാജ്യം വിദ്യാഭ്യാസം, ആരോഗ്യ മേഖലകളിൽ വളരെ പുറകിലായിരുന്നു. ഇല്ലായ്മയും ദാരിദ്ര്യവും കൂടുകയായിരുന്നു. ജനങ്ങൾ നല്ല ജീവിതം നയിക്കുന്ന രാജ്യങ്ങളുടെ പട്ടികയിൽ പുറകിലായിരുന്ന പല രാജ്യങ്ങളെക്കാളും ഇന്ത്യ പിന്നിലായിരുന്നു. കോവിഡ് ബാധിച്ചതിനു ശേഷം ഈ സ്ഥിതി കൂടുതൽ വഷളാവുകയാണ് ഉണ്ടായത്.

കഴിഞ്ഞ രണ്ടു വർഷമായി കോവിഡ് മഹാമാരി ബാധിച്ച ജനങ്ങൾക്ക്, കൃത്യസമയത്ത് പരിശോധിച്ചു അനുയോജ്യമായ ചികിത്സ ഉറപ്പുവരുത്തുന്നതിൽ സർക്കാരിന് പിഴവ് പറ്റുകയും, ഫലത്തിൽ, പ്രത്യേകിച്ചും ബി ജെ പി ഭരിക്കുന്ന സംസ്ഥാനങ്ങളിൽ കൂടുതൽ മരണങ്ങൾ ഉണ്ടാവുകയും ചെയ്തു. കേരളം ഒഴിച്ച് മറ്റെല്ലാ സംസ്ഥാനങ്ങളിലും ഓക്സിജൻ ക്ഷാമം ഉണ്ടാവുകയും ചികിത്സയ്ക്ക് കിടക്കകൾ ലഭിക്കാതെ, പ്രതിസന്ധി നേരിട്ടതിനെയും നാം കാണാനിടയായി.

ഉത്തർപ്രദേശിൽ കോവിഡ് ബാധിച്ച് മരിച്ചവരുടെ മൃതദേഹങ്ങൾ ഗംഗാ നദിയിൽ വലിച്ചെറിഞ്ഞതിനെയും ഗംഗാ നദിയുടെ മണൽത്തടങ്ങളിൽ ചീഞ്ഞ അവസ്ഥയിൽ മൃതദേഹങ്ങൾ കുന്നുകൂടി കിടന്നതിനെയും നാം കണ്ടു.

കോവിഡ് മഹാമാരിയുടെ കാലത്ത് സർക്കാരുകൾ മരണസംഖ്യയെ കുറച്ചാണ് പുറത്ത് അറിയിച്ചത്. അവർ പറഞ്ഞ മരണ സംഖ്യയ്ക്കും യഥാർത്ഥത്തിൽ ഉണ്ടായ മരണസംഖ്യയ്ക്കും ഇടയിലുള്ള വ്യത്യാസത്തെ മാധ്യമങ്ങൾ പുറത്തുകൊണ്ടുവന്നു.

ബി ജെ പിയുടെ മാതൃകാസംസ്ഥാനമായ ഗുജറാത്തിനെ ഉദാഹ

രണമാക്കിയാൽ, 71 ദിവസങ്ങളിൽ 1,23,871 മരണ സർട്ടിഫിക്കറ്റ് (മാർച്ച് 1, 2021 മുതൽ മെയ് 10, 2021 വരെ) നൽകിയ വിവരങ്ങൾ മാധ്യമങ്ങൾ പുറത്തുകൊണ്ടുവന്നു. 2020-ൽ ഇതേ കാലയളവിൽ നടന്ന മരണ സംഖ്യയെക്കാൾ ഇത് 65,781 കൂടുതലാണ്. ഉത്തർപ്രദേശ്, മധ്യപ്രദേശ് പോലുള്ള സംസ്ഥാനങ്ങളിൽ മരണസംഖ്യ പല മടങ്ങാണ് കൂടിയത്.

മാത്രമല്ല, കോവിഡ് കാലത്ത് ഒന്നരലക്ഷത്തോളം കുട്ടികൾക്ക് അമ്മയെയോ അച്ഛനെയോ നഷ്ടപ്പെടുകയുണ്ടായി; 10,600 കുട്ടികൾക്ക് മാതാപിതാക്കൾ ഇരുവരെയും നഷ്ടപ്പെട്ടു.

പക്ഷേ, കോവിഡ് മഹാമാരിയിൽ നിന്ന് രക്ഷപ്പെടുവാൻ ആവശ്യമായ വാക്സിൻ ഉത്പാദിപ്പിക്കുന്നതിൽ നിന്നുപോലും പൊതുമേഖലാ സ്ഥാപനങ്ങളെ തഴഞ്ഞു മാറ്റിനിർത്തി. സർക്കാർ സ്ഥാപനങ്ങളുടെ പഠന ഫലംകൊണ്ട് കിട്ടിയ കണ്ടുപിടിത്തങ്ങൾ സ്വകാര്യ സ്ഥാപനങ്ങളുടെ ലാഭത്തിനുവേണ്ടി അവർക്ക് നൽകി. കേരളം, തമിഴ്നാട് പോലുള്ള സംസ്ഥാനങ്ങളിൽ സർക്കാർ ആശുപത്രികൾ ഉൾപ്പെടെയുള്ള പൊതു ആരോഗ്യവകുപ്പു കൊണ്ടുമാത്രമാണ് ഒരുവിധമെങ്കിലും പാവപ്പെട്ട, മധ്യവർഗ്ഗ ജനങ്ങളെ മഹാമാരിയിൽ നിന്ന് സംരക്ഷിക്കാൻ കഴിഞ്ഞത്. എന്നാൽ, ഇതിനെല്ലാം ശേഷവും നരേന്ദ്രമോദി സർക്കാർ കോവിഡ് പ്രത്യേക പദ്ധതികളിലോ വാർഷിക ബഡ്ജറ്റിലോ പൊതു ആരോഗ്യ മേഖലയ്ക്ക് ആവശ്യമായ ഫണ്ട് അനുവദിച്ചില്ല. രാജ്യത്ത് എന്തുതന്നെ സംഭവിച്ചാലും ബി ജെ പി സർക്കാരിന്റെ കണ്ണിന് കോർപ്പറേറ്റ് കമ്പനികളുടെ ക്ഷേമങ്ങളൊഴികെ മറ്റൊന്നും കാണുന്നില്ല എന്നതിന് ഇതൊക്കെയാണ് ഉദാഹരണങ്ങൾ.

ദാരിദ്ര്യത്തിന്റെ പട്ടികയിൽ മുന്നേറുന്ന ഇന്ത്യ

മഹാമാരി കാലത്ത് സാർവദേശീയതലത്തിൽ ദാരിദ്ര്യം കൂടി. ദാരിദ്ര്യം ബാധിച്ച ലോകത്തിന്റെ ആകെ ജനസംഖ്യയിൽ 60 ശതമാനം പേർ ഇന്ത്യയിലാണുള്ളത്.

സാർവദേശീയതലത്തിൽ പട്ടിണിയുടെ സൂചികയിൽ 2020 ൽ ആകെയുള്ള 116 രാജ്യങ്ങളിൽ ഇന്ത്യ 94-ാമത്തെ സ്ഥാനത്തായിരുന്നു. 2021 ൽ ഇന്ത്യ 101-ാം സ്ഥാനത്തിലേക്ക് എത്തിനിൽക്കുകയാണ്. ഈ പട്ടികയിലുള്ള രാജ്യങ്ങളിൽ തന്നെ പോഷകക്കുറവുള്ള കുട്ടികൾ ഏറ്റവും അധികമുള്ള രാജ്യം ഇന്ത്യയാണ്. 2014 നും 2021 നും ഇടയ്ക്കുള്ള കാലഘട്ടത്തിൽ ഉച്ചഭക്ഷണത്തിന് അനുവദിച്ച തുകയിൽ കേന്ദ്രസർക്കാർ 31 ശതമാനം കുറവു വരുത്തുകയാണ് ഉണ്ടായത്. 2018-20 -നിടയിൽ പെട്രോളിയ ഉൽപ്പന്നങ്ങളുടെ മേൽ നികുതിയായി കേന്ദ്രസർക്കാർ സ്വരൂപിച്ച തുക എട്ടു ലക്ഷം കോടിയെന്ന അളവിലായിരുന്നിട്ടും ക്ഷേമ പദ്ധതികൾക്ക് മാറ്റിവയ്ക്കുന്ന തുകയിൽ സർക്കാർ തുടർന്ന് കുറവ് വരുത്തി വരികയാണ്.

കേന്ദ്രസർക്കാരിന്റെ നീതി ആയോഗ് നൽകിയ വിവരങ്ങളുടെ

അടിസ്ഥാനത്തിൽ കോവിഡ് കാലത്തിനുശേഷം പല സംസ്ഥാന ങ്ങളിലും ദാരിദ്ര്യ രേഖയ്ക്ക് താഴെ ജീവിക്കുന്ന ജനങ്ങളുടെ എണ്ണം കൂടിയിരിക്കുന്നു.

ബിഹാർ 51.91%, ജാർഖണ്ഡ് 42.16%, ഉത്തർപ്രദേശ് 37.79%, മധ്യപ്രദേശ് 36.65%, ആസാം 36.67%.

തമിഴ്നാട്ടിൽ കോവിഡിന് മുമ്പ് ദാരിദ്ര്യരേഖയ്ക്ക് താഴെ ഉണ്ടായി രുന്നവരുടെ എണ്ണം 67.4 ലക്ഷമായിരുന്നു. കോവിഡ് കാലത്തിനുശേഷം 1.13 കോടിയായി വർദ്ധിക്കുകയുണ്ടായി.

വർദ്ധിച്ചുവരുന്ന തൊഴിലില്ലായ്മ

2021 നവംബർ മാസം മാത്രം, മാസ വരുമാനം ഉണ്ടാക്കിയവരിൽ 68 ലക്ഷം പേർക്കു തൊഴിൽ നഷ്ടപ്പെട്ടു. ഇന്ത്യയുടെ നഗര പ്രദേശങ്ങളിൽ ജോലി ചെയ്യാൻ യോഗ്യതയുള്ള യുവാക്കളിൽ 23 ശതമാനം പേർക്ക് ജോലി ലഭിച്ചില്ല. 2013 ൽ ജോലിയിലുണ്ടായിരുന്ന ആകെ ഇന്ത്യക്കാർ 44 കോടിയാണ്. ഈ സംഖ്യ 2021 –ൽ 38 കോടിയായി കുറഞ്ഞു.

മഹാമാരി കാലത്ത് ലക്ഷക്കണക്കിന് ചെറുകിട, മധ്യതര തൊഴിൽ സ്ഥാപനങ്ങൾ അടച്ചു പൂട്ടുകയും കോടിക്കണക്കായ അസംഘടിത തൊഴിലാളികൾക്ക് ജോലി നഷ്ടപ്പെടുകയും ചെയ്തു.

ഇതുപോലുള്ള സ്ഥിതിയെ നേരിടാനും പരിഹരിക്കാനും നിർദ്ദേശി ക്കപ്പെട്ട ബദൽ പദ്ധതികളെ സർക്കാർ കണക്കിലെടുത്തില്ല. സാധാര ണക്കാരുടെ കുടുംബത്തിന് മാസം 7500 രൂപ നൽകണം. നഗരപ്രദേശ തൊഴിലുറപ്പ് പദ്ധതിയെ നടപ്പിലാക്കി, ചെറുതൊഴിൽ സ്ഥാപനങ്ങളിൽ ജോലിചെയ്യുന്ന തൊഴിലാളികൾക്ക് ശമ്പളം നൽകാൻ സബ്സിഡി അനുവദിക്കണം എന്നതുപോലുള്ള ന്യായമായ ആവശ്യങ്ങൾ തള്ള പ്പെട്ടു.

2020–21 ൽ ഗ്രാമപ്രദേശ തൊഴിലുറപ്പ് പദ്ധതിക്ക് ആവശ്യമായ തുക 1,10,000 കോടിയാണ്. കോവിഡ് മഹാമാരി ബാധിച്ചതിനുശേഷം ജന ങ്ങൾക്ക് തൊഴിലവസരങ്ങൾ നഷ്ടപ്പെട്ട സ്ഥിതിയിൽ, ഗ്രാമപ്രദേശ തൊഴി ലവസര പദ്ധതിയിൽ വിശ്വാസം അർപ്പിക്കുന്ന ജനങ്ങളുടെ എണ്ണം കൂടു കയാണ് ഉണ്ടായത്. എങ്കിലും ഈ പദ്ധതിക്കാവശ്യമായ തുക കേന്ദ്ര സർക്കാർ വർദ്ധിപ്പിച്ചില്ല എന്നതുമാത്രമല്ല കുറയ്ക്കുകയുമാണ് ഉണ്ടായത്.

തൊഴിലാളി വിരുദ്ധ നിയമങ്ങൾ

കോവിഡ് നിരോധന സാഹചര്യത്തെ മറയാക്കി നിയമങ്ങളെ തിരുത്തുന്ന വിനാശകരമായ വിഷയങ്ങൾ മോദി സർക്കാർ നടത്തി. 8 മണിക്കൂറിന് കൂടുതലായി തൊഴിലാളികളെ പണിയെടുപ്പിക്കാമെന്ന് ബി ജെ പി ഭരിക്കുന്ന സംസ്ഥാനങ്ങളിൽ അടിയന്തരമായി നിയമങ്ങൾ ഉണ്ടാക്കി. കോർപ്പറേറ്റ് മുതലാളിമാർ കൂടുതലായി ലാഭമുണ്ടാക്കാൻ

വേണ്ടി 44 തൊഴിലാളി ക്ഷേമ നിയമങ്ങളിലുള്ള തൊഴിലാളി നിയമ സംരക്ഷണ ഘടകങ്ങളെ ഇല്ലാതാക്കുകയും അതിനെ കേവലം 4 സമാഹാരങ്ങളായി മാറ്റുകയും ചെയ്തു. തൊഴിലാളികൾ സംഘടന രൂപീകരിച്ച് സമരം ചെയ്യുന്ന അവകാശം, പണിമുടക്ക് അവകാശം ഉൾപ്പെടെയുള്ള അവകാശങ്ങൾ മോശമായ രീതിയിൽ ദുർബലപ്പെടുത്തി.

ഇത്രയേറെ വിശ്വസ്തതയോടെ കോർപ്പറേറ്റ് മുതലാളികൾക്ക് പാദസേവനം ചെയ്യുന്നതുകൊണ്ടാണ് ബി ജെ പിക്ക് വൻകിട മുതലാളികളുടെ പിന്തുണ ഒരു തടസ്സവുമില്ലാതെ കിട്ടുന്നത്. അഴിമതി ക്രമക്കേടുകളെ നിയമപരമായി മാറ്റിയതുകൊണ്ട് ബി ജെ പിക്ക് ഫണ്ട് കുമിയുന്നു. ജനാധിപത്യ അവകാശങ്ങളെ തട്ടിയെടുത്ത്, ഭരണഘടനാ സ്ഥാപനങ്ങളുടെ സ്വയംഭരണ സ്വഭാവത്തെ ഇല്ലാതാക്കി, ഏകാധിപത്യ നടപടികൾ വർധിപ്പിക്കുകയാണ്. ഈ പാതയിലൂടെയാണ് തങ്ങളിഷ്ടപ്പെടുന്ന 'മനുസ്മൃതി' സർക്കാർ രൂപീകരിക്കാൻ ബി ജെ പിക്കാർ ആഗ്രഹിക്കുന്നത്.

ഈ വെല്ലുവിളികളെ എങ്ങനെയാണ് നേരിടുക, എങ്ങനെയാണ് മറികടക്കുക എന്നത്, രാജ്യസ്നേഹമുള്ള ജനങ്ങളുടെ ക്ഷേമത്തിൽ ശ്രദ്ധപുണ്ട ഓരോ വ്യക്തിയുടെ മുന്നിലും ഉയർന്നു നിൽക്കുന്ന ചോദ്യമാണ്.

ജനങ്ങളുടെ ജീവിത അവകാശങ്ങളുടെയും ജീവിതത്തിന്റെയും മേൽ നരേന്ദ്രമോദി സർക്കാർ അഴിച്ചുവിടുന്ന ആക്രമണങ്ങളാൽ ബാധിതരായ ജനങ്ങൾ അതൃപ്തി പ്രകടിപ്പിച്ച് പ്രക്ഷോഭത്തിലേക്ക് നീങ്ങുന്നു. മൂന്ന് കൃഷി നിയമങ്ങളെയും എതിർത്ത് രാജ്യം മുഴുവനും കർഷകർ നടത്തിയ സമരത്തെ ലോകം തന്നെ തിരിഞ്ഞു നോക്കുകയായിരുന്നു. സമരത്തിൽ ഉത്തർപ്രദേശിലുള്ള കർഷകരും പങ്കെടുത്തിരുന്നു. ആ സമരത്തിന് മുന്നിൽ മോദി സർക്കാർ മുട്ടുകുത്തി.

എങ്കിലും തെരഞ്ഞെടുപ്പിൽ ബി ജെ പിയുടെ വിജയം എങ്ങനെയാണ് സാധ്യമാകുന്നത്? ബി ജെ പിക്കാർ ജനങ്ങൾക്കിടയിൽ വിദ്വേഷ പ്രചാരണം തുടർന്ന് നടത്തിവരികയാണ്. മതാടിസ്ഥാനത്തിലുള്ള അക്രമങ്ങളുണ്ടാക്കി ഹിന്ദുത്വ അടയാളത്തെ അവർ വളർത്തുന്നു.

ഇങ്ങനെയാണ് അടുത്തകാലത്ത് നടന്ന ഉത്തർപ്രദേശ് നിയമസഭ തെരഞ്ഞെടുപ്പിൽ 80 ശതമാനം ജനങ്ങൾക്കും 20 ശതമാനം ജനങ്ങൾക്കും ഇടയിൽ നടക്കുന്ന മത്സരമാണ് ഈ തെരഞ്ഞെടുപ്പെന്ന് പറഞ്ഞ് ഉത്തർപ്രദേശ് മുഖ്യമന്ത്രി യോഗി ആദിത്യനാഥ് ജനങ്ങൾക്കിടയിൽ മതസ്പർദ്ധത ഉണ്ടാക്കുകയായിരുന്നു. 20 ശതമാനം എന്ന് അദ്ദേഹം പറഞ്ഞത് മുസ്ലീങ്ങളെയാണ്. നരേന്ദ്രമോദിയും, തന്റെ പ്രചാരണത്തിൽ ഇതേ തന്ത്രത്തെയാണ് പ്രയോഗിച്ചത്. വലിയ രീതിയിലുള്ള ദ്വേഷ പ്രചാരണത്തിന്റെ ഓളങ്ങളിൽ, ജനങ്ങളുടെ അടിസ്ഥാനപരമായ ആവശ്യങ്ങൾ ഒലിച്ചു പോവുകയായിരുന്നു.

വിദ്യാഭ്യാസം, ആരോഗ്യം, തൊഴിലില്ലായ്മ, ദാരിദ്ര്യം പോലുള്ള

ഒരു പ്രശ്നത്തെയും പരിഹരിക്കാൻ കഴിയാത്ത യോഗി ആദിത്യനാഥ് ഉത്തർപ്രദേശിനെ സംസ്ഥാനങ്ങളുടെ വളർച്ച പട്ടികയിൽ അവസാന സ്ഥാനത്തിൽ കൊണ്ടെത്തിച്ചിരിക്കുന്ന യോഗി ആദിത്യനാഥ് ഇപ്പോൾ വീണ്ടും ഉത്തർപ്രദേശ് മുഖ്യമന്ത്രിയായിക്കഴിഞ്ഞു.

'കാലുക്ക് ചെരുപ്പുമില്ലെ
കാൽ വയിറ്റു കൂഴുമില്ലെ
പാഴുക്കു ഉഴൈത്തോമടാ
എൻ തോഴനെ പശയറ്റു പോനോമടാ'

(കാലിനു പാദുകയില്ല; കാൽ വയറിനു കഞ്ഞിയുമില്ല; അദ്ധ്വാനിക്കുന്നതു പാഴായല്ലോ എന്റെ സുഹൃത്തേ; ഒന്നുമില്ലാത്തവരായല്ലോ നമ്മൾ!)

എന്ന് 1935 ൽ കോയമ്പത്തൂർ സ്റ്റെയിൻസ്സ് സ്പിന്നിങ് മില്ലിൽ പണിമുടക്ക് നടന്നപ്പോൾ, രാവിലെ 6 മണിക്ക് തൊഴിലാളികളുടെ യോഗം നടത്തുന്നതിന് മുമ്പ്, രാവിലെ 5 മണിക്ക് ഈ കവിത എഴുതി ആ യോഗത്തിൽ സഖാവ് പി ജീവാനന്ദം ചൊല്ലി. ഈ കവിതയിലെ വരികളിൽ പറഞ്ഞതുപോലെയാണ്, ജനങ്ങളുടെ ഇപ്പോഴത്തെ ജീവിതസ്ഥിതിയുള്ളത്.

ജനങ്ങളുടെ ജീവിതത്തെയും, ഉപജീവനമാർഗ്ഗത്തെയും സംരക്ഷിക്കുന്നതിനായും ഇന്ത്യയെ ഹിന്ദു രാഷ്ട്രമായി മാറ്റാൻ ശ്രമിക്കുന്ന ഫാസിസ്റ്റ് സ്വഭാവമുള്ള ആർ എസ് എസ്, ബി ജെ പി എന്നീ സംഘടനകളുടെ വിനാശകരമായ നടപടികളെ തകർക്കാനും ബഹുമുഖ രീതിയിൽ പ്രവർത്തനം നടത്തണമെന്നതിനേയും മതേതരത്തിനായി പ്രവർത്തിക്കുന്നവർ മനസ്സിൽ ഉറപ്പിക്കണം.

ഹിന്ദുത്വയും ഹിന്ദുമതവും ഒന്നല്ല

സവർക്കർ എഴുതിയ *ഹിന്ദുത്വം* എന്ന പുസ്തകം 1923 ൽ പ്രസിദ്ധീകരിക്കപ്പെട്ടു. 'ഹിന്ദുമതം (ഹിന്ദുയിസം) എന്ന പദം ഒറ്റനോട്ടത്തിൽ തോന്നിപ്പിക്കുന്ന അർത്ഥവും ഹിന്ദുത്വയും ഒന്നല്ല.' എന്ന് സവർക്കർ തന്നെ ആ പുസ്തകത്തിൽ പറയുന്നുണ്ട്. അതായത് ഹിന്ദുത്വ എന്നത് ഒരു രാഷ്ട്രീയ പദ്ധതിയാണ്. അത് ഒരു മതത്തെക്കുറിച്ചു പറയുന്ന പദമല്ല.

1937 ൽ ഒരു യോഗത്തിൽ സംസാരിക്കുമ്പോൾ, ഇന്ത്യയ്ക്കകത്ത് രണ്ടു രാജ്യങ്ങൾ ഉണ്ട്, 'ഒന്ന് ഹിന്ദുക്കളുടെ രാജ്യം മറ്റൊന്ന് മുസ്ലീങ്ങളുടെ രാജ്യം' എന്ന് സവർക്കർ പറയുകയുണ്ടായി.

മതം എന്നത് സമൂഹത്തിൽ ജനങ്ങളുടെ ഇടയിൽ നിലനിൽക്കുന്ന ദൈവവിശ്വാസം സംബന്ധിച്ചുള്ള വിഷയമാണ്. പക്ഷേ, രാജ്യം എന്നത് ഭൂമിശാസ്ത്രപ്രകാരം ഒരു പ്രത്യേക പ്രദേശത്ത് വർഷങ്ങളായി ജീവിച്ചുവരുന്ന ഒരു ജനസമൂഹത്തെപ്പറ്റി പറയുന്ന പദമാണ്. മതവും രാഷ്ട്രവും വേറെ വേറെയാണ്.

ഒരു രാജ്യത്ത് പല മതങ്ങൾ അനുഷ്ഠിക്കുന്ന പക്ഷേ, ഒരേ ഭാഷ സംസാരിക്കുന്ന, ഒരേ ചരിത്രമുള്ള ജനങ്ങൾ ഉണ്ടാവാം. ഒന്നിൽ കൂടുതൽ ഭാഷകൾ സംസാരിക്കുന്ന, ഒന്നിൽ കൂടുതൽ മതങ്ങളെ അനുഷ്ഠിക്കുന്ന ഒരേ ചരിത്രമുള്ള ജനങ്ങളെ ഉൾക്കൊണ്ടതായും ഒരു രാജ്യം ഉണ്ടാവാം. ഇന്ത്യ പല ഭാഷകൾ സംസാരിക്കുന്ന, പല മതങ്ങളെ അനുഷ്ഠിക്കുന്ന, പല കീഴ്വഴക്കങ്ങളെ പിന്തുടരുന്ന, ജന സമൂഹങ്ങൾ ജീവിക്കുന്ന ഉപകണ്ഡ പ്രദേശമാണ്. ഇന്ത്യയുടെ ചരിത്രത്തെ തന്നെ നമുക്ക്, പല കാലഘട്ടങ്ങളായി പല ഭാഗങ്ങളായി മാത്രമേ പറയാൻ കഴിയുകയുള്ളു. ഇന്ത്യ ഉപഖണ്ഡത്തിൽ കുറെയധികം ഭരണപ്രദേശങ്ങൾ

ഉണ്ടായിരുന്നു. ബ്രിട്ടീഷ് കൊളോണിയൽ ആധിപത്യ കാലഘട്ടത്തിൽ പോലും രാജഭരണ സംസ്ഥാനങ്ങളുടെ കീഴിൽ ധാരാളം ഭരണ പ്രദേശങ്ങൾ ഉണ്ടായിരുന്നു.

എന്നാൽ, മതാടിസ്ഥാനത്തിൽ നോക്കുമ്പോൾ, ഇന്ത്യയിലുണ്ടായിരിക്കുന്ന പല മത, ദൈവവിശ്വാസങ്ങൾക്ക് ഹിന്ദു എന്ന പൊതുവായ പദം പിൽക്കാലത്ത് വന്ന ഒന്നാണ്. അതു പുറത്തുനിന്നുണ്ടായ പദമാണ്. ഇതിനെ കാഞ്ചീപുരം ശങ്കര മഠത്തിന്റെ മഠാധിപതി ചന്ദ്രശേഖരേന്ദ്ര സരസ്വതി തന്നെ സമ്മതിച്ചതുമാണ്. ഇവിടെയുള്ള ജനങ്ങൾ പല പ്രദേശങ്ങളിൽനിന്നും വന്നവരായോ പല ഭാഷകൾ സംസാരിക്കുന്നവരായോ പല കീഴ്‌വഴക്കങ്ങൾ ഉള്ളവരായോ ജീവിക്കുന്നു. പ്രധാന ഉത്സവങ്ങൾ പോലും പ്രദേശങ്ങൾ തമ്മിൽ ഒന്നിനൊന്നു വേറിട്ട് നിൽക്കുന്നു.

തമിഴ്‌നാട്ടിൽ പൊങ്കൽ മഹോത്സവം, ആന്ധ്രയിൽ സംക്രാന്തി, കേരളത്തിൽ തിരുവോണം എന്നിവ ഉദാഹരണങ്ങളാണ്. ഈ ഉത്സവങ്ങൾ എല്ലാ മതസ്ഥരും ആഘോഷിക്കുന്നവയായും പൊതുവായ സാംസ്കാരിക അടയാളമുള്ളവയായും കാണുന്നു. തിരുവോണം ഉത്തരേന്ത്യയിൽ ആഘോഷിക്കുന്നത് നമുക്ക് കാണാൻ കഴിയില്ല. അതുപോലെ ഉത്തരേന്ത്യയിലെ രക്ഷാബന്ധൻ, ഹോളി മുതലായവ ദക്ഷിണേന്ത്യ പ്രദേശങ്ങളിൽ പൊതുവേ ആഘോഷിക്കപ്പെടാറില്ല. ആരാധിക്കുന്ന ദൈവങ്ങൾ, ആഘോഷിക്കുന്ന ഉത്സവങ്ങൾ, അടിച്ചേൽപ്പിക്കപ്പെട്ട ജാതി എന്ന് എണ്ണമറ്റ വ്യത്യസ്തമായ അനുഷ്ഠാനങ്ങളുള്ള സമാഹരണത്തെയാണ് ഹിന്ദു എന്ന ഒറ്റപ്പദംകൊണ്ട് അടയാളപ്പെടുത്തുന്നത്. പക്ഷേ, മതത്തിനെ രാജ്യമായി ചിത്രീകരിക്കുന്ന സവർക്കർ ഹിന്ദുരാജ്യം, മുസ്ലിം രാജ്യം എന്ന് ശാസ്ത്രത്തിന് നിരക്കാത്ത രീതിയിലുള്ള അഭിപ്രായത്തെ മുൻ നിർത്തുന്നു.

ഹിന്ദുത്വ എന്നത്, സംസ്കാര ദേശീയത എന്നും സവർക്കർ പറഞ്ഞുവെച്ചിട്ടുണ്ട്. തമിഴ്‌നാട്ടിൽ നാം 'പൺപാട്' (സാംസ്കാരികം) എന്ന വാക്ക് ഉപയോഗിക്കുന്നു. പക്വതയാകുന്നത് എന്ന വാക്കിൽ നിന്ന് വന്നതാണ് പൺപാട്. പൺപാട് എന്ന വാക്ക് വിശാലമായ പല ഘടകങ്ങളെ ഉൾക്കൊണ്ട ഒന്നാണ്. കഴിക്കുന്ന ആഹാരം, ധരിക്കുന്ന വസ്ത്രം, സംസാരിക്കുന്ന ഭാഷകൾ, ആഘോഷിക്കുന്ന ഉത്സവങ്ങൾ, വിശ്വാസപരമായ അനുഷ്ഠാനങ്ങൾ പോലുള്ള പല ഘടകങ്ങളുമുള്ളതിൽ മതവും ഒരു ഘടകമാണ്.

ഇതിൽ നിന്ന് വ്യത്യസ്തമായി, സവർക്കർ നിർദ്ദേശിക്കുന്ന സാംസ്കാരിക ദേശീയത പരിപൂർണ്ണമായ കാപട്യമാണ്. ശാസ്ത്രത്തിനെതിരായതുമാണ്. സവർക്കറിനെ പോലെ മുഹമ്മദലി ജിന്നയും മുസ്ലീം രാഷ്ട്രമെന്ന അഭിപ്രായം പറഞ്ഞിട്ടുണ്ട്. ഈ നടപടികൾ സ്വാതന്ത്ര്യ സമരത്തിന് പ്രശ്നമുണ്ടാക്കുന്നതായി മാറി. ബ്രിട്ടീഷ് ഭരണാധികാരികൾ ആസൂത്രിതമായി സൃഷ്ടിച്ചതാണീ ഭിന്നത. രാജ്യത്തിന്റെ സ്വാതന്ത്ര്യ സമരത്തിലൂടെ ജനങ്ങൾക്കിടയിൽ മതത്തിനതീതമായ ഐക്യം,

ബ്രിട്ടീഷ്കാർക്കൊരു ഭീഷണിയായി മാറിയതുകൊണ്ടാണ് അവരീ ഭിന്നിപ്പ് സൃഷ്ടിച്ചത്.

സ്വാതന്ത്ര്യ സമരത്തിൽ, സവർക്കർ പങ്കെടുത്തിട്ടുണ്ടെങ്കിലും, ഹിന്ദുത്വവാദിയായി മാറിയ ശേഷമാണ് അദ്ദേഹം ബ്രിട്ടീഷ് സർക്കാരിന് മാപ്പപേക്ഷ കത്തുകളയക്കുവാൻ തുടങ്ങിയത്. മാപ്പ് ലഭിച്ചതിനുശേഷം അദ്ദേഹം ബ്രിട്ടീഷ് സർക്കാരിന് വിശ്വസ്തനായ സേവകനായിരുന്നു. 1925 ൽ ആർ എസ് എസ് ആരംഭിച്ചത് മുതൽ 1947 ആഗസ്റ്റ് 15–ാം തീയതി ഇന്ത്യക്ക് സ്വാതന്ത്ര്യം ലഭിക്കുന്നത് വരെ ബ്രിട്ടീഷ് സർക്കാരിനെതിരെ ചെറുവിരൽ പോലും ചലിപ്പിക്കാൻ തയ്യാറായില്ല. മാത്രമല്ല സ്വാതന്ത്ര്യ സമരത്തെ ദ്രോഹിക്കുകയും ചെയ്തിരുന്നു.

രവീന്ദ്രനാഥ ടാഗോറും ജവഹർലാൽ നെഹ്റുവും ദേശീയ പ്രസ്ഥാനത്തിന്റെ പ്രധാന ഘടകങ്ങളായി രാഷ്ട്രീയ സ്വാതന്ത്ര്യം, സാമ്പത്തിക സമത്വം, സാമൂഹിക നീതി എന്നീ മുദ്രാവാക്യങ്ങൾ മുൻനിർത്തുകയുണ്ടായി. കമ്യൂണിസ്റ്റ് പ്രസ്ഥാനം എല്ലാ രീതിയിലുള്ള ചൂഷണങ്ങൾക്കും എതിരായി പോരാടുകയായിരുന്നു. ഈ പോരാട്ടങ്ങളുടെ ഫലമായാണ് മതേതര ഇന്ത്യ രൂപീകൃതമായത്. പല ഭാഷകൾ സംസാരിക്കുകയും, പല മതങ്ങൾ അനുഷ്ഠിക്കുകയും ചെയ്യുന്ന ജനങ്ങൾ ജീവിക്കുന്ന, ഭാഷകൾ തമ്മിൽ സമാനതകളുള്ള രാജ്യമായി ഇന്ത്യയുണ്ടാവണം എന്നതാണ് സ്വാതന്ത്ര്യ സമരത്തിന്റെ അടിസ്ഥാനം. ഈ അടിസ്ഥാനങ്ങൾ നമ്മുടെ ഭരണഘടനയുടെ അടിസ്ഥാനങ്ങളായും മാറി.

ആർ എസ് എസിന്റെ ലക്ഷ്യമായ ഹിന്ദുരാഷ്ട്രം സാക്ഷാൽക്കരിക്കാനാണ് ഒരേ രാജ്യം, ഒരേ ഭാഷ, ഒരേ മതം എന്ന രീതിയിൽ രാജ്യത്തെ ബി ജെ പി നേതൃത്വത്തിലുള്ള കേന്ദ്രസർക്കാർ വലിച്ചിഴച്ചു കൊണ്ടുപോകാൻ ശ്രമിക്കുന്നത്. ആഭ്യന്തര മന്ത്രി അമിത് ഷാ, സാഹചര്യം കിട്ടുമ്പോഴെല്ലാം ഹിന്ദി ഭാഷയെ ബന്ധഭാഷ എന്ന് പറയുന്നതെല്ലാം ഈ സിദ്ധാന്തത്തിന്റെ അടിസ്ഥാനത്തിലാണ്. പാർലമെന്ററികാര്യ യോഗത്തിൽ സംസാരിച്ച അമിത് ഷാ, ഹിന്ദി സംസാരിക്കാത്ത സംസ്ഥാനങ്ങൾക്കിടയിലും ഹിന്ദി തന്നെയാണ് ആശയവിനിമയ ഭാഷയായി ഉപയോഗിക്കേണ്ടതെന്നും ആംഗലേയ ഭാഷയെ മാറ്റിനിർത്തിക്കൊണ്ട്, ഹിന്ദി ഭാഷയെ കേന്ദ്ര സർക്കാരിന്റെ ഔദ്യോഗിക ഭാഷയായി പൂർണ്ണമായും ഉപയോഗപ്പെടുത്തേണ്ട സമയം വന്നു കഴിഞ്ഞുവെന്നും ഇതിലൂടെ രാജ്യത്തിന്റെ ഐക്യത്തെ ശക്തിപ്പെടുത്താൻ കഴിയുമെന്നും പറഞ്ഞു. ഹിന്ദിഭാഷയെ അടിച്ചേൽപ്പിക്കുന്നതുകൊണ്ട് ഇന്ത്യയെ ശക്തിപ്പെടുത്താൻ കഴിയില്ല. മറിച്ച്, ഈ സമീപനം രാജ്യത്തിന്റെ ഐക്യത്തെ തകർക്കാൻ കാരണമാകും. ഭരണഘടനയുടെ എട്ടാമത്തെ പട്ടികയിൽ പറഞ്ഞിരിക്കുന്ന തമിഴ്, മലയാളം ഉൾപ്പെടെയുള്ള 22 ഭാഷകളെയും കേന്ദ്ര ഭരണഭാഷയാക്കുന്നത് വഴി ഏകത്വ മനോഭാവവും ഐക്യവും പടർന്നു പന്തലിക്കും.

പുതിയ വിദ്യാഭ്യാസ നയം എന്ന പേരിൽ വിദ്യാഭ്യാസ രീതിയെ

അവർ മാറ്റാൻ ആഗ്രഹിക്കുന്നതും അവരുടെ ആകെയുള്ള പദ്ധതികളുടെ ഒരു ഭാഗം മാത്രമാണ്. വലിയൊരു വിഭാഗം ജനങ്ങളെ വിദ്യാഭ്യാസത്തിൽ നിന്ന് അകറ്റിനിർത്തുന്ന രീതിയിലുള്ള പഴയകാലത്തെ ഗുരുകുല വിദ്യാഭ്യാസ രീതിയുടെ രൂപത്തിലാണ് പുതിയ വിദ്യാഭ്യാസ നയത്തിന് അവർ രൂപം നൽകിയിരിക്കുന്നത്.

രാമനവമി ഉത്സവദിവസാഘോഷ ദിവസം മാംസാഹാരം കഴിക്കുന്നതിനെതിരെ പല സ്ഥലങ്ങളിലും കലാപങ്ങളുണ്ടാക്കിയത്, ഒരേ സംസ്കാരമെന്ന അപകടത്തിന്റെ സൂചനയാണ്. ഡൽഹി ജവാഹർലാൽ നെഹ്റു സർവകലാശാലയിൽ രാമനവമി ഉത്സവ ദിവസം ഹോസ്റ്റലിൽ മാംസാഹാരം വിളമ്പുന്നതിനെതിരെ, ജീവനക്കാരെയും മാംസാഹാരം കഴിച്ച വിദ്യാർത്ഥികളെയും ബി ജെ പിയുടെ വിദ്യാർത്ഥി സംഘടനയായ എ ബി വി പി വിദ്യാർത്ഥികൾ ആക്രമിച്ചു. സസ്യാഹാരത്തിൽ പോലും ഉള്ളി, വെളുത്തുള്ളി എന്നിവ ചേർക്കാൻ പാടില്ല എന്നൊക്കെയുള്ള അക്രമപരമായ നിയന്ത്രണങ്ങൾ ഏർപ്പെടുത്തുകയാണ്. ഇതൊക്കെ ഹിന്ദുത്വ എന്ന സിദ്ധാന്തത്തിന്റെ അടിസ്ഥാനത്തിൽ ഹിന്ദുരാഷ്ട്രത്തെ രൂപീകരിക്കാൻ ആർ എസ് എസും ബി ജെ പിയും നടപ്പിലാക്കുന്ന സാംസ്കാരിക അതിക്രമങ്ങളാണിവ.

ഏകമതം എന്ന ശക്തമായ അഭിപ്രായമുന്നയിക്കുന്ന പരിവാർ സംഘടനകൾ രാമനവമി ദിനത്തിൽ മധ്യപ്രദേശ്, ബീഹാർ, മഹാരാഷ്ട്ര, പശ്ചിമബംഗാൾ, ഝാർഖണ്ഡ് പോലുള്ള സംസ്ഥാനങ്ങളിൽ നടന്ന ഘോഷയാത്രകളിൽ അക്രമങ്ങൾ നടത്തി അഴിഞ്ഞാടി. തലസ്ഥാന നഗരത്തിൽ മുസ്ലിങ്ങൾ കൂടുതലായി ജീവിക്കുന്ന ജഹാംഗീർപൂർ പ്രദേശത്ത്, സുപ്രീംകോടതിയുടെ ഉത്തരവിനെ വകവയ്ക്കാതെ ബുൾഡോസർ ഉപയോഗിച്ച് പാവപ്പെട്ട ജനങ്ങളുടെ കുടിലുകളെ പോലീസിന്റെ സഹായത്തോടെ നശിപ്പിച്ചു. സി പി ഐ (എം) പോളിറ്റ് ബ്യൂറോ അംഗം സഖാവ് വൃന്ദ കാരാട്ട് ബുൾഡോസറിന്റെ മുന്നിൽ നിന്ന് ആവേശത്തോടെ വാദിച്ച് ആ ഹീനപ്രവൃത്തിയെ തടഞ്ഞു നിർത്തിയ ദൃശ്യങ്ങൾ രാജ്യം മുഴുവനും അഭിനന്ദിച്ച ഒന്നാണ്. പക്ഷേ, കയ്യേറിയ സ്ഥലങ്ങളെ ഒഴിപ്പിക്കുന്നതിന്റെ പേരിൽ പല സ്ഥലങ്ങളിലും ന്യൂനപക്ഷ ജനങ്ങൾക്കെതിരെ ബുൾഡോസർ ആക്രമണങ്ങളെ ആർ എസ് എസ് പരിവാരങ്ങൾ നടത്തി വരികയാണ്.

ആയുധധാരികളായ ഗുണ്ടകൾ ന്യൂനപക്ഷ ജനങ്ങൾ ജീവിക്കുന്ന പ്രദേശങ്ങളിലൂടെ പ്രകടനം നടത്തുകയും പ്രകോപനമുണ്ടാക്കുന്ന രീതിയിൽ മുദ്രാവാക്യം വിളിക്കുകയും അതിനെ തുടർന്ന് ഏറ്റുമുട്ടലുകളും കല്ലേറുകളും സംഭവിച്ചതായും വിവരങ്ങൾ പുറത്തുവരുന്നുണ്ട്.

ഹിന്ദുത്വ എന്ന ആശയത്തിന്റെ ഫലമാണ് രാമനവമി ദിവസം സംഘപരിവാര സംഘടനകൾ നടത്തിയ അക്രമങ്ങൾ.

ഈ സാഹചര്യത്തിൽ, ഹിന്ദുമതവും ഹിന്ദുത്വയും വ്യത്യസ്തമാണ് എന്നതിനെ നാം വ്യക്തമായി മനസ്സിലാക്കുന്നതോടൊപ്പം രാജ്യത്തെ

ജനങ്ങളെ പഠിപ്പിക്കുന്ന രീതിയിൽ പ്രചാരണം ചെയ്യണം. ഇന്ത്യയിൽ, പല ദൈവങ്ങളെയും ആരാധിക്കുന്ന പാരമ്പര്യമുണ്ട്. ഈ പാരമ്പര്യത്തെ സാധാരണ ജനങ്ങളും വിശ്വസിക്കുകയും അത് പ്രകാരം ജീവിക്കുകയും ചെയ്യുന്നു. എന്നാൽ, ഹിന്ദുത്വം ഇതിനു നേർ വിപരീതമായാണ് പ്രവർത്തിക്കുന്നത്. *മനുസ്മൃതി*യെ അടിസ്ഥാനമാക്കിയ ഹിന്ദുരാഷ്ട്രം പടുത്തുയർത്താനുള്ള രാഷ്ട്രീയ പദ്ധതിയാണിത്. ഹിന്ദുമത വിശ്വാസികളായ സാധാരണ ജനങ്ങൾക്കുമെതിരായതാണ് ഹിന്ദുത്വയും മനുസ്മൃതിയെ ആസ്പദമാക്കിയുള്ള ഹിന്ദുരാഷ്ട്രവും. വിഘടനവാദ, മതവർഗ്ഗീയ രാഷ്ട്രീയ പ്രവർത്തന ദുഷ്ടശക്തികളുടെ ഗൂഢാലോചനയാണ് ഹിന്ദുത്വ.

ഹിന്ദുത്വത്തെ നാം എതിർക്കുന്നു എന്നതറിയുമ്പോൾ, ബി ജെ പിയും ആർ എസ് എസും, "അയ്യോ! ഇത് ഹിന്ദുക്കൾക്ക് അപകടമാണ്" എന്ന് അലറുകയാണ്. അവരുടെ ഗൂഢലക്ഷ്യത്തെ പരസ്യമാക്കണം. ഹിന്ദുത്വ എന്ന ആർ എസ് എസിന്റെ രാഷ്ട്രീയ പദ്ധതിയെ നാം എതിർക്കുന്നു; എന്നാൽ ഹിന്ദു മതത്തെയല്ല. മതത്തെ പറ്റിയുള്ള വീക്ഷണം എങ്ങനെയാവണമെന്നു വരും അദ്ധ്യായങ്ങളിൽ നോക്കാം.

രാഷ്ട്രീയത്തിൽനിന്നും മതം അകന്ന് നിൽക്കണം

ഭരണത്തിലെത്താനും അത് നിലനിർത്താനും ബി ജെ പി മതത്തെ എളുപ്പ വഴിയായി ഉപയോഗിക്കുന്നു. അധികാര ദുഷ്പ്രയോഗം ചെയ്തു ഹിന്ദുത്വ എന്ന തങ്ങളുടെ ദീർഘകാല രാഷ്ട്രീയ പദ്ധതിയെ നടപ്പിലാക്കാൻ ആർ എസ് എസും അതിന്റെ സംഘപരിവാര സംഘടനകളും ബി ജെ പിയും, മതസ്പർദ്ധയുണ്ടാക്കി മതാടിസ്ഥാനത്തിൽ ജനങ്ങളെ ഭിന്നിപ്പിക്കുന്നു. ഇക്കാരണത്താൽ പല സംസ്ഥാനങ്ങളിലും നല്ലൊരു ശതമാനം ജനങ്ങൾ മതാടിസ്ഥാനത്തിൽ വോട്ട് രേഖപ്പെടുത്തുന്നു.

ഈ പശ്ചാത്തലത്തിൽ മതേതരത്വത്തിന് വേണ്ടിയും ജനങ്ങളുടെ ഐക്യത്തിനുവേണ്ടിയും ശബ്ദമുയർത്തുന്നവർക്ക് മതത്തെപ്പറ്റിയുള്ള വീക്ഷണം എങ്ങനെയായിരിക്കണമെന്ന് നമുക്ക് നോക്കാം.

മതമെന്നത് അതിൽ വിശ്വസിക്കുന്നവരുടെ വ്യക്തിപരമായ വിഷയമാണ്. ഇന്ത്യയിൽ പൗരനായിരിക്കുന്ന ഏതൊരു വ്യക്തിക്കും ഹിന്ദു മതത്തെയോ ക്രൈസ്തവ മതത്തെയോ സിഖ് മതത്തെയോ അല്ലെങ്കിൽ ഇഷ്ടമുള്ള ഏതൊരു മതത്തെയും സ്വീകരിക്കാം. കൂടാതെ, ഒരു വ്യക്തി അദ്ദേഹം ആഗ്രഹിക്കുന്ന ഒരു മതത്തിൽ വിശ്വസിക്കാനും അതു സ്വീകരിക്കാനുമുള്ള അവകാശത്തെ ഇന്ത്യൻ ഭരണഘടന നൽകിയിട്ടുണ്ട്. ഇതിൽ ഇടപെടാനോ ശല്യമുണ്ടാക്കാനോ സർക്കാരിന് നിയമപരമായി യാതൊരു അധികാരവുമില്ല. അതുപോലെതന്നെ യാതൊരു മതത്തിലും പെടാതെ, ദൈവത്തിൽ വിശ്വസിക്കാതെ ഒരു വ്യക്തിയോ കുറച്ചു വ്യക്തികൾ ചേർന്നോ ഇരിക്കാനുള്ള അവകാശം ഉണ്ട് എന്ന് സി പി ഐ (എം) മുതിർന്ന നേതാവായിരുന്ന സഖാവ് ഇ എം എസ് നമ്പൂതിരിപ്പാട് ഭരണഘടനയെ ഉദ്ധരിച്ച് പറഞ്ഞിട്ടുണ്ട്. മേൽപ്പറഞ്ഞതിന് വിപരീതമായി ബി ജെ പി എങ്ങനെയാണ് മത

അടിസ്ഥാനത്തിൽ ജനങ്ങളെ ഭിന്നിപ്പിച്ച് രാഷ്ട്രീയ ആനുകൂല്യങ്ങൾ നേടുന്നു എന്നതിനെ നമുക്ക് നോക്കാം.

സാമ്പത്തിക സമത്വമില്ലായ്മ, ദാരിദ്ര്യം, തൊഴിലില്ലായ്മ, വിശപ്പ് പോലുള്ള പ്രശ്നങ്ങളെ നേരിടുന്ന ജനങ്ങളിൽ ഭൂരിഭാഗവും ഇതൊക്കെ ദൈവത്തിന്റെ പ്രവർത്തികളാണെന്ന് കരുതുന്നു. ഒരാളുടെ ജീവിതത്തിൽ നല്ലതു സംഭവിച്ചാലും പ്രശ്നങ്ങളുണ്ടായാലും അത് ദൈവഹിതമാണെന്നവർ വിശ്വസിക്കുന്നു. തങ്ങളുടെ പ്രശ്നഭാരങ്ങളെ ദൈവത്തിന്റെ മേൽ ചാർത്തി വിഷമങ്ങളെ വിസ്മരിക്കാൻ ദൈവവിശ്വാസവും മതവിശ്വാസവും അവർക്ക് തണലായി മാറുകയാണ്.

ഇതിനെയാണ് 150 വർഷങ്ങൾക്കു മുമ്പേ, മഹാനായ കാൾ മാർക്സ്, "മർദ്ദിതരുടെ നെടുവീർപ്പാണ് മതം. ഹൃദയശൂന്യമായ ലോകത്തിന്റെ ഹൃദയമാണത്. ചൈതന്യരഹിത അവസ്ഥയിലെ ചൈതന്യമാണത്. അത് ജനങ്ങളെ മയക്കുന്ന കറുപ്പ് ആണ്" എന്ന് വളരെ സൂക്ഷ്മമായി ചൂണ്ടിക്കാട്ടിയിട്ടുണ്ട്.

ഇതിന്റെയർത്ഥം, വേദന അനുഭവിക്കുന്ന ജനങ്ങൾ താൽക്കാലിക ആശ്വാസത്തിനായി മതത്തെ മുറുകെ പിടിക്കുകയാണ്. അതുകൊണ്ട് മതങ്ങളുടെ മേൽ ആഴമേറിയ വിശ്വാസം പ്രകടിപ്പിക്കുന്നു. എന്നാൽ മതങ്ങളോട് വികാരപൂർവ്വമായ ഈ വിശ്വാസത്തെ വർഗ്ഗീയവാദികൾ പ്രകോപനം സൃഷ്ടിച്ച് മത വർഗ്ഗീയതയായി മാറ്റുന്നു. ഇതുകൊണ്ടാണ് മേൽപ്പറഞ്ഞ വാചകത്തിൽ മതം ജനങ്ങളെ മയക്കുന്ന കറുപ്പാണെന്ന് കാൾ മാർക്സ് ചൂണ്ടിക്കാണിക്കുന്നത്. ഇതുപോലുള്ള അഭിപ്രായങ്ങൾ പറയുമ്പോൾ മതവിശ്വാസത്തെ മാർക്സിസ്റ്റുകാർ അപമാനിക്കുന്നതായി കുറ്റപ്പെടുത്തുന്നു.

എന്നാൽ, മാർക്സിസ്റ്റുകാർ ഒരിക്കലും മതങ്ങളോട് അപമര്യാദയായി പെരുമാറിയിട്ടില്ല. അതേസമയം ദൈവത്തെയും മതങ്ങളെയും സൃഷ്ടിച്ചത് മനുഷ്യർ തന്നെയാണെന്ന് മാർക്സിസ്റ്റുകാർ പറയുവാൻ മടിക്കുകയുമില്ല. ദൈവവും മതവും നിലനിൽക്കാനുള്ള കാരണങ്ങളെ മാർക്സിസ്റ്റുകാർ ശാസ്ത്രീയമായി സമീപിക്കുന്നു. വെറും അന്ധവിശ്വാസമാണെന്ന് പറഞ്ഞു ഒഴിഞ്ഞു മാറുകയല്ല.

ദൈവങ്ങൾ, തങ്ങളുടെ നല്ല രീതിയിലുള്ള ജീവിതത്തിന് അനുഗ്രഹം നൽകുമെന്ന് മനുഷ്യർ വിശ്വസിക്കുന്നു. തങ്ങളുടെ ദുഃഖങ്ങളെ ദൈവങ്ങൾ ഇല്ലാതാക്കുമെന്നും അവർ വിശ്വസിക്കുന്നു. ദൈവവിശ്വാസം ഇല്ലാത്ത സമൂഹം എവിടെയുമില്ല എന്നു പറയത്തക്ക രീതിയിൽ ലോകത്തിന്റെ നാനാ ഭാഗങ്ങളിലും, തങ്ങളുടെ സമൂഹം സൃഷ്ടിച്ച ദൈവങ്ങളെ ജനങ്ങൾ ആരാധിക്കുന്നു. പുതിയ പുതിയ ദൈവങ്ങളെ സൃഷ്ടിച്ചും ആരാധിക്കുന്നു. തങ്ങളുടെ പിതൃക്കളെയോ സമൂഹത്തിൽ ഉണ്ടായിരുന്ന നേതാക്കളെയോ അല്ലെങ്കിൽ പ്രകൃതിയിലുള്ള സൂര്യൻ, ചന്ദ്രൻ, വായു പോലുള്ള ശക്തികളെയോ ദൈവങ്ങളാക്കി ആരാധിക്കുന്ന കീഴ്വഴക്കവും കാലക്രമേണ ആചാരങ്ങൾ, ആരാധനാലയങ്ങൾ,

നിർവഹണം എന്ന് ഉരുത്തിരിഞ്ഞ് മതങ്ങൾ സ്ഥാപനങ്ങളായി മാറി.

മനുഷ്യ ചിന്തയിൽ ജന്മം, അടുത്ത ജന്മം, പാപം, പുണ്യം എന്ന് ശാസ്ത്രത്തിനതീതമായ ചിന്തകളെ ഉണ്ടാക്കിയെടുക്കുന്നതിൽ മതങ്ങൾക്ക് വലിയൊരു പങ്കുണ്ട്. പണ്ടുകാലം തൊട്ട് പ്രാദേശികമായുണ്ടാകുന്ന സർക്കാരുകളെ മതങ്ങൾ നിയന്ത്രിച്ചു വരികയായിരുന്നു. ഇന്നും മതസ്ഥാപനങ്ങൾ ഭരണത്തിലും നിർവഹണത്തിലും സ്വാധീനം ചെലുത്തുന്ന രാജ്യങ്ങളുണ്ട്. ഇങ്ങനെ ദൈവവിശ്വാസവും മതവിശ്വാസവും മനുഷ്യരുടെ ചിന്തകളിൽ നിന്ന് സൃഷ്ടിക്കപ്പെട്ട വിഷയങ്ങൾ ആണെങ്കിലും മനുഷ്യ സമൂഹത്തിൽ അവയ്ക്കുള്ള സ്വാധീനം വളരെ വലുതാണ്.

യൂറോപ്പിൽ തൊഴിൽ വിപ്ലവം തുടങ്ങിയതിനു ശേഷം ലോകമെമ്പാടും പല മാറ്റങ്ങൾ സംഭവിച്ചു. പല രാജ്യങ്ങളുടെ ഭരണരീതികളിലും രാഷ്ട്രീയത്തിലും മാറ്റങ്ങളുണ്ടായി. ജനാധിപത്യ റിപ്പബ്ലിക്കുകൾ രൂപീകൃതമായി. ഈ സമൂഹത്തിൽ നിലനിന്നുപോന്ന ഉത്പാദന രീതികൾ, ഉടമസ്ഥ രീതികൾ, വ്യത്യസ്തമായ വർഗ്ഗങ്ങൾ എന്നിവയെക്കുറിച്ച് കാൾ മാർക്സും എംഗൽസും പഠനങ്ങൾ നടത്തിയത് വഴി മാർക്സിസ്റ്റ് ആശയങ്ങൾ രൂപംകൊണ്ടു. ഇതിന്റെ ഫലമായി വ്യക്തിഗത സ്വത്തുടമസ്ഥതയെ ഇല്ലാതാക്കി പൊതു ഉടമസ്ഥത അടിസ്ഥാനത്തിലുള്ള സോഷ്യലിസ സമൂഹത്തെ സൃഷ്ടിക്കുന്ന സോഷ്യലിസ്റ്റ് വ്യവസ്ഥ സോവിയറ്റ് യൂണിയൻ, ചൈന പോലുള്ള രാജ്യങ്ങളിലുണ്ടായി. സോഷ്യലിസ്റ്റ് സംവിധാനം ലോകത്ത് ജനാധിപത്യ റിപ്പബ്ലിക്കുകൾ എങ്ങനെ ഉണ്ടാവണം എന്ന ബോധ്യത്തിന്റെ നിലവാരം ഉയർത്തുകയുണ്ടായി. മാർക്സിസ്റ്റ് പ്രത്യയശാസ്ത്രത്തിന്റെ അടിസ്ഥാനത്തിൽ സ്വകാര്യ സ്വത്തുടമസ്ഥതയെ ഇല്ലാതാക്കി റഷ്യയിൽ തൊഴിലാളി വർഗ്ഗത്തിന്റെ നേതൃത്വത്തിൽ സോഷ്യലിസ്റ്റ് ഭരണത്തെ നടപ്പിലാക്കിയ മഹാനായ ലെനിൻ, കൊളോണിയൽ ആധിപത്യത്തിൽ നിന്ന് ലോകരാജ്യങ്ങൾ സ്വാതന്ത്ര്യം നേടുന്നതിനെക്കുറിച്ച് വളരെ ഗഹനമായ പരാമർശങ്ങൾ നടത്തിയിട്ടുണ്ട്.

'പുതിതായി രൂപപ്പെടുന്ന രാജ്യങ്ങളിൽ ജനാധിപത്യം സ്ഥാപിക്കാൻ എന്തൊക്കെ അടിസ്ഥാനങ്ങളെ നിർമ്മിതമാക്കണമെന്ന ചോദ്യങ്ങൾ ഉയർന്നു. സർക്കാരിനെ സംബന്ധിച്ച്, മതം വ്യക്തിപരമായ വിഷയമാവണം. മതം സർക്കാർ ശ്രദ്ധ ചെലുത്തേണ്ട വിഷയമാവരുത്. മതസ്ഥാപനങ്ങൾ സർക്കാർ നിർവഹണത്തോട് യാതൊരു വിധത്തിലും ബന്ധം പുലർത്താൻ പാടില്ല. ഓരോ വ്യക്തിക്കും തങ്ങൾക്കിഷ്ടമായ മതത്തെ ആരാധിക്കാനുള്ള സ്വാതന്ത്ര്യമുണ്ടാവണം. മതങ്ങൾ സർക്കാരിന്റെ നിർവഹണത്തിലോ ഭരണത്തിലോ ആധിപത്യമുണ്ടാക്കാൻ പാടില്ല. സർക്കാരിന്റെ പണം, സാമ്പത്തിക ഇളവ് എന്നിവ ആരാധനാലയങ്ങൾക്കും മതസ്ഥാപനങ്ങൾക്കും നൽകാനേ പാടില്ല. മതസ്ഥാപനങ്ങൾ വിശ്വാസപരമായി യോജിപ്പുള്ള മനുഷ്യരുടെ സ്ഥാപനമായി

മാത്രമേ പ്രവർത്തിക്കാവൂ എന്ന് ലെനിൻ പറയുകയുണ്ടായി.

മത വർഗ്ഗീയവാദികൾ, മതസ്ഥാപനങ്ങൾ വഴി ജനങ്ങളെ ഭിന്നിപ്പിച്ച് അധികാരത്തെ പിടിച്ചെടുക്കുക എന്ന നേട്ടത്തിനുവേണ്ടി പ്രവർത്തിക്കുന്ന രീതി ലോകത്തിന്റെ പലസ്ഥലങ്ങളിലും ഉണ്ട്. ജനങ്ങളെ ചൂഷണം ചെയ്യാനും അടിച്ചമർത്താനും മതങ്ങളെ ഉപയോഗിച്ച ചരിത്രം ലോകത്ത് പലയിടങ്ങളിലും നടന്നിട്ടുണ്ട്. ഈ കയ്പ്പേറിയ അനുഭവങ്ങൾ ജനാധിപത്യത്തെ വളരാൻ അനുവദിക്കുന്ന പുരോഗമന വഴികളിൽ സഞ്ചരിക്കുന്നവർക്ക് ധാരാളം പാഠങ്ങൾ നൽകിയിട്ടുണ്ട്. അതുകൊണ്ടാണ് കൊളോണിയൽ ആധിപത്യത്തിൽ നിന്ന് സ്വാതന്ത്ര്യം നേടിയ കാലത്ത് പുതിയതായി ഭരണഘടനയുണ്ടാക്കാൻ ശ്രമിക്കുന്ന സമയത്ത് ഇന്ത്യ പോലുള്ളൊരു രാജ്യത്തിൽ എങ്ങനെയുള്ള ജനാധിപത്യ റിപ്പബ്ലിക് സൃഷ്ടിക്കണമെന്ന ചോദ്യം ഉയർന്നപ്പോൾ, മതേതരത്വം അടിസ്ഥാനപരമായി കണക്കാക്കപ്പെട്ടു. രാജ്യത്തിൽ എത്രയോ മതങ്ങളെ ആരാധിക്കുന്നവരുണ്ട്. അവർ എല്ലാവരും സമാനമായവരെന്ന് അംഗീകരിക്കപ്പെടണമെങ്കിൽ മതത്തെ രാഷ്ട്രീയത്തിൽ നിന്ന് അകറ്റി നിർത്തേണ്ടത് അനിവാര്യമാകുന്നു.

ഇന്ത്യ സ്വതന്ത്ര രാജ്യമായി മാറിയകാലത്ത് നടന്ന മത കലാപങ്ങൾ, പ്രത്യേകിച്ചും ആർ എസ് എസ് എന്ന സംഘടനയിൽ പെട്ട നാഥുറാം ഗോഡ്സെ ഗാന്ധിജിയെ വെടിവെച്ചുകൊന്ന പശ്ചാത്തലത്തിൽ മതത്തെപ്പറ്റി ഭരണഘടന അസംബ്ലിയിലും പുറത്തും ചർച്ചകൾ നടക്കുകയുണ്ടായി. ഇന്ത്യാ രാജ്യം നേരിട്ട കയ്പ്പേറിയ അനുഭവങ്ങൾക്ക് ശേഷം ഭരണഘടനയുണ്ടാക്കിയവർ, സർക്കാരിനെ മതത്തിൽ നിന്ന് അകറ്റിനിർത്തണമെന്ന് വ്യക്തമായ തീരുമാനത്തിലെത്തി. *മനുസ്മൃതി*യുടെ അടിസ്ഥാനത്തിൽ ഭരണഘടനയുണ്ടാക്കണമെന്ന് ആർ എസ് എസ് ഉന്നയിച്ച വാദത്തെ ഭരണഘടന അസംബ്ലി സ്വീകരിച്ചില്ല. ഇന്ത്യയുടെ ഭരണഘടന മതേതരത്വത്തെ അടിസ്ഥാനമാക്കി രൂപീകരിച്ചതാണ്. ഭരണഘടന മതനിരപേക്ഷ സ്വഭാവമുള്ളതാണെങ്കിലും പുറമേയത് ശക്തമായി തോന്നിപ്പിക്കാൻ 'മതേതര റിപ്പബ്ലിക്' എന്ന വാചകം കൂടി ചേർത്ത് പിൽക്കാലത്ത് ഭരണഘടന തിരുത്തപ്പെട്ടു.

പക്ഷേ, എൽ കെ അദ്വാനിയുടെ നേതൃത്വത്തിൽ, തുടർന്ന് നടന്ന രഥയാത്രകൾ, സംഘപരിവാര സംഘടനകൾ ബാബറി മസ്ജിദ് തകർത്തതുപോലുള്ള സംഭവങ്ങൾ നടന്ന പശ്ചാത്തലത്തിൽ സുപ്രീം കോടതിയിൽ നടന്ന ഒരു കേസിൽ, ഇന്ത്യൻ ഭരണഘടന മതേതരത്വത്തെ സ്വീകരിച്ചതാണെന്ന് ന്യായാധിപന്മാർ വിശദീകരിച്ചു. പ്രത്യേക പരിഗണനാടിസ്ഥാനത്തിൽ ഉത്തർപ്രദേശ് ഉൾപ്പെടെയുള്ള നാല് സംസ്ഥാന സർക്കാരുകളെ ബാബറി മസ്ജിദ് തകർത്ത സംഭവത്തിന്റെ പശ്ചാത്തലത്തിൽ പിരിച്ചുവിട്ട നടപടി ശരിയാണെന്ന് സുപ്രീംകോടതി വിധി പറഞ്ഞു. ജനങ്ങളാൽ തിരഞ്ഞെടുക്കപ്പെട്ട സർക്കാർ മതത്തിൽ നിന്നും അകന്നു നിൽക്കുന്നതിന് പകരം മത വർഗ്ഗീയവാദികളുടെ

ആയുധമായി മാറി പ്രവർത്തിച്ചതുകൊണ്ടാണ് അങ്ങനെയൊരു വിധി പറയപ്പെട്ടത്. ഇത് മതേതരത്വത്തെ നിലനിർത്താനുള്ള ഒരു വിധിയായി മാറി. പക്ഷേ, ഇപ്പോൾ നിയമ വകുപ്പുകളിൽ പോലും മതാടിസ്ഥാന രാഷ്ട്രീയത്തിന്റെ സ്വാധീനം പ്രത്യക്ഷപ്പെടാൻ തുടങ്ങിയിരിക്കുന്നു. പല കോടതി ഉത്തരവുകളിലും അത് പുറത്തറിയാൻ തുടങ്ങിയിട്ടുണ്ട്. ബാബറി മസ്ജിദ് തകർത്ത കേസിൽ പറയപ്പെട്ട വിധിയിലും ഇത് പ്രത്യക്ഷപ്പെട്ടു.

രഥയാത്രയിലും ബാബറി മസ്ജിദ് തകർത്തതിലും പങ്കു വഹിച്ചത് ആർ എസ് എസിന്റെ നേതാക്കളാണ്. ആർ എസ് എസ് പ്രചാരകരായി പ്രവർത്തിച്ചവരാണ് ഇപ്പോൾ പ്രധാനമന്ത്രിയായും ആഭ്യന്തരമന്ത്രിയായുമിരിക്കുന്നത്. അധികാരത്തിലില്ലാതിരുന്നപ്പോൾ ബാബറി മസ്ജിദ് തകർത്തവർ, ഇന്നു ആർ എസ് എസിന്റെ നിർദ്ദേശപ്രകാരം കേന്ദ്രസർക്കാരിനെ തന്നെ നിയന്ത്രിക്കുന്നു.

ബി ജെ പിയുടെ ഭരണഘടനയിൽ സോഷ്യലിസം, മതേതരത്വം എന്നിവകളിൽ പൂർണ്ണ വിശ്വാസവും പിടിപ്പും പ്രകടിപ്പിക്കുന്നു എന്നാണ് പറഞ്ഞിട്ടുള്ളത്. അതുപോലെതന്നെ ബി ജെ പിയിലെ അംഗത്വവും സ്വീകരിക്കുന്നവർ മതാടിസ്ഥാനത്തിലല്ലാതെ മതേതര രാജ്യം എന്ന വ്യവസ്ഥകൾ അംഗീകരിക്കുന്നു എന്ന് പ്രതിജ്ഞാപത്രം സമർപ്പിക്കണമെന്നത് സംഘടനാ നിയമത്തിലെ ഒരു വ്യവസ്ഥയാണ്. പക്ഷേ, ആ ബി ജെ പിയാണ് രാജ്യത്തിന്റെ മതേതരത്വത്തെ പൂർണ്ണമായി നശിപ്പിക്കുന്ന പദ്ധതികളെ നടപ്പിലാക്കുന്നത്. ബി ജെ പിക്കാർ പറയുന്നതൊന്ന്, ചെയ്യുന്നത് മറ്റൊന്ന് എന്നതിന്റെ നല്ലൊരു തെളിവാണ് അവരുടെ ഭരണഘടന നിയമം.

ഭരണഘടന അസംബ്ലിയിൽ ഭരണഘടന സമർപ്പിച്ച് ഡോക്ടർ അംബേദ്കർ നടത്തിയ സമാപന പ്രസംഗത്തിൽ, 'നല്ല ഭരണഘടന ആയാലും, അതിനെ നടപ്പിലാക്കുന്നവർ നല്ലവരല്ലാത്ത പക്ഷം ഭരണഘടനയും നല്ലതല്ലാത്തതാകും' എന്നു പറയുകയുണ്ടായി. അദ്ദേഹം പറഞ്ഞതിനെയാണ് നാമിന്ന് അനുഭവത്തിൽ കണ്ടുവരുന്നത്. മതേതരത്വം നേരിടുന്ന അപകടത്തെപ്പറ്റിയും അതിൽനിന്നും മതേതരത്വത്തെ സംരക്ഷിക്കുന്നതിനെപ്പറ്റിയും ഒരു വ്യക്തമായ വീക്ഷണം നമുക്ക് അത്യാവശ്യമാണ്.

മതസൗഹാർദ്ദം–മതേതരത്വം

പല സംസ്ഥാനങ്ങളിലും രാമനവമി ഘോഷയാത്രയ്ക്കിടയിൽ സംഘപരിവാർ സംഘടന പ്രവർത്തകർ ന്യൂനപക്ഷ ജനങ്ങളെ ആക്രമിച്ചു. മുസ്ലീം പള്ളികളിൽ ആർ എസ് എസ് കൊടി ഉയർത്തി. പല സംസ്ഥാനങ്ങളിലും നടന്ന ഈ അതിക്രമ സംഭവങ്ങളെ പ്രധാനമന്ത്രി നരേന്ദ്രമോദിയോ ആഭ്യന്തരമന്ത്രി അമിത്ഷായോ അപലപിക്കുകയുണ്ടായില്ല. ഈ പശ്ചാത്തലത്തിലാണ് സോണിയാ ഗാന്ധി, ശരത് പവാർ, സീതാറാം യെച്ചൂരി, ഡി രാജ, എം കെ സ്റ്റാലിൻ തുടങ്ങിയ 13 പാർട്ടികളുടെ നേതാക്കൾ ഏപ്രിൽ 16, 2022 ന്, ഒരു സംയുക്ത പ്രസ്താവന പുറത്തിറക്കിയത്.

ആ പ്രസ്താവനയിൽ സംഘപരിവാർ സംഘടനകളുടെ ആക്രമണങ്ങളെ അപലപിക്കുന്നതിനോടൊപ്പം മതസൗഹാർദ്ദത്തെ ഉറപ്പിക്കുകയുണ്ടായി. നൂറ്റാണ്ടുകളായി ഇന്ത്യയെ രൂപപ്പെടുത്തി സമ്പന്നമാക്കിയ സൗഹാർദ്ദത്തിന്റെ കെട്ടുറപ്പിനെ ശക്തിപ്പെടുത്തി ഐക്യത്തോടെ പ്രവർത്തിക്കണമെന്ന് രാജ്യത്തെ ജനങ്ങളോട് അഭ്യർത്ഥിച്ചിരിക്കുകയാണ്. രാമനവമിക്ക് ശേഷം ഏപ്രിൽ പതിനേഴാം തീയതി ഹനുമാൻ ജയന്തി ഘോഷയാത്രാ സമയത്തും ഡൽഹി നഗരത്തിന്റെ ചുറ്റുമുള്ള പ്രദേശങ്ങളിൽ ആക്രമണങ്ങൾ തുടർന്നു. മോദിയും അമിത് ഷായും ഭരിക്കുന്ന രാജ്യത്തിന്റെ തലസ്ഥാനത്താണ് ഈ ക്രൂരമായ ദൃശ്യങ്ങൾ അരങ്ങേറിയത്.

ഇവിടെയാണ് മതസൗഹാർദ്ദത്തിനെപ്പറ്റി വിശദീകരിക്കേണ്ട ആവശ്യം വരുന്നത്. മതേതരത്വം എന്നത് സർക്കാരും രാഷ്ട്രീയ പാർട്ടികളും മതത്തിൽനിന്ന് അകന്നുനിൽക്കണം എന്നതാണ്. അതേസമയത്ത് പല മതങ്ങളെയും ആരാധിക്കുന്ന ജനങ്ങൾ, തങ്ങൾ വിശ്വസിക്കുന്ന

മത ആരാധനാ, ഘോഷയാത്രകൾ, ആചാരങ്ങൾ നടത്തുമ്പോൾ മറ്റു മതങ്ങളെ ആരാധിക്കുന്നവരോട് ഏതെങ്കിലും തരത്തിൽ വൈകാരികതയോ ഏറ്റുമുട്ടലോ സംഭവിക്കാത്ത രീതിയിൽ സൗഹാർദ്ദത്തിന് ഭംഗം ഏർപ്പെടാത്ത രീതിയിൽ അനുഷ്ഠിക്കണം. കാലഘട്ടങ്ങളിലായി ആര്യരുടെ വരവ് ഇവിടത്തെ പൂർവിക ജനതയോട് ആര്യവംശീയരുടെ ലയനം മൂലം പല മതങ്ങൾ ഈ മണ്ണിൽ ഉണ്ടായി. ദീർഘകാലമായി പല സമൂഹം, സാംസ്കാരിക ബന്ധങ്ങൾ പോലുള്ളവ കാത്തുസൂക്ഷിച്ച് എല്ലാ മതസ്ഥരും സൗഹാർദ്ദമായി ജീവിച്ചുപോരുന്നു. ഇതിനെയാണ് 13 രാഷ്ട്രീയപ്പാർട്ടികളുടെ നേതാക്കളും ഊന്നി പറഞ്ഞത്. ഇപ്പോഴും ഇതുപോലുള്ള മതസൗഹാർദ്ദത്തിന് നല്ല ഉദാഹരണങ്ങളും ചൂണ്ടിക്കാണിക്കാൻ കഴിയും.

മധുര ചിത്തിര ഉത്സവത്തിൽ 'അഴകർ ആറ്റിൽ ഇറങ്ങുന്ന' ചടങ്ങിൽ പങ്കെടുക്കാൻ പല ലക്ഷം പേരാണ് കൂടുന്നത്. പല സ്ഥലങ്ങളിലും മുസ്ലീം ക്രൈസ്തവ മതങ്ങളിൽപ്പെട്ട ജനങ്ങൾ സ്വീകരണം നൽകുന്നത് പതിവാണ്. മോരും കുടിവെള്ളവും വിതരണം ചെയ്യുന്ന കേന്ദ്രങ്ങൾ നടത്തി അവർ ഭക്തരെ സൽക്കരിക്കുന്നു. ശ്രീരംഗം രംഗനാഥ ക്ഷേത്രത്തിൽ തുലുക്ക നാച്ചിയാർ എന്ന സ്ത്രീ ദൈവത്തെ ആരാധന ചെയ്യുന്നത് ഇന്നും നടന്നുവരുന്നു. മധുര ചിത്തിര മഹോത്സവ വേളയിൽ അഴകർ ആറ്റിലിറങ്ങുന്നതിന് ശേഷം തുലുക്ക നാച്ചിയാർ മണ്ഡകപ്പടിയും* നടത്തപ്പെടുന്നു.

നാഗപ്പട്ടണം ജില്ലയിൽ തീർത്ഥാടനം നടത്തുന്ന ഭക്തജനങ്ങൾ ചിക്കൽ ശിങ്കാര വേലർ ക്ഷേത്രത്തിനും വേളാങ്കണ്ണി മാതാ ദേവാലയത്തിനും നാഗൂർ ദർഗ്ഗയ്ക്കും മതവ്യത്യസ്ഥതയില്ലാതെ ജനങ്ങൾ സന്ദർശിക്കുന്നത് കാലാകാലങ്ങളായി നടന്നുവരുന്നു. ഇതിനെയാണ് മതസൗഹാർദ്ദം എന്ന് പറയുന്നത്. മധുരയെ ഭരിച്ചിരുന്ന റാണി മങ്കമ്മാൾ മുസ്ലീം, ക്രൈസ്തവ ആരാധനാലയങ്ങൾക്ക് ധാരാളം സാമ്പത്തിക സഹായങ്ങൾ ചെയ്തിട്ടുണ്ട്. അതുപോലെതന്നെ മൈസൂർ ഭരിച്ചിരുന്ന ടിപ്പു ധാരാളം ഹിന്ദു ക്ഷേത്രങ്ങൾക്ക് സാമ്പത്തിക സഹായം ചെയ്തിട്ടുണ്ട്. ഇതുപോലുള്ള മതസൗഹാർദ്ദത്തെ കാത്തുസൂക്ഷിക്കാൻ എല്ലാ മതങ്ങളിൽ പെട്ടവർക്കും ബാദ്ധ്യതയുണ്ട്. ഇതുകൂടാതെ രാഷ്ട്രീയ പാർട്ടികൾക്കും കൂടുതൽ ബാധ്യസ്ഥത ഉണ്ട്. സംസ്ഥാനത്തും കേന്ദ്രത്തിലും ഭരണത്തിലുള്ള ഒരു സർക്കാർ ഒരു മതത്തെ അനുകൂലിച്ച് മറ്റു മതങ്ങളോട് വിദ്വേഷ വിഷം ചീറ്റുമ്പോൾ മതസൗഹാർദ്ദം നശിക്കുകയും മത കലാപങ്ങൾ ഉണ്ടാവുകയും ചെയ്യുന്നു. ഇവിടെയാണ് മതേതരത്വം അത്യാവശ്യവും പ്രാധാന്യവുമാകുന്നത്.

---

* മണ്ഡകപ്പടി: അമ്പലങ്ങളിൽ ഉത്സവ കാലങ്ങളിൽ ഓരോ ദിവസവും ഓരോ പ്രമുഖർ അന്നദാനം പോലുള്ള ചെലവുകളെ വഹിച്ചു നടത്തുന്ന രീതിയാണ്.

കേന്ദ്രം ഭരിക്കുന്ന ബി ജെ പി സർക്കാർ സുപ്രീം കോടതി വിധിയെ ഉപയോഗിച്ച് അയോധ്യയിൽ രാമന് അമ്പലം പണിയുകയാണ്. ആ രാമക്ഷേത്രത്തിന്റെ തറക്കല്ലിടുന്ന ചടങ്ങിൽ പ്രധാനമന്ത്രി, ആഭ്യന്തര മന്ത്രി ഉൾപ്പെടെയുള്ള സർക്കാർ ചുമതല വഹിക്കുന്നവർ പങ്കെടുത്തു. നെഹ്റു പ്രധാനമന്ത്രിയായിരുന്നപ്പോൾ ഗുജറാത്തിൽ സോമനാഥ ക്ഷേത്രോത്സവത്തിൽ പങ്കെടുക്കാനദ്ദേഹം സമ്മതിച്ചില്ല. ഒരു മതേതര സർക്കാർ ഏതൊരു മതത്തിന്റെയും ആരാധനാലയങ്ങളെ നിർമ്മിക്കാൻ അനുകൂലിക്കുകയോ സാമ്പത്തിക സഹായം നൽകുകയോ പാടില്ല എന്നതാണ് ഈ സംഭവം നൽകുന്ന സൂചന. എന്നാൽ നരേന്ദ്രമോദി, അമിത് ഷാ ഉൾപ്പെടെ ഭരണത്തിൽ അധികാര ചുമതല വഹിക്കുന്നവർ മതത്തിൽ നിന്ന് അകന്നുനിൽക്കുന്നതിനു പകരം ഹിന്ദുരാഷ്ട്രം എന്ന ആർ എസ് എസിന്റെ പദ്ധതിയെ നടപ്പിലാക്കാൻ പ്രത്യക്ഷമായി തന്നെ സർക്കാർ സംവിധാനങ്ങളെ ഉപയോഗിക്കുന്നു.

ഇന്ത്യ-പാകിസ്ഥാൻ വിഭജന സമയത്ത് നടന്ന മത കലാപങ്ങൾ മഹാത്മാഗാന്ധിയെ വേദനിപ്പിച്ചു. "രാജ്യം പൂർണ്ണമായും മതേതരത്വമുള്ളതായിരിക്കണം. നിയമത്തിന്റെ ദൃഷ്ടിയിൽ ഓരോ വ്യക്തിയും സമമായിരിക്കണം. ഓരോ വ്യക്തിയും, പൊതുനിയമത്തെ ലംഘിക്കാത്ത രീതിയിൽ തന്റെ സ്വന്തം മതത്തെ തടസ്സങ്ങളില്ലാതെ ആരാധിക്കാനുള്ള സ്വാതന്ത്ര്യം ഇന്ത്യ ഉറപ്പുവരുത്തണമെന്ന് ഞാനാഗ്രഹിക്കുന്നു. അപ്പോഴാണ് ഇന്ത്യ മികച്ച രാജ്യമാകാൻ കഴിയുക. എന്തുകൊണ്ടെന്നാൽ പ്രാചീന ലോകത്തിൽ സാംസ്കാരിക ജനാധിപത്യത്തെ അംഗീകരിച്ച ഒരേ രാജ്യമായി ഇന്ത്യ (ഭൂപ്രദേശം) ഉണ്ടായിരുന്നു. ദൈവത്തിലെത്തിച്ചേരാനുള്ള വഴികൾ പലതാണ്. എന്നാൽ ലക്ഷ്യം ഒന്നു തന്നെയാണ്. കാരണം ദൈവം ഒന്നാണെന്നതിനെ ഭാരതം അംഗീകരിച്ചു. സത്യത്തിൽ ലോകത്ത് വ്യക്തികൾ ഉണ്ടായിരിക്കുന്നത് കൊണ്ട് പല വഴികളുമുണ്ട്" എന്ന് ഒരു ജനാധിപത്യ റിപ്പബ്ലിക് രാജ്യത്ത് മതം എങ്ങനെയാവണമെന്നതിനെപ്പറ്റി മഹാത്മാഗാന്ധി പറയുകയുണ്ടായി. (*ഹരിജൻ* 31.08.1947)

സർക്കാർ മതത്തിൽ നിന്ന് അകന്നു നിൽക്കണം എന്നു പറഞ്ഞതു പോലെ രാഷ്ട്രീയപാർട്ടികളും മതത്തിൽ നിന്ന് അകന്നു നിൽക്കണമെന്നും ഗാന്ധിജി പറഞ്ഞു. മതം എന്നത് വ്യക്തിപരമായ പ്രശ്നമാണ്. രാഷ്ട്രീയത്തിലും മതത്തിന്റെ ഇടപെടൽ ഉണ്ടാവാൻ പാടില്ല എന്നും അദ്ദേഹം പറഞ്ഞു.

ഒരു കാലഘട്ടത്തിൽ, ''അദ്ധ്വാന വർഗ്ഗത്തിലെ ജനങ്ങളെ, അദ്ധ്വാനം ഐക്യപ്പെടുത്തുന്നു. ജാതി, മത വ്യത്യാസങ്ങളെ ഇല്ലാതാക്കുന്നതായും അദ്ധ്വാനം മാറുന്നു" എന്നു ഗാന്ധിജി വളരെ സൂക്ഷ്മമായി പറഞ്ഞു. മത കലാപം ഉണ്ടായ നവകാളിയിൽ ശാന്തത ഉണ്ടാക്കാൻ പോയിരുന്ന സമയത്ത് അവിടെ കൂടിയിരുന്നവരെ നോക്കി 'നിങ്ങളെല്ലാവരും നെയ്ത്തുകാരായും കർഷകരായും മത്സ്യത്തൊഴി

ലാളികളായും മാത്രമാവണം. മതങ്ങളെ മറക്കുകയും ചെയ്യണം' എന്നു പറഞ്ഞു. ആരാധിക്കുമ്പോളല്ലാതെ വേറെ ഒന്നിലും മതം കടന്നുകയറാൻ പാടില്ല എന്ന് ഗാന്ധിജി വ്യക്തമായി പറഞ്ഞു.

ഇന്ത്യ ഹിന്ദുക്കൾക്ക് മാത്രം ഉള്ളതല്ല എന്നതിനെ നാം ഓർക്കണം; അതുപോലെ പാകിസ്ഥാനും മുസ്ലീങ്ങൾക്കു മാത്രമുള്ളതല്ല എന്നു പറഞ്ഞ ഗാന്ധിജി, ഒരു രാജ്യത്തിലെ ജനങ്ങളൊക്കെയും ഒരേ മതസ്ഥരായാൽ പോലും, ആ രാജ്യം മതേതര രാജ്യമായി തന്നെ പ്രവർത്തിക്കണമെന്നും പറഞ്ഞിരുന്നു.

മതേതരത്വത്തിനെ നിലനിർത്തുന്നതിൽ ജനങ്ങളുടെ ചുമതലയെക്കുറിച്ചും ഗാന്ധിജി വിശദീകരിച്ചിട്ടുണ്ട്. നെഹ്റു പറഞ്ഞതുപോലത്തന്നെ, ഭൂരിപക്ഷ മതവാദം വളരെ അപകടകാരിയാണെന്ന് പറയുന്ന ഗാന്ധിജി, ന്യൂനപക്ഷത്തോട് സൗഹൃദമായിരിക്കുന്നതും അവരുടെ സുരക്ഷയ്ക്ക് ഉറപ്പു വരുത്തുന്നതും ഭൂരിപക്ഷമായ ഹിന്ദുക്കളുടെ ചുമതല എന്നും പറഞ്ഞു. ഹിന്ദുക്കൾ ഭൂരിപക്ഷ ജനത എന്നതിനാൽ, മതേതരത്വത്തെ നിലനിർത്താനുള്ള ചുമതലയും വഹിക്കേണ്ട കടമ അവർക്കുണ്ടെന്ന് ഗാന്ധിജി കരുതിയിരുന്നു.

തന്റെ മുത്തച്ഛനെപ്പോലെതന്നെ ഗാന്ധിജിയുടെ പേരക്കുട്ടിയായ ഗോപാലകൃഷ്ണ ഗാന്ധിയും മതേതരത്വത്തെ ഉയർത്തിപ്പിടിക്കുന്നതിൽ മുൻനിരയിൽ നിൽക്കുകയാണ്. അദ്ദേഹം തുടർച്ചയായി മതേതരത്വത്തെപ്പറ്റി മൂർച്ചയുള്ള വാക്കുകളിൽ എഴുതുകയും സംസാരിക്കുകയും ചെയ്യുന്നു.

'ഇന്ത്യയിൽ ഹിന്ദു മുസ്ലീം ധ്രുവീകരണം ഇതുവരെയില്ലാത്തത്ര മോശമായ രീതിയിൽ കൂടിവരികയാണ്. നമ്മുടെ രാജ്യത്തെ തരം താഴ്ത്തി അതിന്റെ അഭിമാനത്തെ ഇല്ലാതാക്കുന്നു. നമ്മുടെ പാരമ്പര്യമായ 'നാനാത്വ ജന സമൂഹം' എന്നതിനെ തകർക്കുന്നു' എന്ന് ഗോപാലകൃഷ്ണ ഗാന്ധി പറയുന്നു.

മത വർഗ്ഗീയ വാദം എന്ന ക്രൂരതയുടെ പിടിയിൽ ആയിരിക്കുന്ന ഗുജറാത്തിൽ, ഈയിടെ നടന്ന മതസൗഹാർദ്ദപരമായ ഒരു സംഭവത്തെ ഗോപാലകൃഷ്ണ ഗാന്ധി ചൂണ്ടിക്കാട്ടുകയാണ് (*ദി ഹിന്ദു* 15.04.2022)

'ഹൃദയം കല്ലായി മാറി വരണ്ടുപോയപ്പോഴാണ് കാരുണ്യത്തിന്റെ മഴ എന്റെ മേൽ പെയ്തത്' എന്ന രവീന്ദ്രനാഥ ടാഗോറിന്റെ വാക്കുകളെ കടമെടുത്തു, ഈ അടുത്ത കാലത്ത് ഗുജറാത്തിന്റെ വട്കം താലൂക്കിലുള്ള ഡൽവാന എന്ന ഗ്രാമത്തിൽ ഉണ്ടായ അത്ഭുതകരമായ സംഭവത്തിനെ അദ്ദേഹം എടുത്തുപറയുന്നു. ആ ഗ്രാമത്തിൽ ജീവിക്കുന്ന മുസ്ലീങ്ങളെ 1200 വർഷം പഴമയാർന്ന വീർ മഹാരാജാ ക്ഷേത്രത്തിന്റെ നിർവാഹക സമിതി, തങ്ങളുടെ ക്ഷേത്രത്തിൽ മഗ്രിഫ് തൊഴാനും റമളാൻ നോമ്പ് തുറ നടത്താനും അഭ്യർത്ഥിച്ചു' എന്ന സംഭവത്തെ ഗോപാലകൃഷ്ണ ഗാന്ധി ഓർക്കുന്നു.

ഇന്ത്യയുടെ മതേതര അടിസ്ഥാനങ്ങളെ സംരക്ഷിക്കുന്നതിലു

ടെയാണ് നാമെല്ലാവരും ജീവിക്കാൻ യോഗ്യതയുള്ള രാജ്യമായി ഇന്ത്യ ഉണ്ടാവുക. ഇതിൽ ഭൂരിപക്ഷം സമൂഹത്തിലെ ജനങ്ങളായ ഹിന്ദുക്കൾക്കുള്ള കൂടുതൽ ഉത്തരവാദിത്വത്തെ ഗുജറാത്ത് സംഭവം വളരെ ആഴത്തിൽ നമ്മെ ബോധ്യപ്പെടുത്തുന്നു. രാമക്ഷേത്രം, രാമ നവമി, ഹനുമാൻ ജയന്തി പോലുള്ള ആസൂത്രിതമായ കലാപ സംഭവങ്ങൾ എന്തുകൊണ്ടാണ് സംഭവിക്കുന്നത്; ഇവയെക്കൊണ്ട് ജനങ്ങൾക്കു യാതൊരു ഫലവുമില്ല; നഷ്ടങ്ങൾ മാത്രമാണ് ഫലമെന്നതിനെ ജനങ്ങൾ മനസ്സിലാക്കണം. മധുരയിൽ അഴകർ ആറ്റിലിറങ്ങുന്ന ഉത്സവത്തിൽ ഒരു കലാപവും ഉണ്ടാവാറില്ല. എന്തുകൊണ്ടെന്നാൽ അത് ഭക്തി. എന്നാൽ രാമനവമി, ഹനുമാൻ ജയന്തി ഘോഷയാത്രകളിൽ അക്രമം പൊട്ടിപ്പുറപ്പെടുന്നു. കാരണം, അത് സംഘപരിവാരത്തിന്റെ കലാപ തന്ത്രം.

മതത്തിനോട് ജനങ്ങൾക്കുള്ള വിശ്വാസത്തെ എങ്ങനെയാണവർ വർഗ്ഗീയ വികാരമായി മാറ്റുന്നത് എന്നതിനെ നമുക്കു ഇതിലൂടെ വ്യക്തമായി കാണാൻ കഴിയുന്നു.

വർഗ്ഗീയത എങ്ങനെ പ്രവർത്തിക്കുന്നു?

ജനങ്ങൾക്കിടയിൽ ഐക്യത്തെ വളർത്തി, മതാടിസ്ഥാനത്തിലുള്ള ഏറ്റുമുട്ടലുകളെ തടയണമെങ്കിൽ വർഗ്ഗീയവാദത്തെപ്പറ്റി നാം മനസ്സിലാക്കേണ്ടത് വളരെ അത്യാവശ്യമാണ്.

ഏതെങ്കിലുമൊരു മതത്തിൽ വിശ്വാസമുള്ള ജനങ്ങൾ, ഇതര മതങ്ങളെ ആരാധിക്കുന്ന ജനങ്ങളോട് സഹോദരത്വത്തോടെയും സ്നേഹത്തോടെയും ഇടപഴകി ഐക്യത്തോടെ ജീവിച്ചു പോരുന്നുണ്ട്. ഈ ബന്ധത്തെയും സൗഹാർദ്ദത്തെയുമാണ് വർഗ്ഗീയവാദികൾ നശിപ്പിച്ചില്ലാതാക്കാൻ ശ്രമിക്കുന്നത്. വർഗ്ഗീയ വാദം വ്യാപിക്കാൻ അടിസ്ഥാനപരമായ കാരണം മതം മാത്രമാണെന്ന് കരുതാൻ കഴിയില്ല. എന്നാൽ മതവിശ്വാസമുള്ള ജനങ്ങളെയാണ് മത വർഗീയവാദികൾ ഉന്നം വയ്ക്കുന്നത്. ആർഎസ്എസ് തങ്ങളുടെ വർഗ്ഗീയവാദ പദ്ധതികളെ പല ഘട്ടങ്ങളായി പദ്ധതിയിട്ട് നടപ്പിലാക്കി വരുന്നു. ആദ്യമായി അവർ സ്വാഭാവികമായ മതവിശ്വാസമുള്ള ജനങ്ങളെ മത ആചാരങ്ങളിൽ കൂടുതൽ പിടിപ്പുള്ളവരായി മാറ്റുന്നു.

ഉദാഹരണമായി, എല്ലാ ഹിന്ദുക്കളും മതഗ്രന്ഥങ്ങൾ വായിക്കാറില്ല. എന്നാൽ ഹിന്ദു ജനങ്ങൾ ജീവിക്കുന്ന പ്രദേശങ്ങളിൽ പൊടുന്നനെ *ഭഗവത്ഗീത പ്രഭാഷണം, ഗീത* വായന പോലുള്ള നടപടികളെ നടത്താൻ ശ്രമിക്കുന്നു. പിന്നീട് വിളക്ക് പൂജ, ഗണപതി ഘോഷയാത്ര, കൃഷ്ണ ജയന്തി ഘോഷയാത്ര, ധ്യാന പരിശീലന ക്ലാസുകൾ പോലുള്ളവ നടത്തുന്നതുമൂലം തങ്ങളുടെ രാഷ്ട്രീയ പ്രവർത്തനങ്ങളിലേക്ക് ജനങ്ങളെ ആകർഷിക്കുന്നു. ഇതിന് ഹിന്ദുമത വിശ്വാസത്തെയും ഹിന്ദു ക്ഷേത്രങ്ങളെയും പൊതുസ്ഥലങ്ങളെയും ഉപയോഗപ്പെടുത്തുന്നു. തങ്ങളുടെ പ്രധാന ലക്ഷ്യങ്ങളെ പുറത്തു പറയാതെ ജനങ്ങളെ ആകർ

ഷിച്ച് വികാരഭരിതരാക്കി അടുത്തഘട്ടത്തിലേക്ക് കൊണ്ടുപോവുകയാണ്. പ്രൊഫസർ കെ എൻ പണിക്കർ, *മതേതരത്വത്തിന്റെ പ്രവർത്തനങ്ങൾക്കായുള്ള വഴികാട്ടി* എന്ന പ്രസിദ്ധീകരണത്തിൽ മതവിശ്വാസമുള്ള ഒരാൾ എങ്ങനെയാണ് വർഗ്ഗീയവാദിയായി മാറുന്നുയെന്ന് വിശദീകരിച്ചിട്ടുണ്ട്.

അതിന് അദ്ദേഹം കേരളത്തിലുള്ള ഒരു സ്ത്രീയെ ഉദാഹരണമാക്കുന്നു. 'ആ സ്ത്രീക്ക് ഭക്തിയുണ്ട്. അവർ ദിവസേന അമ്പലത്തിൽ പോകുന്നവരല്ല. എങ്കിലും *രാമായണ*ത്തിൽ ഒന്നോ രണ്ടോ പുറങ്ങൾ ദിവസവും രാവിലെ വായിക്കുന്ന ശീലമുണ്ട്. അയോധ്യയിൽ രാമന് ക്ഷേത്രം പണിയുന്ന നടപടികളെ ബിജെപി തുടങ്ങിയപ്പോൾ അതിനെ അനുകൂലിക്കുന്ന ഒരാളായി അവർ മാറുന്നു. അയോധ്യയിൽ രാമന് ക്ഷേത്രം പണിയുന്നതിന് എതിർക്കുന്നവരോട് അവർക്ക് പകയുടെ വികാരം ഉണ്ടാക്കപ്പെട്ടു. ഈ രീതിയിൽ അവരുടെ ഭക്തി എന്ന വികാരം വർഗ്ഗീയവാദികളുടെ നടപടികളാൽ വർഗ്ഗീയവാദമായി മാറ്റപ്പെട്ടു.

ഹിന്ദു മതത്തിൽ വിശ്വാസമുള്ള സാധാരണ ജനങ്ങളിൽ വർഗ്ഗീയവാദ വികാരം സൃഷ്ടിക്കുന്ന രീതിയിൽ ആസൂത്രിതമായി, ആർ എസ് എസ് പ്രശ്നങ്ങളുണ്ടാക്കുന്നു. ആ പ്രശ്നങ്ങളെ ഉപയോഗപ്പെടുത്തി മുസ്ലീങ്ങൾ, ക്രൈസ്തവർ എന്നീ വിഭാഗക്കാരോട് വിദ്വേഷം ഉണ്ടാക്കുന്ന രീതിയിൽ പ്രചാരണങ്ങൾ നടത്തുന്നു. കാലക്രമേണ സാധാരണ ദൈവവിശ്വാസമുള്ള ജനങ്ങൾ വർഗ്ഗീയവാദ രാഷ്ട്രീയത്തിന് ബലിയാവുന്നു. ഈ വികാരം വ്യാപിക്കുമ്പോൾ ന്യൂനപക്ഷ സമൂഹത്തിനെതിരെ നടത്തപ്പെടുന്ന ആക്രമണങ്ങളെ വിമർശന ഭാവത്തോടെ സമീപിക്കുന്നില്ല എന്നുമാത്രമല്ല, ആ നടപടികളെ പിന്തുണയ്ക്കുന്ന മനഃസ്ഥിതിയിലേക്കുമവർ എത്തിച്ചേരുന്നു.

ആസൂത്രിതമായി വർഗ്ഗീയവാദ വികാരങ്ങളെ വളർത്താൻ ശ്രമിക്കുന്നവർ അതു മുഖേന ജനങ്ങളെ സംഘടിപ്പിച്ച് ഭരണത്തെ പിടിച്ചെടുക്കാനും ലക്ഷ്യം വയ്ക്കുകയാണ്. അതുകൊണ്ട് വർഗ്ഗീയ വാദമെന്ന വികാരത്തിലേക്ക് ഭൂരിപക്ഷ വിഭാഗത്തെ കൊണ്ടെത്തിക്കാൻ ശ്രമിക്കുന്നു. അതിൽ അവർ വിജയിക്കുമ്പോൾ മത അടിസ്ഥാനത്തിലുള്ള പ്രചാരണം വഴി അധികാരത്തെ നിലനിർത്താനും സാധ്യമാകുന്നു. ആർ എസ് എസും അതിന്റെ ഉപ സംഘടനകളായ നൂറിലേറെ വരുന്ന സംഘപരിവാർ സംഘടനകളും ഈ നടപടികളെ തുടർന്ന് നടത്തുന്നു.

ആർ എസ് എസ്, ജാതി ശ്രേണിയിൽ മുകൾത്തട്ടിലുള്ള ജാതികളെ സംഘടിപ്പിച്ച് തങ്ങളുടെ പദ്ധതികളെ നടപ്പിലാക്കാൻ ശ്രമിച്ചു. ഇപ്പോൾ അത് പിന്നോക്ക സമുദായ, പട്ടികവർഗ്ഗ സമുദായ ജനങ്ങളെ ആകർഷിച്ച് തങ്ങളുടെ ലക്ഷ്യം സാക്ഷാത്കരിക്കാൻ ശ്രമിക്കുന്നു. അതിനായി പല വ്യാജ പദ്ധതികളെ കൈയിലെടുക്കുന്നു.

സനാതന ചാതുർവർണ്യ ഘടകങ്ങളെ ഉള്ളടക്കിയതാണ് ഹിന്ദുമതം. അതിനെ പരസ്യമായി പ്രഖ്യാപിച്ചു, പട്ടികജാതി ജനങ്ങളെ തങ്ങ

ളുടെ വലയ്ക്കകത്താക്കാൻ കഴിയില്ല. അതുകൊണ്ട് ജാതീയ രീതിയിലുള്ള ദുരഭിമാനങ്ങളെ സൃഷ്ടിച്ച് അതിലൂടെ തങ്ങളുടെ വലയിലേക്ക് ആ സമൂഹത്തിലെ ജനങ്ങളെ ആകർഷിക്കുന്നു. ഹിന്ദു വർഗ്ഗീയവാദ വികാരങ്ങളെ അവരിൽ സൃഷ്ടിച്ചതിനുശേഷം തങ്ങൾക്ക് രാഷ്ട്രീയ സേവനം ചെയ്യാനുള്ള ആൾക്കാരായി അവരെ മാറ്റുന്നു. സനാതന, വർണ വൈകാരികതയുടെ അടിസ്ഥാനത്തിലുള്ള ഹിന്ദുരാഷ്ട്ര പദ്ധതി പ്രകാരം അവരെ പ്രവർത്തിപ്പിക്കുന്നു.

തമിഴ്നാട്ടിൽ, ഒരു പ്രത്യേകതര സമൂഹത്തിലെ ജനങ്ങൾക്കിടയിൽ, 'പട്ടികവർഗ്ഗത്തിൽ നിന്ന് പുറത്തേക്ക്' എന്ന മുദ്രാവാക്യത്തെ ആ സമൂഹത്തിൽ പെട്ട ചില നേതാക്കന്മാർ ഉയർത്തുകയുണ്ടായി. ഇതിനെ ആർ എസ് എസ് തങ്ങൾക്ക് അനുകൂലമായി ഉപയോഗിക്കുകയും ആ നേതാക്കന്മാരെ തങ്ങളുടെ വരുതിയിലാക്കുകയും ചെയ്തു. അവരിൽ ചിലർ ഇപ്പോൾ ബിജെപിയുടെ കുടുംബാംഗങ്ങളെ പോലെ മാറിക്കഴിഞ്ഞു. പട്ടികജാതി സമുദായങ്ങളിലുള്ള ജനങ്ങളുടെ യഥാർത്ഥ പ്രശ്നങ്ങളെയും വളർച്ചയെയും കണക്കിലെടുക്കാതെ അവരെ പട്ടിക സമുദായത്തിൽനിന്നും പുറത്താക്കുന്നത് മുഖേന ആ സമുദായത്തിലെ ജനങ്ങളെ തങ്ങളുടെ പിടിയിലാക്കാൻ ആർഎസ്എസ് ശ്രമിക്കുന്നു. കുതന്ത്രമായി ഹിന്ദു മനോഭാവത്തെ അവരിൽ സൃഷ്ടിക്കാനുള്ള ആർ എസ് എസിന്റെ ബുദ്ധിയാണിത്. ഇത് പ്രധാനമന്ത്രി നരേന്ദ്രമോദി, 'ഞാൻ നരേന്ദ്രൻ, നിങ്ങൾ ദേവേന്ദ്രൻ. നിങ്ങളുടെ കഷ്ടത്തെ ഞാൻ മനസ്സിലാക്കുന്നു' എന്ന് യോഗങ്ങളിൽ ആ സമൂഹത്തിലെ ജനങ്ങളോട് സംസാരിക്കുന്നതിനേയും നമ്മൾ കാണുകയാണ്.

മറ്റൊന്ന്, മധുരയുടെ ചുറ്റു പ്രദേശങ്ങളിൽ വളരെ പിന്നോക്കം വിഭാഗത്തിൽപ്പെട്ട ഒരു ജാതിയെ, ആദിവാസി സമൂഹത്തിന്റെ പട്ടികയിലുൾപ്പെടുത്താൻ ശുപാർശ ചെയ്യാമെന്ന് ആ സമൂഹത്തിന്റെ ഒരു വിഭാഗത്തിന് ബിജെപിക്കാർ വാഗ്ദാനം നൽകിയിരിക്കുന്നു. അവരുടെ ഒരു യോഗത്തിൽ ഉത്തരേന്ത്യയിൽ നിന്ന് ഒരു ആദിവാസി സമൂഹത്തിൽ പെട്ട ബി ജെ പി നേതാവ് പങ്കെടുത്ത്, ആദിവാസി പട്ടികയിൽ അവരെ ഉൾപ്പെടുത്തേണ്ടതിന്റെ ആവശ്യം എന്താണന്നതിനെക്കുറിച്ച് സംസാരിച്ചിരിക്കുന്നു.

ഇങ്ങനെ, ആദ്യം ജാതി വികാരത്തെ ശക്തിപ്പെടുത്തി, അതിലൂടെ ഹിന്ദു വർഗ്ഗീയ വികാരത്തെ ഉണ്ടാക്കാനുള്ള ശ്രമങ്ങളിൽ ബിജെപി ഏർപ്പെടുന്നു.

ഹിന്ദുമതത്തിൽ വിശ്വസിക്കുന്ന ഭൂരിപക്ഷ സമുദായ ജനങ്ങളോട്, ന്യൂനപക്ഷ സമുദായക്കാർ മതപരിവർത്തനത്തിൽ ഏർപ്പെടുന്നെന്ന് പ്രചരിപ്പിച്ച് ഭീതി സൃഷ്ടിച്ച്, മതത്തെ ഒരു ചർച്ചാവിഷയമായി ആദ്യമവർ മാറ്റുകയാണ്. പിന്നീട് അതിനെ മതദ്വേഷമായി മാറ്റുന്നു. ഈ അടുത്ത കാലത്ത്, മൈക്കൽപട്ടിയിൽ ഒരു സ്കൂൾ വിദ്യാർത്ഥിനി ആത്മഹത്യ ചെയ്ത സംഭവത്തിന്, മതത്തിന്റെ വർണ്ണം പൂശുകയും ജനങ്ങളുടെ

ചിന്തയിൽ ഒരിക്കലും കടന്നുകയറാത്ത മതം എന്ന ചിന്തയെ തിരുകി ക്കയറ്റി, മതം, മതപരിവർത്തനം പോലുള്ള വിഷയങ്ങളെ തമിഴ്നാട്ടിലെ ബിജെപിക്കാർ ചർച്ചാ വിഷയങ്ങളാക്കി മാറ്റി.

ചില ദിവസങ്ങൾക്ക് മുമ്പ്, രാമനവമി, ഹനുമാൻ ജയന്തി ഘോഷ യാത്രകളിൽ അക്രമ സംഭവങ്ങളെ ആസൂത്രിതമായി നടത്തിയതിലൂടെ മുസ്ലീങ്ങളെ ആക്രമിച്ചു. അതിനെ തുടർന്ന് ഉത്തർപ്രദേശ്, മദ്ധ്യപ്രദേശ് പോലുള്ള സംസ്ഥാനങ്ങളിൽ മുസ്ലീങ്ങളുടെ വീടുകൾ, സ്വത്തുക്കൾ തകർക്കപ്പെട്ടു. ഇതിനെ തുടർന്ന് ഡൽഹിയിൽ ബിജെപി അധി കാരത്തിലുള്ള ജഹാംഗീർപ്പൂർ നഗരസഭയുടെ ഭരണ പ്രദേശങ്ങളിലുള്ള മുസ്ലീങ്ങളുടെ വീടുകളെയും കടകളെയും ബുൾഡോസർ ഉപയോഗിച്ച് തകർത്തു തരിപ്പണമാക്കിയപ്പോൾ, കോടതി ഉത്തരവു ചൂണ്ടിക്കാണി ച്ചപ്പോഴും കെട്ടിടങ്ങൾ തകർക്കുന്നത് അധികൃതർ നിർത്താൻ കൂട്ടാ ക്കിയില്ല. വീണ്ടും സുപ്രീംകോടതി രണ്ടാം തവണയായി ഉത്തരവ് പിറ പ്പിച്ച് ഇടപെടൽ നടത്തിയതിനുശേഷം മാത്രമേ നഗരസഭ നിർവാഹ സമിതി ബുൾഡോസർകൊണ്ട് വീടുകളെയും കടകളെയും തകർ ക്കുന്നത് നിർത്തലാക്കിയത്.

ഹിന്ദുമത പരിപാടികൾ നടത്തുന്നതിലൂടെ മുസ്ലീങ്ങളെയും അവ രുടെ സ്വത്തുക്കളെയും ആക്രമിച്ചതോടൊപ്പം, ഭരണകൂടത്തെ ഉപയോ ഗിച്ച് അവരുടെ പാർപ്പിടങ്ങളെ ആക്രമിക്കുന്നത് പ്രത്യക്ഷമായ മത വിദ്വേഷ, വർഗ്ഗീയ വാദ നടപടി മാത്രമല്ല മനുഷ്യാവകാശ ലംഘനം കൂടിയാണ്.

ജമാഅത്ത്-ഈ-ഇസ്ലാമി പോലുള്ള ന്യൂനപക്ഷ മത മൗലികവാദ സംഘടനകളും വർഗ്ഗീയവാദ രാഷ്ട്രീയത്തെ കയ്യിലെടുക്കുന്നു. ന്യൂന പക്ഷ സമുദായ ജനങ്ങൾക്കിടയിൽ വർഗ്ഗീയവാദ രാഷ്ട്രീയം വളരാനുള്ള സാഹചര്യം സൃഷ്ടിക്കുന്നതിനെയും സംഘപരിവാർ തന്റെ പദ്ധതികളി ലൊന്നായി നടപ്പിലാക്കുന്നു. ജനാധിപത്യ ശക്തികൾ ഒരുമിച്ച് എതിർപ്പ് പ്രകടിപ്പിക്കാത്ത പ്രദേശങ്ങളിൽ, ന്യൂനപക്ഷ സമുദായത്തിലെ ജനങ്ങൾ വർഗ്ഗീയവാദികളുടെ വലയിൽ കുടുങ്ങുന്നു.

ഇങ്ങനെ പല രൂപങ്ങളിലും മതസൗഹാർദ്ദത്തെയും മതേതരത്വ ത്തെയും താറുമാറാക്കി വർഗ്ഗീയവാദ നടപടികൾ മുഖേന ജനങ്ങളെ മതാടിസ്ഥാനത്തിൽ ഭിന്നിപ്പിക്കുന്ന നടപടികളിലൂടെ ഹിന്ദുത്വ പരി പാടിയെ നടപ്പിലാക്കുന്നു. ആർ എസ് എസ് ഉൾപ്പെടെയുള്ള സംഘ പരിവാർ സംഘടനകളും അധികാരത്തിലുള്ള ബിജെപിയും ഇന്ത്യയെ തങ്ങളുടെ പദ്ധതി പ്രകാരം മാറ്റിയെടുക്കാനുള്ള ഈ നടപടികളെ മതേ തരത്വത്തിനായി പ്രവർത്തിക്കുന്നവർ എങ്ങനെ നേരിടണമെന്നത് അതി പ്രാധാന്യമുള്ള ഒന്നാണ്.

ആർ എസ് എസും അദാനിയുമായുള്ള കൂട്ടുകെട്ടും

ആർ എസ് എസിന്റെ നേതൃത്വത്തിലുള്ള കേന്ദ്ര ബി ജെ പി സർ

ക്കാരിന് രണ്ടു മുഖങ്ങളാണുള്ളത്. ഒന്ന് വർഗ്ഗീയവാദ മുഖം. മറ്റൊന്ന് കോർപ്പറേറ്റ് മുഖം.

മതസൗഹാർദ്ദം, മതേതരത്വം, രാജ്യത്തിന്റെ ഐക്യം, ഫെഡറലിസം, മതേതര റിപ്പബ്ലിക്കൻ വ്യവസ്ഥ എന്നീ മൂല്യങ്ങളെ സംരക്ഷിക്കാൻ കേന്ദ്ര ബി ജെ പി സർക്കാരിന്റെ ഇരുമുഖങ്ങളെയും നേരിടാൻ രാഷ്ട്രീയം, സാമ്പത്തികം, സിദ്ധാന്തം, സാംസ്കാരികം, സമൂഹം പോലുള്ള പല ഘടകങ്ങളിൽ മതേതരത്വ നടപടികളെ പ്രാവർത്തികമാക്കണം. ലോക സമ്പന്നരുടെ പട്ടികയിൽ, ഇന്ത്യയിലെ വൻസമ്പന്നനായ ഗൗതം അദാനി അഞ്ചാം സ്ഥാനത്ത് എത്തിയെന്ന വാർത്ത പുറത്തുവന്നിരിക്കുന്നു (26.04.2022). മുമ്പ് അഞ്ചാം സ്ഥാനത്തുണ്ടായിരുന്ന വാറൻ ബഫ്ഫെറ്റ് ഇപ്പോൾ ആറാം സ്ഥാനത്തേക്ക് തള്ളപ്പെട്ടിരിക്കുന്നു. (ഈ പുസ്തകം നിങ്ങളുടെ കൈകളിലെത്തുമ്പോൾ അദാനി വീണ്ടും പട്ടികയിൽ ഉയർന്ന സ്ഥാനത്തേക്ക് എത്തിയിട്ടുണ്ടാകും)

കടുത്ത ദാരിദ്ര്യത്തിൽ കഷ്ടപ്പെടുന്നവരുടെ സംഖ്യ വളരെ കൂടുതലുള്ള ഇന്ത്യയിൽ നിന്ന് ഒരാൾ ലോകത്തിന്റെ വൻസമ്പന്നനായി മാറുന്നവെങ്കിൽ എത്ര വലിയ വൈകാരികതയാണിത്. വളരെ ചുരുങ്ങിയ കാലംകൊണ്ട് ഇതെങ്ങനെയാണ് സാധ്യമായത് എന്ന ചോദ്യവും ഇതിനോട് ചേർന്നുതന്നെ ഉയരുന്നു.

കേരളത്തിൽ ആർ എസ് എസിൽ 25 വർഷക്കാലം പ്രവർത്തിച്ച് അതിന്റെ വർഗ്ഗീയവാദ നടപടികളെ സ്വീകരിക്കാൻ കഴിയാതെ അതിൽ നിന്ന് പുറത്തുവന്ന സുധീഷ് മിന്നി എന്ന മുൻ പ്രചാരകൻ *നരക സാകേതത്തിലെ ഉള്ളറകൾ* എന്ന പുസ്തകത്തിൽ ആർ എസ് എസിലെ തന്റെ അനുഭവങ്ങൾ എഴുതുകയുണ്ടായി. അതിൽ ഗൗതം അദാനിയെ പറ്റിയും അദ്ദേഹം എഴുതിയിരിക്കുന്നു.

ആർ എസ് എസ് അധ്വാനിക്കുന്നത് ആർക്കുവേണ്ടിയാണ്

നാഗ്പ്പൂരിലുള്ള ആർ എസ് എസിന്റെ അഖിലേന്ത്യ കാര്യാലയത്തിൽ നടന്ന ഒരു പരിശീലന പരിപാടിയിൽ സുധീഷ് മിന്നിയും പങ്കെടുത്തിരുന്നു. അതിനെ അദ്ദേഹം തന്റെ പുസ്തകത്തിൽ ഇങ്ങനെ പറയുന്നു. 'പരിപാടികൾ ആരംഭിച്ചു. ഇന്ത്യയിലെയും വിദേശത്തിലേയും പ്രശസ്തരായ വ്യവസായികൾ ആ വേദിയിൽ ഉണ്ടായിരുന്നു. ഇപ്പോഴത്തെ വ്യവസായ പ്രമുഖനായ അദാനിയും അന്ന് വേദിയിൽ ഉണ്ടായിരുന്നു. അദ്ദേഹം വേദിയിൽ യോഗ പ്രദർശനം നടത്തിയിരുന്നു. ജയേട്ടനാണ് അയാൾ അദാനിയാണെന്ന് പറഞ്ഞത്.' ഇതിൽപരം വേറെയൊരു വിശദീകരണത്തിന്റെ ആവശ്യമില്ല.

ജനങ്ങളുടെ വിശപ്പിനെ ഇല്ലാതാക്കുന്നതിനേക്കാൾ, ദാരിദ്ര്യത്തെ ഇല്ലാതാക്കുന്നതിനേക്കാൾ കോർപ്പറേറ്റ് സ്ഥാപനങ്ങളുടെ വളർച്ചയ്ക്ക് വാരിക്കോരി കൊടുക്കുന്നതാണ് നരേന്ദ്രമോദി സർക്കാരിന്റെ നയം.

2002 ൽ ഗുജറാത്തിൽ, നരേന്ദ്രമോദി നേതൃത്വത്തിൽ ഉണ്ടായിരുന്ന

സംസ്ഥാന സർക്കാരിന്റെ ഒത്താശയോടെ ന്യൂനപക്ഷ ജനങ്ങൾക്ക് എതിരെ അക്രമവും കലാപവും നടത്തപ്പെട്ടു. 2000 ത്തിലേറെ ന്യൂന പക്ഷ സമൂഹത്തിൽ പെട്ടവർ ഉന്മൂലനം ചെയ്യപ്പെട്ടു. *ഗുജറാത്ത് ഫയൽസ്* എന്ന പുസ്തകം വായിച്ചാൽ ഈ ക്രൂരതകളെ നമുക്ക് മനസ്സിലാക്കാൻ കഴിയും. ആ സമയത്ത് ഈ അക്രമങ്ങളെ ടാറ്റ, ബജാജ് പോലുള്ള കോർപ്പറേറ്റ് കമ്പനികളുടെ ഉടമകൾ അപലപിക്കു കയുണ്ടായി.

ജി ഡി പി വളർച്ചയിൽ മഹാരാഷ്ട്രയ്ക്ക് അടുത്ത സ്ഥാനത്തിൽ ഗുജറാത്ത് ഉണ്ടായിരുന്നതിനാൽ അക്രമങ്ങളും കലാപങ്ങളും തൊഴിൽ വളർച്ചയെ ബാധിക്കും എന്നതിനെ ഉദ്ദേശിച്ചാണ് അപലപനം ഉണ്ടായത്. പക്ഷേ, അപ്പോൾ ഗൗതം അദാനി ഇന്ത്യൻ തൊഴിലുടമകളുടെ കൂട്ടാ യ്മയിൽ (സി ഐ ഐ) നിന്നും പുറത്തുപോവുകയും ഗുജറാത്ത് സംസ്ഥാനത്തിന്റെ പേരിൽ ഒരു പ്രത്യേക പ്രസ്ഥാനം ഉണ്ടാക്കുകയും ചെയ്തു. അദാനിയുടെ വളർച്ചയ്ക്ക് കിട്ടുന്ന പിന്തുണയുടെ സൂത്രധാരി കൾ ആരാണെന്ന് ഇപ്പോൾ നമുക്ക് മനസ്സിലാക്കാൻ കഴിയും.

2014 ൽ നരേന്ദ്രമോദിയുടെ നേതൃത്വത്തിൽ കേന്ദ്ര ഭരണം ഉണ്ടാ യതിനുശേഷം, കേന്ദ്ര കോർപ്പറേറ്റ് കമ്പനികളൊക്കെയും മോദി സർ ക്കാരിന് പിന്തുണ നൽകിവരുന്നു. ഇതിന് പ്രത്യുപകാരമായി, വിയർപ്പും രക്തവും നൽകി തൊഴിലാളികൾ നേടിയെടുത്ത അവകാശങ്ങളെയെല്ലാം മോദി സർക്കാർ കാലിൽ ഇട്ട് ചവിട്ടി അരയ്ക്കുന്ന നിയമങ്ങളെ പാർല മെന്റിൽ അവതരിപ്പിച്ച് നടപ്പിലാക്കിയിരിക്കുന്നു.

കഴിഞ്ഞ എട്ടു വർഷങ്ങളിൽ കേന്ദ്രസർക്കാർ നടപ്പിലാക്കിയ നിയമങ്ങളും നടപടികളും ഇന്ത്യയുടെ ഫെഡറൽ സംവിധാനത്തെ ഇല്ലാ താക്കി ഒറ്റ ഭരണമായി മാറ്റാനും ശാസ്ത്രീയമായ സാമ്പത്തിക നയ ങ്ങളെ ഒഴിവാക്കി അന്താരാഷ്ട്ര, രാഷ്ട്രതല കോർപ്പറേറ്റ് കമ്പനികളെ പിന്തുണയ്ക്കുന്ന നയങ്ങളെ സ്വീകരിക്കുന്നതുമായ ദിശയിൽ വളരെ വേഗതയിൽ പ്രവർത്തിച്ചു വരുന്നു. നരേന്ദ്രമോദിയുടെ ഈ പറഞ്ഞ നട പടികളെ തകർത്തെറിയാതെ ഇന്ത്യൻ ഭരണഘടനയെ സംരക്ഷിക്കാൻ കഴിയില്ല.

അതുകൊണ്ട്, നരേന്ദ്രമോദി സർക്കാരിന്റെ നവ ലിബറൽ സാമ്പ ത്തിക നയങ്ങളെ എതിർത്ത് പോരാട്ടങ്ങൾ നടത്തുന്ന അതേസമയം ജനാധിപത്യ മതേതരത്വത്തിൽ ഊന്നി പ്രവർത്തിക്കുന്നവർ കേന്ദ്ര ബിജെപി സർക്കാരിന്റെ നടപടികളെ ആശയപരമായും നേരിടേണ്ടതുണ്ട്.

ആശയപരമായ പോരാട്ടം

മതേതരത്വത്തിനായി നടക്കുന്ന പോരാട്ടം മനുഷ്യമനസ്സുകളെ പിടിച്ചെടുക്കാനുള്ള പോരാട്ടമാണെന്ന് പ്രൊഫസർ കെ എൻ പണിക്കർ പറഞ്ഞിട്ടുണ്ട്. രണ്ട് രീതിയിൽ ഈ പോരാട്ടം നടത്തണം.

ഒന്ന്, സംഘപരിവാര സംഘടനകളുടെ വിദ്വേഷ പ്രചാരണം, തീവ്ര

വാദം പോലുള്ള നടപടികളെ, പ്രത്യേകിച്ചും മത ന്യൂനപക്ഷ വിഭാഗത്തോട് ഫാസിസ്റ്റ് രീതിയിലുള്ള ആക്രമണങ്ങളെ അഴിച്ചുവിടുന്ന വർഗ്ഗീയവാദ ശക്തികളെ നേരിടാൻ മതവ്യത്യാസമെന്യേ ജനങ്ങളെ സംഘടിപ്പിക്കണം.

രണ്ട്, മനുഷ്യമനസ്സുകളെ സ്വാധീനിക്കാനുള്ള സൃഷ്ടിപരമായ നടപടികൾ.

ഈ രണ്ടു രീതികളെയും യോജിപ്പിച്ച് നടപ്പിലാക്കേണ്ടത് ആവശ്യമാണ്. ഒരു ഉദാഹരണത്തെ നമുക്ക് വിലയിരുത്താം. ലോകത്തിന്റെ ശ്രദ്ധ പിടിച്ചു പറ്റുന്ന രീതിയിൽ ഒരു വർഷത്തിനു മുകളിൽ നടന്ന കർഷകരുടെ ആവേശകരമായ പോരാട്ടത്തിൽ കർഷകർ മോദി സർക്കാരിനെ മുട്ടുകുത്തിച്ചു. മൂന്ന് കർഷക നിയമങ്ങളും റദ്ദാക്കപ്പെട്ടു. ഉത്തർപ്രദേശിൽ ഹിന്ദുമതത്തിൽ വിശ്വാസമുള്ള കർഷകരും ഇസ്ലാം മതത്തിൽ വിശ്വാസമുള്ള കർഷകരും യോജിച്ചാണ് ഈ സമരത്തിൽ പങ്കെടുത്തത്.

കോവിഡ് മഹാമാരിയെ നേരിടുന്നതിൽ ഉള്ള പ്രശ്നങ്ങൾ, ക്രമസമാധാന പ്രശ്നങ്ങൾ, ദാരിദ്ര്യം വർദ്ധിക്കുന്ന സ്ഥിതി, വിദ്യാഭ്യാസ ആരോഗ്യ മേഖലകളിൽ പിന്നിട്ടു നിൽക്കുന്ന സ്ഥിതി എന്നിവയോട് കർഷകരുടെ ഐക്യമാർന്ന സമരംപോലെ പല ഘടകങ്ങൾ ഉണ്ടായിരുന്നിട്ടും, ഈ കഴിഞ്ഞ ഉത്തർപ്രദേശ് സംസ്ഥാന നിയമസഭ തെരഞ്ഞെടുപ്പിൽ വീണ്ടും ബിജെപി അധികാരത്തിലെത്തി. എന്താണ് ഇതിന് കാരണം? തങ്ങളുടെ ജീവിത നിലവാരവും ഉപജീവന മാർഗ്ഗവും ചോദ്യത്തിന് വിധേയമാക്കപ്പെടുന്നു എന്ന് മനസ്സിലാക്കുമ്പോഴും, മതാടിസ്ഥാനത്തിൽ വോട്ട് ചെയ്യുന്ന രീതിയിൽ വർഗ്ഗീയവാദ വികാരത്തിന് ജനങ്ങൾ തൽപരരായതാണ് കാരണം.

പാരമ്പര്യത്തെ തുടരാം

ഈ വികാരത്തിനെതിരെ സൃഷ്ടിപരമായ ആശയ പ്രചരണങ്ങളെ മതേതര പ്രവർത്തനങ്ങളിൽ ഏർപ്പെടുന്നവർ ചെയ്യണം.

ആഹാരം, വസ്ത്രം, പാർപ്പിടം, ഭാഷ, മതവിശ്വാസം എന്നിവയിൽ വൈകാരികതയുള്ള ജനങ്ങൾ വർഷങ്ങളായി ഒരുമിച്ച് ജീവിച്ച് ഒരു അത്ഭുതകരമായ രാജ്യമായി ഇന്ത്യ തുടരേണ്ട ആവശ്യത്തെ ജനങ്ങളോട് കൊണ്ടെത്തിക്കണം.

കൂടിവരുന്ന അന്ധവിശ്വാസം, യുക്തിപരമല്ലാത്ത ചിന്തകൾക്കെതിരെ ശാസ്ത്രീയ അടിസ്ഥാനത്തിൽ ചിന്തിക്കുന്ന രീതികളെ വളർത്തിയെടുക്കുന്ന രീതിയിൽ സാമൂഹിക, സാംസ്കാരിക നടപടികളെ ചെയ്യേണ്ടത് ആവശ്യമാണ്.

ഏകത്വ പ്രത്യേകതയെയും നാനാത്വത്തെയും ഒന്നിനൊന്ന് വൈരുദ്ധ്യമില്ലാതെ, യോജിപ്പിച്ച് പ്രവർത്തിക്കുന്ന സംസ്കാരത്തെ സമൃദ്ധമായി വളർത്തിയെടുക്കണം. ഇതിനെയാണ് 'നാനാത്വത്തിൽ ഏകത്വം' എന്ന് നാം പറയുന്നത്. ഈ സംസ്കാരം ഉയർത്തിപ്പിടിച്ച അയ്യാ വൈകു

ണ്ഠസ്വാമി, ശ്രീനാരായണഗുരു എന്നിവരുടെ ജീവ ചരിത്രം കേരളത്തിലെ പള്ളിക്കൂടങ്ങളിലും കോളേജുകളിലും പാഠ്യപദ്ധതിയിലുൾപ്പെടുത്തിയിട്ടുണ്ട്.

യുക്തിരഹിത രീതികളെ യുക്തിപരമായ അറിവുകൊണ്ടും അസത്യ പ്രവണതകളെ സത്യംകൊണ്ടും നേരിടണം.

കല, സാഹിത്യം, കവിത, ചെറുകഥ, നോവൽ, നാടകം, ചിത്രകല, സംഗീതം പോലുള്ള കലാരൂപങ്ങളിലൂടെ മേൽപ്പറഞ്ഞ നടപടികളെ നടപ്പിലാക്കണം.

ഭാരതിയാർ, ഭാരതിദാസൻ പോലുള്ളവരുടെ സൃഷ്ടികളും ഭാസ്കരദാസ്, വിശ്വനാഥ ദാസ് പോലുള്ളവർ അരങ്ങിലേറ്റിയ നാടകങ്ങളും മറ്റു പല സാഹിത്യ സൃഷ്ടികളും, സ്വാതന്ത്ര്യ സമരകാലത്ത് വിദേശ ഭരണത്തിന് എതിരായി ജനക്ഷോഭമായി മാറാൻ സാംസ്കാരിക തലത്തിൽ മഹത്തായ പങ്കാണ് വഹിച്ചത്. ഇപ്പോൾ മതേതരത്വത്തിനായി ജനഹൃദയങ്ങളെ സ്വാധീനിക്കാനുള്ള സമരങ്ങളിലും ഇതുപോലുള്ള കലാസാംസ്കാരിക രൂപങ്ങൾക്ക് പങ്കുവഹിക്കാൻ കഴിയും.

നെഹ്റുവിന്റെ ദീർഘവീക്ഷണം

1948 ജനുവരി 24 ന്, അപ്പോഴത്തെ പ്രധാനമന്ത്രി ജവഹർലാൽ നെഹ്റു, ഉത്തർപ്രദേശിലുള്ള അലിഗഢ് മുസ്ലീം സർവ്വകലാശാലയിൽ വിദ്യാർഥികൾക്കിടയിൽ പ്രഭാഷണം നടത്തി.

'എന്റെ ദീർഘകാല സ്വപ്നങ്ങൾ പലതും ഈ അടുത്തകാലത്ത് നടന്ന സംഭവങ്ങൾ കാരണം ചില്ലുകളായി പൊട്ടിച്ചിതറിപ്പോയെങ്കിലും അടിസ്ഥാനപരമായ ലക്ഷ്യം എന്നത് ഇപ്പോഴും അതേപടിയാണുള്ളത്; അത് മാറുവാനുള്ള സാഹചര്യമില്ല. ഉയർന്ന ലക്ഷ്യങ്ങളും ഉന്നതമായ പരിശ്രമങ്ങൾകൊണ്ടും സ്വതന്ത്ര ഇന്ത്യയെ സൃഷ്ടിക്കാൻ ശ്രമിക്കുന്നതാണ് ലക്ഷ്യം. അങ്ങനെ രൂപീകൃതമാകുന്ന ഇന്ത്യയിൽ ഏവർക്കും തുല്യമായ അവസരങ്ങൾ ലഭിക്കും. വിവിധ ചിന്തനാ ശൈലികളും സംസ്കാരങ്ങളും ഒന്നിച്ച് ജനങ്ങളുടെ പുരോഗമനവും വികസനവും വൻ പ്രവാഹമായെത്തും.

ഇന്ത്യയുടെ യഥാർത്ഥ ചരിത്രത്തിൽ സംഗമം എന്നത് തുടർച്ചയായി കാണപ്പെടുന്ന പ്രതിഭാസമാണ്. നാനാത്വ സ്വഭാവമുള്ള, പക്ഷേ, അടിസ്ഥാനപരമായി ഒന്നായിരിക്കുന്ന ഈ സംസ്കാരം കാലങ്ങളായി ഉണ്ടായിട്ടുള്ള രാഷ്ട്രീയ സംഭവവികാസങ്ങളാൽ ഏതാണ്ട് ഒരു കേടുപാടുകളും ഏർപ്പെടാതെ അതേപടി നിലനിന്ന് പോരുന്നു'

രാജ്യം മുഴുവനും ഉൽകണ്ഠ വ്യാപിച്ച് നിന്ന സാഹചര്യത്തിൽ (മഹാത്മാഗാന്ധി വെടിവെച്ചു കൊല്ലപ്പെട്ട ദുഃഖകരമായ സംഭവം നടക്കുന്നതിന് അഞ്ച് ദിവസങ്ങൾക്കു മുമ്പ്) പണ്ഡിറ്റ് ജവഹർലാൽ നെഹ്റു നടത്തിയ പ്രഭാഷണത്തിൽ പറഞ്ഞതാണിത്. അതുകൊണ്ടാണ് നെഹ്റുവിനെ ഇപ്പോഴത്തെ പ്രധാനമന്ത്രിയും സംഘപരിവാര പ്രസ്ഥാനങ്ങളും

സ്വീകരിക്കാത്തത്.

എല്ലാ മതസ്ഥരുടെയും സഹജീവിതം, സമൂഹത്തിലുള്ള എല്ലാ മതങ്ങളും സമമാണെന്ന ആശയത്തെ മതവിശ്വാസം ഉള്ളവർക്കിടയിൽ വിതയ്ക്കുന്നത് മൂലം മത സൗഹാർദ്ദത്തെയും മതേതരത്വത്തെയും സംരക്ഷിക്കേണ്ടത് മതേതരത്വത്തിനായി പ്രവർത്തിക്കുന്നവരുടെ ഇപ്പോഴുള്ള പ്രധാന കർത്തവ്യമാണ്.

ഫാസിസം എന്ന വൻനാശം

ഫാസിസ്റ്റ് സ്വഭാവമുള്ള ആർ എസ് എസും സംഘപരിവാര സംഘടനകളും കേന്ദ്ര ബി ജെ പി സർക്കാരും ഇന്ത്യയെ ഹിന്ദുരാഷ്ട്ര മായി മാറ്റാൻ ഉന്മാദത്തോടെ പ്രവർത്തിച്ചുവരികയാണ്. ഇതിൽ അവർ വിജയിച്ചാൽ അതിന്റെ ഫലം എന്തായിരിക്കും എന്നതിനെ നാം മനസ്സി ലാക്കുന്നതിന് ഹിറ്റ്ലറുടെ ഫാസിസം ജർമ്മനിയിലുണ്ടാക്കിയ വൻനാശ ത്തെപ്പറ്റി വിശദീകരിക്കുന്നത് ഇവിടെ അനുയോജ്യമായിരിക്കും.

ലോകം മുഴുവനും തന്റെ ആധിപത്യത്തിൽ കൊണ്ടുവരുകയെന്ന ലക്ഷ്യത്തോടെ ഫാസിസ്റ്റ് ഹിറ്റ്ലറുടെ സൈന്യം പല രാജ്യങ്ങളെ അധിനിവേശം ചെയ്യുകയായിരുന്നു. യൂറോപ്പിലെ ഭൂരിഭാഗം രാജ്യങ്ങളും ഹിറ്റ്ലറുടെ ആധിപത്യത്തിൽ വന്നു. പിന്നീട് സോവിയറ്റ് യൂണിയനെയും ആക്രമിച്ച് ബഹുദൂരം മുന്നേറി ചെല്ലുകയായിരുന്നു.

സോവിയറ്റ് യൂണിയനിൽ ജീവിച്ചിരുന്ന 13 ലക്ഷം പേർ ഉൾപ്പെടെ ഏകദേശം 60 ലക്ഷം ജൂത വംശീയ ജനങ്ങൾ ഹിറ്റ്ലറുടെ സൈന്യാ ക്രമണത്താൽ കൊല്ലപ്പെട്ടു. സോവിയറ്റ് യുദ്ധത്തടവുകാർ 30 ലക്ഷം പേരും (50000 ജൂത സൈന്യക്കാർ ഉൾപ്പെടെ), ജൂതരല്ലാത്ത പൗരന്മാർ ഏകദേശം 18 ലക്ഷം പേരും കൊല്ലപ്പെട്ടു. സെർബിയ പൗരന്മാർ (കുറേഷ്യ, ബോസ്നിയ, ഹെർശകോവിന പ്രദേശം) 3,12,000 പേർ കൊല പാതകത്തിനിരയായി.

ഈ യുദ്ധം കാരണം അംഗവിഹീനരായി മാറിയവരുടെ എണ്ണം 2,50,000 ലക്ഷം റോമാ (ജിപ്സികൾ) ഉൾപ്പെടെ ഏകദേശം 5 ലക്ഷം പേർ. ഇവയൊക്കെയും കുറഞ്ഞ തോതിലുള്ള സ്ഥിതി വിവരങ്ങളാണ്.

ഹിറ്റ്ലറുടെ സൈന്യത്തിന്റെ നിയന്ത്രണത്തിലായിരുന്ന നെതർ ലാൻഡിൽ ആനി ഫ്രാങ്ക് എന്ന വിദ്യാർത്ഥിനി 1942 ൽ ഒളിവ് ജീവിത

ത്തിലായിരുന്നു. രണ്ടു വർഷങ്ങൾക്ക് ശേഷം ആ ജൂത പെൺകുട്ടിയെ ഫാസിസ്റ്റ് സൈന്യം പിടികൂടി മരണ ക്യാമ്പിൽ (കോൺസെൻട്രേഷൻ ചേംബർ) അടച്ച് കൊന്നു. ആനി ഫ്രാങ്ക് തന്റെ ഒളിവ് ജീവിതകാലത്ത് എഴുതിയ ഡയറിക്കുറിപ്പ് പുസ്തകമായി പ്രസിദ്ധീകരിക്കപ്പെട്ടിട്ടുണ്ടല്ലോ?

'ഹിറ്റ്ലറുടെ അക്രമങ്ങളെ എതിർക്കുന്നവരെ ഉന്മൂലനം ചെയ്യുന്ന ക്രൂരതയെ എതിർത്ത് നടന്ന സമരം ഒരു ധീര ചരിത്രമാണ്. അതിൽ ഒരു അദ്ധ്യായമാണ് ഫാസിസ്റ്റ് കോടതിയിൽ ജോർജ് ടിമിട്രോയുടെ വിചാരണ' (ഇദ്ദേഹമാണ് പിൽക്കാലത്ത് കമ്യൂണിസ്റ്റ് ഇന്റർനേഷനലിന്റെ ജനറൽ സെക്രട്ടറിയായി പ്രവർത്തിച്ചിരുന്നത്).

1933 ൽ ഹിറ്റ്ലറുടെ ഭരണ ആസ്ഥാനമായ റെയ്സ്ടേക് പാർലമെന്റ് കെട്ടിടത്തിൽ തീപിടിത്തമുണ്ടായി. ഹിറ്റ്ലറുടെ സർക്കാർ ഇതിന് കമ്യൂണിസ്റ്റുകളുടെ ഗൂഢാലോചനയാണ് കാരണമെന്ന് അറിയിക്കുകയും, അപ്പോൾ ജർമ്മനിയിൽ ഉണ്ടായിരുന്ന ബൾഗേറിയൻ കമ്യൂണിസ്റ്റ് നേതാവ് ഡിമിട്രോയെ അറസ്റ്റുചെയ്തു തുറുങ്കിൽ അടയ്ക്കുകയും ചെയ്തു. ഫാസിസ്റ്റ് സർക്കാരിന്റെ ഗൂഢാലോചനയെ കൃത്യമായ രീതിയിൽ പരസ്യപ്പെടുത്തിക്കൊണ്ട് അദ്ദേഹം ആ കേസിൽനിന്നും മോചിതനായി. കളവു പറയുന്നതിൽ ലോകപ്രസിദ്ധനായ, ഹിറ്റ്ലറുടെ മന്ത്രിസഭയിൽ മാനവ വിഭവശേഷി വകുപ്പ് മന്ത്രിയായിരുന്ന ഗീബൽസിനെ ജോർജ് ഡിമിട്രോവ് സമനില ക്രോസ് വിസ്താരത്തിലൂടെ സമനില തെറ്റിച്ചു.

ആ കോടതി വിചാരണയിൽ ഡിമിട്രോവ് നൽകിയ മൊഴി വളരെ സുപ്രസിദ്ധമാണ്.

ധനനഷ്ടം - ഒരു വലിയ നഷ്ടം അല്ല.
ബഹുമാനത്തിന്റെ നഷ്ടം - വലിയ നഷ്ടമാണ്.
ഇച്ഛാശക്തിയുടെ നഷ്ടം - പരിപൂർണ്ണ നഷ്ടമാണ്.

ജർമ്മനിയിൽ ജൂതരെ ഫാസിസ്റ്റുകൾ കൊന്നു കൂട്ടിയപ്പോൾ ആ രാജ്യത്തിന്റെ പൗരനായിരുന്ന ആൽബർട്ട് ഐൻസ്റ്റീൻ, ആ രാജ്യത്തിൽ നിന്ന് രക്ഷപ്പെട്ട് അമേരിക്കയിലേക്ക് പലായനം ചെയ്തു. പിൽക്കാലത്ത് അദ്ദേഹത്തിന്റെ ശാസ്ത്രീയ കണ്ടുപിടിത്തത്തിനായി നോബൽ സമ്മാനത്തിന് അർഹനായി. ഒരുപക്ഷേ, ജർമ്മനിയിൽ നിന്ന് അദ്ദേഹം രക്ഷപ്പെട്ടില്ലായിരുന്നുവെങ്കിൽ ഒരു മികവാർന്ന ശാസ്ത്രജ്ഞനെ ലോകത്തിന് നഷ്ടപ്പെട്ടിട്ടുണ്ടാവും. അദ്ദേഹത്തിന്റെ ശാസ്ത്രീയ പഠനവും നടന്നിട്ടുണ്ടാവില്ല.

അക്കാലത്ത് വൻ നാശം ഉണ്ടാക്കുന്ന ഫാസിസത്തെ എങ്ങനെ തകർക്കുക, എങ്ങനെ നേരിടുക എന്നതിനെപ്പറ്റിയെല്ലാം ലോകതലത്തിൽ എഴുത്തുകാർ, കലാകാരന്മാർ, ചിത്രകാരന്മാർ ഉൾപ്പെടെ സാംസ്കാരിക പ്രവർത്തകർ ചർച്ച ചെയ്തിരുന്നു. ലോകം മുഴുവനും ഫാസിസ്റ്റ് ആശയത്തിനെതിരായും ഫാസിസ്റ്റ് വംശഹത്യക്കെതിരെയും കുറേയേറെ സാഹിത്യ സൃഷ്ടികളും, സിനിമകളും പുറത്തിറങ്ങി. അതിൽ

ലോക പ്രസിദ്ധമായ, ഏറെ അഭിനന്ദിക്കപ്പെട്ട സിനിമയാണ് ചാർലി ചാപ്ലിൻ സംവിധാനം ചെയ്തു അഭിനയിച്ച *ദി ഗ്രേറ്റ് ഡിക്ടേറ്റർ*.

ആ സിനിമ മുഴുവനും, ചാർലി ചാപ്ലിൻ, ഹിറ്റ്ലറെയും ഫാസിസത്തെയും പരിഹസിക്കുകയും ശക്തമായി വിമർശിക്കുകയും ചെയ്തു.

ആ സിനിമയുടെ അവസാന ഘട്ടത്തിൽ ചാർലി ചാപ്ലിൻ പ്രസംഗിക്കുന്ന ദൃശ്യത്തിൽ പറയുന്ന വാചകങ്ങൾ വളരെ പ്രാധാന്യമുള്ളതാണ്.

''ഞാൻ ഒരു ചക്രവർത്തിയാകാനോ, ആരെയും കീഴ്പ്പെടുത്താനോ ആഗ്രഹിക്കുന്നില്ല. കഴിയുമെങ്കിൽ ഞാൻ എല്ലാവരെയും സഹായിക്കാൻ ആഗ്രഹിക്കുന്നു. അത്, ജൂതർ, ജെൻറെയ്ൽ (ജൂതരല്ലാത്ത വംശീയരെ ജൂതർ ഇങ്ങനെയാണ് പറയുന്നത്) കറുത്തവർ, വെള്ളക്കാർ എന്നിങ്ങനെ ആരുമാവട്ടെ. നാം ഓരോരുത്തരും പരസ്പരം സഹായിക്കാൻ ആഗ്രഹിക്കുന്നു. മനുഷ്യർ അങ്ങനെയാണ്. നാം ഒരാൾ മറ്റൊരാളിനെ വെറുക്കാനോ, പരിഹസിക്കാനോ ആഗ്രഹിക്കുന്നില്ല.

ഈ ഭൂമിയിൽ എല്ലാവർക്കും ജീവിക്കാനാവശ്യമുള്ള സ്ഥലമുണ്ട്. ഈ ഭൂമി സമ്പന്നമാണ്. എല്ലാവർക്കും ആവശ്യമുള്ളതിനെ നൽകാനതിനു കഴിയും. ജീവിതത്തിന്റെ വഴികൾ സ്വാതന്ത്ര്യവും സൗന്ദര്യമുള്ളതുമാവാൻ കഴിയും. എന്നാൽ നാം ആ മാർഗ്ഗങ്ങളെ നഷ്ടപ്പെടുത്തിക്കഴിഞ്ഞു. അത്യാഗ്രഹം മനുഷ്യ മനസ്സുകളിൽ വിഷം കലർത്തി, വിദ്വേഷം എന്ന മതിലുകെട്ടി ലോകത്തെ വേർതിരിച്ചിരിക്കുകയാണ്. നമ്മുടെ പാദങ്ങളെ അണിനിരത്തി ദുരിതത്തിലും രക്തച്ചൊരിച്ചിലിലേക്കും നടത്തിച്ചിറക്കി.

വിമാനവും റേഡിയോയും നമ്മെ വളരെ അടുപ്പിക്കുന്നവയാണ്. ഈ കണ്ടുപിടിത്തങ്ങൾ സ്വാഭാവികമായും നമ്മിലുള്ള നന്മകളെയും ലോക സാഹോദര്യത്തിനും നമ്മുടെ ഐക്യത്തിനുമായി സംസാരിക്കുന്നു. ഇപ്പോൾ പോലും ലോകമെമ്പാടുമുള്ള ലക്ഷക്കണക്കായ ജനങ്ങൾക്കും ദുരിതത്തിലിഴയുന്ന മനുഷ്യർക്കും സ്ത്രീകൾക്കും കുഞ്ഞുങ്ങൾക്കും ഈ വ്യവസ്ഥയുടെ ഫലമായി പീഡനവും തടവും അനുഭവിക്കുന്ന ഇരകൾക്കും വേണ്ടിയാണ് എന്റെ ഈ ശബ്ദം.

മനുഷ്യ സമൂഹത്തിന്റെ മുന്നേറ്റത്തിനു ഭീഷണിയായി നിൽക്കുന്ന അത്യാഗ്രഹവും വിദ്വേഷവും മാറുന്നത് വഴി, നമുക്കു മുകളിൽ വ്യാപിച്ചു നിൽക്കുന്ന ദുരന്തമില്ലാതെയാവും.

വിദ്വേഷകർ ഇല്ലാതാവും. അവർ ജനങ്ങളിൽനിന്നും പിടിച്ചെടുത്ത അധികാരം ജനങ്ങൾക്ക് തിരിച്ചു കിട്ടുമ്പോൾ ഉണ്ടാവുന്ന സ്വാതന്ത്ര്യം ഒരിക്കലും നശിച്ചു പോവുകയില്ല.

ജനാധിപത്യത്തിന്റെ പേരിൽ നമുക്കാ അധികാരത്തെ ഉപയോഗിക്കാം. നാമെല്ലാവരും ഒന്നാവാം. പുതിയൊരു ലോകത്തിനായി പൊരുതാം.

ശാസ്ത്രവും പുരോഗമനവും മനുഷ്യരെ സന്തോഷവാന്മാരായി

മാറ്റുന്ന ഒരു ലോകത്തിനായി നമുക്ക് ഒരുമിച്ചു പൊരുതാം."

ഹിറ്റ്ലറുടെ സൈന്യം ലോകരാജ്യങ്ങൾക്ക് നേരെ നടത്തിയ ആക്രമണം അതിന്റെ കൊടുമുടിയിലെത്തി നിന്നപ്പോൾ, 1940 ൽ *ദി ഗ്രേറ്റ് ഡിക്ടേറ്റർ* സിനിമ പുറത്തുവന്നു. ഫാസിസത്തെ എതിർത്ത് പോരാടിയവർക്ക് ഈ സിനിമ ആവേശം പകർന്നു. അതുകാരണം ഹിറ്റ്ലർക്ക് ചാർലി ചാപ്ലിനോട് കടുത്ത അമർഷമുണ്ടായി. പക്ഷേ, ചാപ്ലിൻ അതിനെ വകവച്ചില്ല.

സ്പെയിൻ, ഫാസിസ്റ്റ് സൈന്യത്തിന്റെ നിയന്ത്രണത്തിൽ വന്നു. ഹിറ്റ്ലറുടെ പങ്കാളിയായ ഫ്രാങ്കോ സ്പെയിനിന്റെ സ്വേച്ഛാധിപതിയായി. അവിടെ ഫാസിസ്റ്റ് നരഹത്യയെ എതിർത്തു നടന്ന സമരങ്ങളിൽ സാംസ്കാരിക പ്രവർത്തകരുടെ പങ്കു എടുത്തു പറയേണ്ടതാണ്.

ഉത്തരസ്പെയിനിൽ ഗ്യേർണിക്ക എന്ന ഗ്രാമത്തെ ഫാസിസ്റ്റ് സൈന്യം പൂർണമായും തകർത്തപ്പോൾ, ആ ദുരന്തത്തെ വിശദീകരിക്കുന്ന, ഫാസിസത്തിനെതിരെ ഒരു ചിത്രത്തെ പിക്കാസോ വരയ്ക്കുകയായിരുന്നു. അത് ലോക പ്രസിദ്ധമായ ചിത്രമായി മാറി. ആ ചിത്രത്തിന് വേണ്ടി അദ്ദേഹത്തിന് സമാധാനത്തിനുള്ള പുരസ്കാരം ലഭിച്ചു.

1932 ൽ പല രാജ്യങ്ങളിലെ എഴുത്തുകാരും, കലാകാരന്മാരും സംയുക്തമായി നടത്തിയ ഒരു യോഗത്തിൽ *അമ്മ* നോവൽ രചിച്ച് സുപ്രസിദ്ധനായ റഷ്യൻ സാഹിത്യകാരൻ മാക്സിം ഗോർക്കിയും പങ്കെടുത്തു. ഫാസിസത്തെ പരാജയപ്പെടുത്തുന്നതിന് എഴുത്തുകാരും കലാകാരന്മാരും പ്രധാന പങ്കുവഹിക്കണമെന്ന് പലരും ആവേശമായി അഭിപ്രായം പറഞ്ഞു. ആ യോഗത്തിൽ ഫാസിസത്തെ നേരിടുന്നതിന് മാക്സിം ഗോർക്കിയും അഭിപ്രായങ്ങൾ പറയുകയുണ്ടായി. അദ്ദേഹം എഴുത്തുകാർ, സാംസ്കാരിക പ്രവർത്തകർ ഉൾപ്പെടെയുള്ള മാനവരാശിക്ക് നേരെ ഒരു ചോദ്യമുന്നയിച്ചു. 'നിങ്ങൾ ആരുടെ വശത്താണ്? ഫാസിസത്തിന്റെ വശത്താണോ? ഫാസിസത്തെ എതിർത്ത് പൊരുതുന്നവരുടെ വശത്താണോ?'

90 വർഷങ്ങൾക്ക് മുമ്പ് മാക്സിം ഗോർക്കി ഉയർത്തിയ ചോദ്യത്തെയാണ് ഇന്ന് ഇന്ത്യയിൽ ഉയർത്തേണ്ടിയിരിക്കുന്നത്.

എഴുത്തുകാരായ നരേന്ദ്ര ധബോൽക്കർ, ഗോവിന്ദ് പൻസാരെ, ഗൗരി ലങ്കേഷ്, എം എം കൽബുർക്കി എന്നിവരെ ഫാസിസ്റ്റുകളുടെ പിൻഗാമികളായ സംഘപരിവാര സംഘടനകൾ അറുംകൊല ചെയ്യുകയായിരുന്നു.

നമ്മുടെ രാജ്യത്തും എഴുത്തുകാരന്മാർ, കലാസാംസ്കാരിക സൃഷ്ടാക്കൾ, ചിത്രകാരന്മാർ ഉൾപ്പെടെയുള്ള സാംസ്കാരിക തലത്തിൽ പ്രവർത്തിക്കുന്നവർ, ഈ ചോദ്യം ഉന്നയിക്കുന്ന ആശയങ്ങളെ ജനങ്ങൾക്കിടയിൽ കൊണ്ടെത്തിക്കാൻ ശ്രമിക്കുന്നു. ഉദാഹരണമായി ആനന്ദ് പട്വർദ്ധൻ എന്ന ഡോക്യുമെന്ററി സിനിമ സംവിധായകൻ, ഈയടുത്തകാലത്ത്, ഒരു മുഖാമുഖത്തിൽ, സംഘപരിവാരത്തിന്റെ വർഗ്ഗീയ വാദ

ത്തിനെതിരെ അമർഷം വെളിപ്പെടുത്തുന്ന രീതിയിൽ സംസാരിച്ചു.

'ജനാധിപത്യത്തിന്റെ നെടുംതൂണുകളെല്ലാം ആക്രമണത്തിന് വിധേയമായി കൊണ്ടിരിക്കുന്നു. ഒരു സിനിമാ സംവിധായകൻ ഇനിയും മൗനം പാലിക്കുന്നതിൽ പരിഹാരമൊന്നുമുണ്ടാവില്ല. തുറന്നു സംസാരിക്കുന്നതും പ്രവർത്തിക്കുന്നതും അപകടം വരുത്താനിടയുണ്ട്. എന്നാൽ സംസാരിക്കാതിരിക്കുന്നത് നമ്മുടെ ആത്മാവിനെ തന്നെ കൊന്നുകളയും'

കഴിഞ്ഞകാലത്ത് മതേതരത്വത്തിനും മതസൗഹാർദ്ദത്തിനും ജനാധിപത്യത്തിനും മനുഷ്യ അവകാശങ്ങൾക്കും ഒത്തിരി ഡോക്യുമെന്ററി, ഷോർട്ട് സിനിമകൾ സംവിധാനം ചെയ്തു പുറത്തിറക്കിയ ആളാണ് ആനന്ദ് പട്വർദ്ധൻ.

മതേതരത്വത്തെയും മതസൗഹാർദ്ദത്തെയും ജനാധിപത്യത്തെയും മതേതര ഇന്ത്യൻ റിപ്പബ്ലിക്കിനെയും സംരക്ഷിക്കാൻ സാംസ്കാരിക പ്രവർത്തകർ മുന്നിട്ടിറങ്ങേണ്ടതാവശ്യമാണ്.

നിങ്ങളാരുടെ പക്കലാണ്?

ആയിരത്തി തൊള്ളായിരത്തി ഇരുപത്തിയഞ്ചിൽ രൂപീകരിക്കപ്പെട്ട ആർ എസ് എസ് 1948 ൽ മഹാത്മാ ഗാന്ധിയെ കൊലപാതകം ചെയ്തതിനുശേഷം നിരോധിക്കപ്പെട്ടു. അതിനു ശേഷം രാഷ്ട്രീയ രംഗത്ത് പ്രവർത്തിക്കാൻ ജനസംഘം എന്ന രാഷ്ട്രീയ പാർട്ടി ആർ എസ് എസ് ആരംഭിച്ചു. 1977 ൽ ജനസംഘം ജനതാ പാർട്ടിയുടെ ഭാഗമായി മാറി. പിന്നീടത്, 1980 ൽ ഭാരതീയ ജനതാ പാർട്ടിയായി രൂപംകൊണ്ടു. ബി ജെ പിയുടെ നേതൃത്വത്തിൽ 1999 മുതൽ 2004 വരെ കേന്ദ്രത്തിൽ അധികാരത്തിലെത്തി ഭരിക്കുകയായിരുന്നു. വീണ്ടും 2014 ൽ നരേന്ദ്ര മോദിയുടെ നേതൃത്വത്തിൽ ബി ജെ പി ഭരണത്തിലെത്തി. 2019 ൽ മോദിയുടെ നേതൃത്വത്തിൽ രണ്ടാം തവണയും തുടർഭരണം നേടി. ഈ കാലഘട്ടത്തിൽ നൂറിലേറെ സംഘപരിവാർ പ്രസ്ഥാനങ്ങൾ ആർ എസ് എസ് രൂപീകരിച്ചു. പല രീതിയിലും പല പേരുകളിലും അവതാരമെടുത്ത ആർ എസ് എസ് മതാടിസ്ഥാനത്തിൽ ജനങ്ങളെ ഭിന്നിപ്പിക്കുന്ന പ്രവർത്തനങ്ങൾ നടത്തിവരുന്നു. അവരുടെ എല്ലാ സംഘടനകളുടെ ലക്ഷ്യവും പ്രവർത്തനങ്ങളും ആർ എസ് എസിന്റെ പ്രവർത്തനപദ്ധതിയായ ഹിന്ദുരാഷ്ട്രം കെട്ടിപ്പടുക്കാനാണ്.

അവർ താഴെപ്പറയുന്ന രീതിയിലാണ് പ്രവർത്തിക്കുന്നത്.

- ഹിന്ദുത്വ എന്ന ആശയത്തെ ജനങ്ങൾക്കിടയിൽ കൊണ്ടെത്തിക്കുന്നത്.
- അക്രമാസക്തമായ അഴിഞ്ഞാട്ടങ്ങളെ അഴിച്ചു വിടുക.
- കേന്ദ്രത്തിലും സംസ്ഥാനങ്ങളിലും അധികാരത്തിൽ എത്തുമ്പോഴൊക്കെ, സർക്കാർ സംവിധാനത്തെ ഉപയോഗിച്ച് തങ്ങളുടെ, പ്രവർത്തന പദ്ധതിയായ ഹിന്ദുരാഷ്ട്രത്തെ പടുത്തുയർത്താനുള്ള

അസ്തിവാരമുണ്ടാക്കുന്നതാണ് അവരുടെ പ്രവർത്തന പദ്ധതി.

കഴിഞ്ഞ 8 വർഷക്കാലമായി സർക്കാർ നിർവഹണത്തെ ഉപയോഗിച്ച്, പ്രത്യേകിച്ചും സി ബി ഐ, എൻഫോഴ്സ്മെന്റ് വകുപ്പ്, തെരഞ്ഞെടുപ്പു കമ്മിഷൻ, നിയമ വകുപ്പ്, ഉൾപ്പെടെയുള്ള സ്ഥാപനങ്ങളെയും, ആഭ്യന്തര വകുപ്പ് ഉൾപ്പെടെയുള്ള മന്ത്രാലയങ്ങളെയും ഉപയോഗിച്ച് ന്യൂനപക്ഷം, പട്ടികജാതി, ആദിവാസി സമൂഹങ്ങളെ അടിച്ചമർത്തി വരികയാണ്.

അയോദ്ധ്യയിലെ ബാബറി മസ്ജിദ് തകർക്കപ്പെട്ട സ്ഥലത്തു രാമക്ഷേത്രം പണിയുന്നത്, ജമ്മു കാശ്മീർ സംസ്ഥാനത്തിന് പ്രത്യേക പരിഗണന നൽകുന്ന ഭരണഘടനയുടെ 370-ാമത്തെ വകുപ്പിനെ നീക്കം ചെയ്യുക, രാജ്യം മുഴുവൻ പൊതു സിവിൽ നിയമം നടപ്പിലാക്കുക എന്നതൊക്കെ ആർ എസ് എസിന്റെ ദീർഘകാല പദ്ധതികളാണ്. ഇവയെ ഓരോന്നായി ബി ജെ പി നേതൃത്വത്തിലുള്ള കേന്ദ്ര സർക്കാർ നടപ്പിലാക്കി വരുന്നു. അയോദ്ധ്യയിലെ രാമക്ഷേത്രം പണിയുന്നതിനെയാണ് അടുത്ത തെരഞ്ഞെടുപ്പിൽ, അവർ തങ്ങളുടെ വലിയ നേട്ടമായി പറയുക. അവരുടെ മറ്റൊരു പദ്ധതിപ്രകാരം, ജമ്മു-കാശ്മീർ സംസ്ഥാനത്തെ കഷ്ണങ്ങളാക്കി 370-ാം വകുപ്പിനെ റദ്ദാക്കിക്കളഞ്ഞു. ബി ജെ പി ഭരിക്കുന്ന സംസ്ഥാനങ്ങളിൽ പൊതു സിവിൽ നിയമം നടപ്പിലാക്കാൻ പോവുകയാണെന്ന് അവർ പറയുകയാണ്. പിന്നീടത് രാജ്യം മുഴുവനായുമവർ നടപ്പിലാക്കും.

മതാടിസ്ഥാനത്തിൽ പൗരത്വ നിയമത്തെ തിരുത്തിയിരിക്കുകയാണ്. ഇത് എത്രയും വേഗതയിൽ നടപ്പിലാക്കുമെന്ന് കേന്ദ്ര ആഭ്യന്തര മന്ത്രി അമിത് ഷാ പറയുന്നു.

രാഷ്ട്രീയം, ഭരണ നിർവഹണം, മതം എന്നീ മൂന്നിനെയും ഒന്നു കലർത്തുന്നതിലൂടെ ഇന്ത്യയുടെ മതേതര, ജനാധിപത്യ, ഫെഡറൽ തത്ത്വം എന്നിവയെ ബി ജെ പി തച്ചുതകർത്തു വരുകയാണ്. പ്രധാന മന്ത്രി നരേന്ദ്ര മോദി, ഉത്തർപ്രദേശ് മുഖ്യമന്ത്രി യോഗി ആദിത്യനാഥ് ഉൾപ്പെടെയുള്ളവർ ബാബറി മസ്ജിദ് തകർക്കപ്പെട്ട സ്ഥലത്ത് രാമക്ഷേത്രം പണിയുന്നതുതന്നെ രാഷ്ട്രീയ, ഭരണ നിർവഹണം, മതം എന്നിവയെ കലർത്താൻ ശ്രമിക്കുന്നതിനുള്ള ഉത്തമോദാഹരണമാണ്.

ന്യൂനപക്ഷ ജനങ്ങളുടെ നേർക്ക് സംഘപരിവാര സംഘടനകൾ അഴിച്ചുവിടുന്ന അക്രമങ്ങൾക്ക് പുറമേ, ഭരണ നിർവഹണത്തെ ഉപയോഗപ്പെടുത്തി ബുൾഡോസറുകൾകൊണ്ട് മുസ്ലീങ്ങളുടെ സ്വത്തുക്കളെ തകർക്കുന്ന ക്രൂരതകൾ ഇപ്പോൾ അരങ്ങേറി വരുന്നു. കഴിഞ്ഞ ഏപ്രിൽ 11 ന് മധ്യപ്രദേശിലെ ഖർഗോൻ പ്രദേശത്തു, രാമനവമി ഘോഷയാത്രയിൽ കല്ലെറിഞ്ഞവരുടെ നേർക്കു നടപടിയെടുക്കുന്നുവെന്ന പേരിൽ മുസ്ലീങ്ങളുടെ വീടുകളും കടകളും ബുൾഡോസർ കൊണ്ട് ബി ജെ പി സർക്കാർ തകർത്തില്ലാതാക്കി. കല്ലെറിഞ്ഞുവെന്നു പൊലീസ് കേസ് ചാർജ്ജ് ചെയ്തിരിക്കുന്ന വസീം ഷേക്ക് എന്നയാൾ തകർക്കപ്പെട്ട

തന്റെ കടയുടെ മുൻപിൽ നിൽക്കുന്ന ദൃശ്യം ആരെയും സ്തംഭിപ്പിക്കുന്ന ഒന്നാണ്. 2005 ൽ ഒരു അപകടത്തിൽ തന്റെ ഇരുകൈകളും നഷ്ടപ്പെട്ട ഒരാളാണദ്ദേഹം. അദ്ദേഹം എങ്ങനെയാണ് കല്ലെറിഞ്ഞിട്ടുണ്ടാവുക? എന്നാൽ ബി ജെ പിക്ക് ഇതൊന്നും ഒരു പ്രശ്നമേയല്ല; കൈകളില്ലാത്ത ഒരാൾ കല്ലെറിഞ്ഞു എന്നാരോപിച്ച് കേസെടുക്കാൻ, ബി ജെ പി സർക്കാരിന്റെ നിയന്ത്രണത്തിലുള്ള പൊലീസിനു, അദ്ദേഹം മുസ്ലീം എന്ന ഒറ്റ കാരണം മാത്രം മതിയാകും. ബി ജെ പിയുടെ ഈ ക്രൂരകൃത്യം ഇന്ത്യൻ സിവിൽ സമൂഹത്തിന്റെ മനഃസാക്ഷിയെ ഞെട്ടിപ്പിച്ച് ഒരു വൻ പ്രക്ഷോഭമുണ്ടാകേണ്ടതാണ്. പക്ഷേ, അങ്ങനെയൊന്നും സംഭവിച്ചില്ല.

ബി ജെ പി ഭരിക്കുന്ന സംസ്ഥാനങ്ങളിൽ മുസ്ലീം ആരാധനാലയങ്ങളെ ഉന്നംവച്ച്, ഉച്ചഭാഷിണി വെക്കാൻ നിരോധനമെന്നു പറഞ്ഞു പല സ്ഥലങ്ങളിലും അതിനെ നീക്കംചെയ്യുകയുണ്ടായി. രാജസ്ഥാനിൽ ഇസ്ലാമിക പെരുനാളായ റംസാൻ ദിനത്തിൽ പോലുമവർ വൻ കലാപങ്ങളുണ്ടാക്കി.

മുസ്ലീങ്ങളുടെ നേർക്ക് സംഘപരിവാർ സംഘടനകളോ ബി ജെ പി സർക്കാരോ ആക്രമണം നടത്തിയാൽ, ഭൂരിപക്ഷ സമൂഹം അതിനെ കണ്ടിട്ടും കാണാത്തരീതിയിൽ, യാതൊരുവിധ ആശങ്കയും പ്രകടിപ്പിക്കാത്ത മനോഭാവത്തെ അവരിൽ സംഘപരിവാര സംഘടനകൾ സൃഷ്ടിച്ച് കഴിഞ്ഞു. 1990 കളിൽ എൽ കെ അദ്വാനി രഥയാത്ര തുടങ്ങിയപ്പോൾ, "ഞങ്ങളുടെ ലക്ഷ്യം അധികാരത്തിൽ എത്തുന്നത് മാത്രമല്ല; ഇന്ത്യൻ സിവിൽ സൊസൈറ്റിയുടെ സ്വഭാവത്തെ മാറ്റുന്നതിനുകൂടിയാണ്." എന്നു പറഞ്ഞിരുന്നു. അതിനെയാണ് ബി ജെ പി-സംഘപരിവാര സംഘടനകൾ ഇന്നു നടപ്പിലാക്കുന്നത്.

ബി ജെ പി സർക്കാരിന്റെ ഈ ക്രൂരനടപടികളിൽ പ്രതിഷേധിച്ച്, ഇന്ത്യൻ സർക്കാരിന്റെ ഉയർന്ന അധികാര തലത്തിൽ സേവനത്തിലുണ്ടായിരുന്ന 108 ഉദ്യോഗസ്ഥർ, ഒരു സംയുക്ത പ്രസ്താവന പുറപ്പെടുവിച്ചു. "നമ്മുടെ കഴിഞ്ഞ തലമുറക്കാർ സൃഷ്ടിച്ചു നൽകിയ ഭരണഘടനയുടെ മൂല്യങ്ങളെ നശിപ്പിക്കുന്ന വേഗത കണ്ട്, ഞങ്ങൾ സ്വയം മുമ്പോട്ടുവന്നു സംസാരിക്കാനും ഞങ്ങളുടെ അമർഷം വെളിപ്പെടുത്താനുമുള്ള സ്ഥിതിയിലേക്കെത്താൻ നിർബ്ബന്ധിതരായി. മുസ്ലീങ്ങൾക്കു എതിരെയുള്ള വിദ്വേഷവും, അവർക്കെതിരെയുള്ള ദുഷ്ടമനോഭാവവും, സംസ്ഥാനങ്ങളുടെ അധികാര ഘടകങ്ങൾ, ഭരണഘടനാ സ്ഥാപനങ്ങൾ, നിർവഹണ പ്രക്രിയകൾ എന്നിവയിൽ ആഴത്തിൽ വേരുറച്ചിട്ടുണ്ട് എന്നതിൽ ഞങ്ങൾക്കതിയായ വിഷമമുണ്ട്. നമ്മുടെ രാജ്യത്തിൽ വിദ്വേഷത്താലുണ്ടാകുന്ന വിനാശങ്ങളെ നാം നേരിൽക്കാണുകയാണ്. ഇവിടെ ബലിയാക്കപ്പെടുന്നത് മുസ്ലീങ്ങളോ ന്യൂനപക്ഷ സമൂഹമോ മാത്രമല്ല; ഭരണഘടനയും അതിലുൾപ്പെടും" എന്ന് മുൻ ദേശീയ സുരക്ഷ ഉപദേഷ്ടാവ് ശിവശങ്കർ മേനോൻ, മുൻ വിദേശകാര്യ സെക്രട്ടറി സുജാതാ സിങ്, മുൻ ആഭ്യന്തര വകുപ്പ് സെക്രട്ടറി ജി കെ പിള്ള, ഡൽഹി മുൻ

ഗവർണർ നജീബ് ജംഗ, മുൻ പ്രധാനമന്ത്രി മൻമോഹൻ സിങ്ങിന്റെ പ്രിൻസിപ്പൽ സെക്രട്ടറി ടി കെ എ നായർ ഉൾപ്പെടെയുള്ളവരാണ് ആ പ്രസ്താവന പുറപ്പെടുവിച്ചത്.

ഇവരാരും ഒരു രാഷ്ട്രീയ പാർട്ടിയോടും ബന്ധമുള്ള ആൾക്കാരല്ല എന്നത് നാം ശ്രദ്ധിക്കേണ്ടതാണ്.

മുസ്ലീങ്ങൾക്കെതിരായ വിദ്വേഷവും, അവർക്കെതിരായ ദുഷ്ടമനോഭാവവും, സംസ്ഥാനങ്ങളുടെ അധികാര ഘടകങ്ങൾ, ഭരണഘടന സ്ഥാപനങ്ങൾ, നിർവഹണ പ്രക്രിയകൾ തുടങ്ങിയവയിൽ ആഴത്തിൽ വേരുറച്ചിട്ടുണ്ട് എന്നതിന് വസീം ഷേക്ക് ഒരു മികച്ച തെളിവാണ്.

“കേന്ദ്ര സർക്കാരിന്റെ നിയന്ത്രണമില്ലാത്ത നിർവഹണ സംവിധാനങ്ങളെ അംഗീകരിച്ചുകൊണ്ട്, അതിൽ നുഴഞ്ഞു കയറി, അകത്തിരുന്നു കൊണ്ട് തന്നെ, അധികാരത്തെ നിലനിർത്തുന്ന സമീപനമാണ് ആർ എസ് എസ് ചെയ്യുന്നത്. ഈ സ്ഥാപനങ്ങളെ പിടിച്ചുപറ്റി അതുവഴി ആർ എസ് എസിന് ഭരണം നടത്താൻ കഴിയും. ഒട്ടുമിക്ക ഭരണ സംവിധാനങ്ങളെയും അവർ അകത്തിരുന്നുതന്നെ കൈപ്പറ്റിക്കഴിഞ്ഞു.” എന്നു മാർക്സിസ്റ്റ് ചിന്തകൻ ഐജാസ് അഹമ്മദ് പറയുന്നു.

ഹാർവാർഡ് സർവ്വകലാശാലയിലെ രണ്ടു പ്രൊഫസർമാർ, ലോകതലത്തിൽ തെരഞ്ഞെടുപ്പു ജനാധിപത്യ പ്രക്രിയയിലൂടെ അധികാരത്തിലെത്തുന്നവർ എങ്ങനെ സ്വേച്ഛാധിപതികളായി മാറി ജനാധിപത്യത്തെ കൊലചെയ്യുന്നു എന്നു പഠനം നടത്തി *ജനാധിപത്യം എങ്ങനെ മരിക്കുന്നു* എന്ന തങ്ങളുടെ പുസ്തകത്തിൽ (*How Democracies Die* - by Steven Levitsky and Daniel Ziblatt) വിശദമായി എഴുതിയിട്ടുണ്ട്. ജനാധിപത്യഹത്യ നടക്കുന്നതിനു പട്ടാള മേധാവികൾ കാരണമല്ല; തെരഞ്ഞെടുക്കപ്പെട്ട നേതാക്കളാണ് ജനാധിപത്യത്തെ കൊല ചെയ്യുന്നത്. അതായത്, തെരഞ്ഞെടുക്കപ്പെട്ട പ്രധാനമന്ത്രിമാരും രാഷ്ട്രപതിമാരുമാണ്, തങ്ങളെ അധികാരത്തിൽ എത്തിച്ച ജനാധിപത്യം എന്ന ആയുധംകൊണ്ട് തന്നെ, ജനാധിപത്യത്തെ കൊന്നു കൊലവിളി നടത്തുന്നു എന്നു അവർ ആ പുസ്തകത്തിൽ പറയുന്നു. ഇന്നു ഇന്ത്യയിലും ഇതാണ് നടക്കുന്നത്.

ഇന്ത്യൻ ഭരണഘടന അതേപടിയുണ്ടാകും, പാർലമെന്റും അതേപടിയുണ്ടാവും, കോടതികൾ അതേപടി പ്രവർത്തിക്കും, മാധ്യമങ്ങളും പ്രവർത്തിക്കും. പക്ഷേ, ഇതുപോലുള്ള സംവിധാനങ്ങളെ അതേപടി നിലനിർത്തിക്കൊണ്ടുതന്നെ ആർ എസ് എസ് തങ്ങളുടെ നേതൃത്വത്തിലുള്ള ഏകാധിപത്യ ഭരണത്തെ സ്ഥാപിക്കുന്നു.

“മ് എന്റാൽ ചിറൈവാസം എനെന്റാൽ വനവാസം” (മ് എന്നാൽ ജയിൽവാസം. എന്തെന്നു ചോദിച്ചാൽ വനവാസം) എന്ന ഭാരതിയാരുടെ കവിത വരികളെപ്പോലെ, അപ്രഖ്യാപിത അടിയന്തരാവസ്ഥ പോലെയാണ് കേന്ദ്ര ബി ജെ പി സർക്കാർ പ്രവർത്തിക്കുന്നത്.

ഈ സ്ഥിതിയെ മാറ്റാൻ ബി ജെ പിയെ അധികാരത്തിൽനിന്ന് നീക്കം

ചെയ്യാൻ ഇടതുപക്ഷ, ജനാധിപത്യ ശക്തികൾ കടുത്ത സമരം ചെയ്യേണ്ടത് അനിവാര്യമാണ്; ജനങ്ങൾ സമാധാനപരമായ ജീവിതം നയിക്കാൻ മതേതരത്വത്തിന്റെ അനിവാര്യതയെക്കുറിച്ചുള്ള ബോധവൽക്കരണമുണ്ടാക്കണം.

അങ്ങനെയല്ലെങ്കിൽ,
ആദ്യം അവർ കമ്യൂണിസ്റ്റുകളെ തേടി വന്നു
ഞാൻ ഒന്നും മിണ്ടിയില്ല
കാരണം, ഞാനൊരു കമ്യൂണിസ്റ്റ് അല്ലായിരുന്നു
പിന്നീട് അവർ സോഷ്യലിസ്റ്റുകളെ തേടിവന്നു
അപ്പോഴും ഞാനൊന്നും മിണ്ടിയില്ല
കാരണം, ഞാനൊരു സോഷ്യലിസ്റ്റ് ആയിരുന്നില്ല
പിന്നീട് അവർ തൊഴിലാളികളെ തേടിവന്നു
അപ്പോഴും ഞാനൊന്നും മിണ്ടിയില്ല
കാരണം, ഞാനൊരു തൊഴിലാളി ആയിരുന്നില്ല
പിന്നീട് അവർ ജൂതരെ തേടിവന്നു
ഞാനൊന്നും മിണ്ടിയില്ല
കാരണം ഞാനൊരു ജൂതനായിരുന്നില്ല.
ഒടുവിൽ അവർ എന്നെ തേടിവന്നു
അപ്പോൾ എനിക്കുവേണ്ടി സംസാരിക്കാൻ
ആരും അവശേഷിച്ചിട്ടുണ്ടായിരുന്നില്ല...

എന്ന ഫ്രെഡറിക് ഗുസ്താവ് എമിൽ മാർട്ടിൻ നീമൊളെറുടെ വാക്കുകൾ നമ്മുടെ ഭാരത മണ്ണിലും സത്യമായേക്കാം.

ഈ സ്ഥിതിയിൽ, ചരിത്രം രാജ്യത്തെ ജനതയ്ക്ക് നേരെയൊരു ചോദ്യം ഉന്നയിക്കുന്നു. നിങ്ങൾ മതസൗഹാർദ്ദം, മതേതരത്വം, മതേതര റിപ്പബ്ലിക്, ഫെഡറലിസം പോലുള്ള ഭരണഘടനാ മൂല്യങ്ങളെ കാത്തു സംരക്ഷിക്കുന്നവരുടെ പക്കലാണോ?

അല്ലെങ്കിൽ, ഇവയെ ഇല്ലാതാക്കി ഹിന്ദുരാഷ്ട്രം രൂപീകരിക്കാൻ തലങ്ങും വിലങ്ങും പായുന്ന ഫാസിസ്റ്റ് സ്വാഭാവമുള്ള ആർ എസ് എസ് സംഘപരിവാര ശക്തികളുടെ പക്കലാണോ?

നിങ്ങൾ ആരുടെ പക്കലാണ്?

ഈ ചോദ്യത്തിന്റെ ഉത്തരത്തിൽനിന്നാണ് രാജ്യത്തിന്റെ ഭാവി ദിശയും മാർഗ്ഗവും തീരുമാനിക്കപ്പെടുക.

ഉപയോഗമില്ല ഒരു വൈകല് കൊണ്ട് – ഉണരുകയുടനെ!
നാളെയെന്നതു പോലുമൊരു വൈകിപ്പിക്കലാണ്
ഇന്ന് ഇപ്പോഴേ ഇറങ്ങാം നമുക്ക് സമരഭൂമിയിലേക്ക്
നമുക്ക് ജയിക്കാം!

ഒരു രാത്രിയും പുലരാതെ പോകില്ല. വെളിച്ചം വ്യാപിക്കുമ്പോൾ അന്ധകാരം അകലുകതന്നെ ചെയ്യും. ഫാസിസ്റ്റ് ശൈലിയിൽ പ്രവർത്തിക്കുന്ന ആർ എസ് എസ് – ബി ജെ പി സംഘപരിവാര ശക്തികളെ

വീഴ്ത്തി മതേതര ഇന്ത്യയെ സംരക്ഷിക്കാൻ നമുക്ക് സാധിക്കും. ഫാസിസ്റ്റുകളും ഏകാധിപത്യ ശക്തികളും ചരിത്രത്തിന്റെ ചവറ്റുകുട്ടയിലേക്ക് എറിയപ്പെട്ടിട്ടുണ്ട് എന്നത് ഭൂതകാല ചരിത്രമാണ്. ശ്രീലങ്കയിലെ സംഭവവികാസങ്ങൾ ഇന്നത്തെ സത്യമാണ്. ജനങ്ങളെ ഏകീകരിച്ചു സംഘടിപ്പിക്കാൻ കഴിഞ്ഞാൽ, മതദ്വേഷ–വൻകിട മുതലാളിത്ത സഹകരണം എന്നീ ഇരട്ടത്താപ്പ് നിലപാടുള്ള ബി ജെ പി – സംഘപരിവാര സംഘടനകളെ തകർക്കാൻ കഴിയും. ജനങ്ങളാണ് ചരിത്രത്തിന്റെ വഴി തീരുമാനിക്കുക.

സഹായകമായ പുസ്തകങ്ങൾ

- *The RSS: A Menace to India* - A G Noorani
- *ഗാന്ധിജിയുടെ അവസാനത്തെ 200 ദിവസങ്ങൾ* (തമിഴ്) - വി രാമമൂർത്തി
- *Modi Government: A New Surge of Communalism* - Sitaram Yechury
- *നരക സാകേതത്തിലെ ഉള്ളറകൾ* - സുധീഷ് മിന്നി
- *മതത്തെക്കുറിച്ച് മാർക്സിസം: ഒരു സംവാദം* (തമിഴ്) അരുണൻ
- *Decoding the RSS: Its Tradition and Politics* - Raosaheb Kasbe
- *History as a site of Struggle: Essays on History, Culture and Politics* - K N Panikkar
- *Our Hindu Rashtra: What it is, How we got here* - Aakar Patel
- *How Democracies die* - Steven Levitsky & Daniel Vilalatt
- *The Anatomy of Hate* - Revali Laul
- *The Nazis and the occult* - Raul Roland
- *Nationalist Dangers, Secular Failings* - Achin Vanik
- *Liberal Democracy and the extreme right* - Aijaz Ahamad.
- *Essentials of Hindutva* - V D Savarkar.

www.ingramcontent.com/pod-product-compliance
Lightning Source LLC
LaVergne TN
LVHW090414051026
849518LV00006B/2339